விவேக சிந்தாமணி

மணிவிளக்க உரை

முனைவர் அரங்கன். மணிமாறன்

பொருளடக்கம்

மேற்கோள் களஞ்சியம்!	ix
இலக்கிய நறுமண மலர்கள்!	xi
இலக்கிய நறுமண மலர்கள்!	xiii
நேரிசை வெண்பா	xv
அறுசீர் விருத்தம்!	xvii
நதிமூலம்!	xix
முகப்புரை	xxi
1. கடவுள் வாழ்த்து!	1
2. பயனற்ற ஏழு	2
3. காலமாற்றத்தில்!	4
4. பிறவிகுணம் மாறாது!	6
5. அன்பான விருந்தோம்பல்!	8
6. மேட்டை நோக்கிப் பாயும் செல்வம்!	10
7. உள்ளன்பில்லா உறவு!	12
8. நன்மைகள் நாடுக! தீமைகள் கைவிடுக!	14
9. உள்ளூர் ஆட்டக்காரன்!	16
10. மூடருக்கு அறிவுரைச் சொன்னால் மூளும் துன்பம்!	18
11. வாலெயிறு ஊறிய நீர்!	20
12. சேர்க்கை!	22
13. ஆவதும் பெண்ணாலே அழிவதும் பெண்ணாலே!	24
14. நிலைபெயர்ந்தால் மதிப்பு குறையும்!	27
15. இளைஞர்க்கழகு!	29
16. பொய்யான பெண்டிர்!	32
17. மங்கையர்க்கு அழகு!	34

பொருளடக்கம்

18. பயனற்ற எட்டு! 36

19. கணித கணக்கு! 38

20. காட்சிப்பிழை! 40

21. நெட்டை மரங்கள்! 42

22. வறுமை வந்திட! 44

23. கட்டழகு உடல்! 46

24. ஆண்களே! 48

25. தீமைக்கான வழிகள்! 50

26. பொருளுண்டாயின்... 52

27. மும்மாரி! 54

28. எப்படி மழை பொழியும்? 56

29. வாழ்வின் பொருளென்ன? 58

30. ஆருயிர்க்கு உறுதி! 60

31. நம்பு! நம்பாதே! 62

32. பெருஞ்சண்டை! 64

33. என் பணம் உன் பணம்! 66

34. ஆளுக்கு ஏற்ற நியாயம்! 68

35. ஒருவருக்கொருவர் ஆறுதல்! 70

36. மீனை நம்பி ஏமாந்த நரி! 72

37. ஆப்பிலா சகடு! 74

38. அணங்குகொல்! ஆய்மயில்கொல்! 76

39. நம்பிக்கைக்குரிய மன்னன்! 78

40. தூங்காத கண்ணொன்று! 80

41. ஆபத்தான விளையாட்டு! 82

பொருளடக்கம்

42. வருந்தாதே! வாழ்வு வரும்! 84

43. மனமொத்த வாழ்வு! 86

44. வறுமையில் புரியும் வாழ்வு! 88

45. பெண் மனசு! 90

46. அடுத்தவர் சொல்லைக் கேட்டு! 92

47. திட்டினும் தித்திக்கும்! 94

48. மூளை பலம்! 96

49. கவரிமான்! 98

50. பொய்ப்புகழ்ச்சி! 100

51. அறவாழ்வே தவவாழ்வு! 102

52. பணம் சேர்! குணம் சேர்! 104

53. இடத்தால் மதிப்பு! 106

54. பொய்மான்! 108

55. மனித வடிவில் கடவுள்! 110

56. அமரராக்கும் அடக்கம்! 112

57. நட்புக்கு தூரம் தடையில்லை! 113

58. பேறுகள்! 115

59. மாறாத மாற்றங்கள்! 117

60. உறுத்துவரும் ஊழ்வினை! 119

61. பணமில்லையேல் பிணம்! 121

62. மாறாதய்யா மாறாது! 123

63. யார்யாரோ நண்பனென்று! 125

64. கற்றார் புத்தி! 127

65. புலவரைப் போற்றும் உலகு! 129

பொருளடக்கம்

66. சொல்லாதே யாரும் கேட்டால்! 131

67. கொடுப்பது அழுக்கறுப்பான்! 133

68. மெய்ஞ்ஞானிகள்! 135

69. மாதா பிதா குரு தெய்வம்! 137

70. நீதிமான்கள்! 139

71. கற்பனையென்றாலும் காதல்! 141

72. அற்ற குளத்து அறுநீர் பறவைகள்! 143

73. எச்சிற் கையாலும்... 145

74. பாவச்சொத்து! 147

75. இன்பவாழ்வு இதோ! 149

76. கட்டையில் போகுமட்டும்! 151

77. சிறுக்கி மக! 153

78. அலையலையாய்த் துன்பம்! 155

79. உடன்கொல்லிகள்! 157

80. உறவா? பகையா? காற்று! 159

81. நல்லோர் கெடுவதில்லை! 161

82. அணங்கன்! 163

83. தனியே எமன் எதற்கு? 165

84. அன்னவருக்கே சரண்! 167

85. விதிவிலக்கு! 169

86. அவரவர் அனுபவம்! 171

87. வல்லவனுக்கு வல்லவன்! 173

88. இருட்டில் தேடும் இன்பம்! 176

89. மூடருக்கு அறிவுரை! 178

பொருளடக்கம்

90. கெண்டை மீன்கள்! 180
91. கர்வமான தோழமை! 181
92. கற்பனையென்றாலும்! 183
93. உணவுச் சங்கிலி 185
94. அரிது அரிது... 187
95. ஓரஞ்சொல்லேல்! 189
96. பண்பறிந்து ஆற்றாக்கடை! 191
97. சிபிகள்! 193
98. கசடர் ஐவர்! 195
99. கெடுமதியாளர்! 197
100. கல்வியா? செல்வமா? 199
101. சுட்டும் விழிச்சுடரே! 201
102. அணங்குகொல்! ஆய்மயில்கொல்லோ! 203
103. இளங்கவிகள் வாழ்க! 205
104. கூந்தல் முதல் பாதம் வரை! 207
105. பொள்ளற்குடம்! 209
106. எல்லாம் அவன் செயல்! 211
107. எடுக்கவோ கோர்க்கவோ! 213
108. மாஞ்சோலை கிளிதானோ! 215
109. மாரனும் வீழ்ந்தான்! 217
110. மின்னுவதெல்லாம் பொன்னல்ல! 219
111. புலிப்பதுங்குவது... 221
112. ஊழையும் உப்பக்கம் காண்பர்! 223
113. கோடரிக்காம்பு! 225

பொருளடக்கம்

114. எனக்கொரு காதலன்! 227

115. பாவத்தின் பலன்! 229

116. வினை விதைத்தால்... 231

117. இட்டார்க்கு இட்டபலன்! 233

118. இந்திரன் கெட்டதும்... 235

119. துரோகம்... 237

120. கர்ணனும் சகுனியும்! 239

121. எனக்குள் ஒருவன்! 241

122. அசட்டுத் துணிச்சல்! 243

123. மீளாவொண்ணா நரகம்! 245

124. எருமை! குரங்கு! 247

125. கழுதை! நாய்! 249

126. நல்லவை தேய! 251

127. சர்வம் கிருஷ்ணார்பணம்! 253

128. அவனே ஙங்கள் தலைவன்! 255

129. மூவர் தேவர்! 257

130. துணிக்கொடியில் மலரும் சமத்துவம்! 259

131. கும்பிட போன தெய்வங்கள்! 261

132. எனக்கு மட்டும் திருவோடு! 263

133. கணபதி என்றிட! 265

134. இராவணன்! 268

135. இசையொலி! வசையொலி! 270

136. போவோமா ஊர்வலம்? 273

மேற்கோள் களஞ்சியம்!

விவேக சிந்தாமணி 20.03.2021 இல் முதல் பாடல் ஆபத்-துக்குதவாப் பிள்ளையில் தொடங்கி தினம் ஒரு பாடல் என ஒரு புத்தகத்தையே எல்லோர் கையிலும் கொடுத்துள்ள நண்பர் முனைவர் அரங்கன்.மணிமாறன் அவர்களை வெகு-வாக பாராட்டுகிறேன். இப்பாடல்களுக்குப் பல நூல்களிலி-ருந்து மேற்கோள் கொடுத்துள்ள விதம் போற்றுதலுக்குரி-யது. இந்த 135 நாட்களில் 135 பாடல்கள் மூலம் இந்த நூலை மட்டும் படித்ததாக அல்லாமல் பல நூல்களின் அறி-வும் பெற்றதாக மகிழ்ச்சியில் திளைக்கிறது என்மனம்!

மேற்கோள்கள் கொடுத்துள்ள விதம் மிக அருமை!

மகாபாரதம் இராமாயணம் பெரியபுராணம் திருக்குறள் பழமொழி நன்னெறி நல்வழி போன்ற நூல்களோடு கபிலர் பாரி கோப்பெருஞ்சோழன் பிசிராந்தையார் நட்பு வரலாறு-களையும் விளக்கியுள்ளார். இத்தோடு கர்ணன் சத்தியவான் சாவித்திரி கதையும் இயேசுபெருமானின் வரலாறும் ஜீலியஸ் சீசர் புருட்டஸ் பாரதியார் பாரதிதாசன் இவர்களின் பாடற் சிந்தனைகளையும் எடுத்தக்காட்டி இலக்கியச் சுவைக்கூட்-டியுள்ளார்.காந்தியடிகள் விவேகானந்தர் அப்துல்கலாம் போன்றோரின் வாழ்க்கை நெறிமுறைகளையும் சிந்தனை-களையும் எடுத்துக்காட்டி விளக்கியுள்ள விதம் அருமை! பாராட்டுக்குரியது.

இந்நூலாசிரியர் யாரென தெரியவில்லை. பல காலங்க-ளில் பலப் புலவர்களால் எழுதப்பட்டுத் தொகுக்கப்பட்டுள்ள இந்த பாடல்களின் சில சிந்தனைகள் காலத்திற்கொவ்வா-தவை.

இருந்தபோதிலும் அப்பாடல்களுக்குத் தனது நுட்பமான விளக்கங்களாலும் மேற்கோள்களாலும் மெருகேற்றி நயமான முறையில் விளக்கமளித்துள்ள விதம் எப்பாலையும் ஒதுக்க-முடியாமல் சுவைத்தறியும்படி செய்துள்ளார்.

இது அவரின் நூலறிவையும் நுண்ணறிவையும் தனித்திறனையும் காட்டுகிறது.

இக்காலத்தில் பெயர்கூட மறந்துவிட்ட பழைய இலக்கிய நூல்களையும் அவற்றில் இலங்கும் பாடல்வரிகளையும் இன்றைய இளைய தலைமுறைக்கு கொண்டு சேர்க்கும் இவரது பணி போற்றுதலுக்குரியது!

குறிப்பாக நந்திக்கலம்பகத்தில் உள்ள ஒரு பாடலை எடுத்துக்கூறி ஒப்புமைக் காட்டியுள்ள விதம் தமிழ் இலக்கியச் சுவைஞருக்கு தேனினும் இனிய தெவிட்டாத சுவையுடையதாய் அமைகிறது.

அவரது தமிழ்ப்பணி சிறக்க வாழ்த்துகள்!

மொத்தத்தில் செங்கத்தில் அய்யா திரு சி.மாணிக்கம் அவர்களைப்போல் முனைவர் அரங்கன்.மணிமாறன் அவர்களை சிறந்த கல்வியாளர் படைப்பாளர் என போற்றுமளவை அடைந்துள்ளார்.அவரையும் அவரின் இலக்கியப் பயணத்தையும் பாராட்டி மகிழ்கின்றேன்.

நட்புடனும் வாழ்த்துகளுடனும்
பொன்.லோகானந்தம்
தலைமையாசிரியர் (ஓய்வு)
செங்கம்.

இலக்கிய நறுமண மலா◌்கள்!

இளமையில் நான் இதிகாசத்தைத் தொட்டதுண்டு. சொற்பொழிவு தெருக்கூத்தில் கண்டு கேட்டு பழங்கதைகளை உள்வாங்கிய காலமும் உண்டு. தற்காலத்தில் அவையெல்லாம் தொடர்பு எல்லைக்கு அப்பால் சென்றுவிட்டன.

இந்நிலையில்தான் மீண்டும் மகாபாரத இராமாயணக் கதைகளை ஆழ்ந்து படிக்க வேண்டும் என்ற ஆவலை ஆசிரியர் அரங்கன். மணிமாறன் இத்தொடர் மூலம் தூண்டியுள்ளார்.

பலதரப்பட்ட இலக்கியங்களின் சுவையை அறிய விவேகசிந்தாமணி தொடர் உதவி வருகிறது.

கூரிய மதிநுட்பத்தோடு மாண்பான பல கருத்துகளையும் கவனமாக ஆய்ந்து இலக்கியத் தரவுகளுடன் விளக்கம் தந்துள்ளார்.

மானுடம் மேன்மைபெறத் தேவையான மணியான கருத்துகளைப் பதிவுசெய்துள்ளார்.

பூமாலையில் தொடுக்கப்பட்ட வாசமிகு பூக்களாய் அழகு கருத்துகளை அள்ளித்தந்து மனதைக் கவரும் விதமாய் விவேக சிந்தாமணி உரை அமைந்துள்ளது.

ஆசிரியர் அரங்கன் மணிமாறன் அவர்களை வானம் தொட வாழ்த்துகிறேன். வாழ்க அவரது தமிழ்த்தொண்டு! வளர்க அவரது புகழ்! மனமுவந்த வாழ்களுடன்

செஞ்சி அ.சிவநாதன்
செயற்குழு உறுப்பினர்
செஞ்சி திருக்குறள் பேரவை
செஞ்சி
விழுப்புரம் மாவட்டம்.

இலக்கிய நறுமண மலர்கள்!

இந்த உலகின் நிலைப்பாட்டையும் மனித குல வாழ்க்கை நன்னெறிகளையும் தமிழ்மொழியிலுள்ள அனைத்து இலக்கியங்கள் புராணங்கள் மற்றும் பல நூல்களையும் புதுமையான முறையில் தனது கருத்து விளக்கங்கள் மேற்கோள்கள் மூலம் மிக அழகாக படம்பிடித்துக் காட்டி மக்களுக்கு வழங்கி தமிழ்மொழியை வளர்த்துக்கொண்டிருக்கும் எங்கள் மண்ணின் (மேல்நாச்சிப்பட்டு) அடையாள மைந்தர் அன்பிற்குரிய ஐயா முனைவர் அரங்கன். மணிமாறன் அவர்களுக்கு எங்கள் நெஞ்சார்ந்த வணக்கத்தையும் வாழ்த்துகளையும் நன்றிகளையும் தெரிவித்துக்கொள்கின்றேன்.

விவேகமான விளக்கங்கள் மிக அற்புதம்!

பெ.முத்துசாமி எம்.ஏ., எம்.எட்.
தமிழ் ஆசிரியர்
மேல்நாச்சிப்பட்டு
செங்கம் வட்டம்.

நேரிசை வெண்பா

அரங்கன் மணிமாறன் அவர்களுக்கு அழகுத் தமிழில் வாழ்த்து!

நூலில் மறைந்திருக்கும் நுட்பமிகு செய்திகள்முப்
பாலின் சுவைசேர்த்துப் பக்குவமாய் —ஆலின்
விதைபோல் அரங்கன் மணிமாறன் தந்தார்
கதைவிவேக சிந்தா மணி!

அன்பன்

வாரியார் அடிப்பொடி
மேல்பள்ளிப்பட்டு வெ.கிருஷ்ணமூர்த்தி
பேச: 9443388016.

அறுசீர் விருத்தம்!

பிணியைப் போக்கும் மருந்தை
பிசைந்து ஊட்டும் பணியை
துணிந்து சிரமேற் கொண்டு
துன்பம் துடைத்து மகிழ்ந்தாய்!
அணியாம் அன்னை தமிழில்
அழகு! அறிவு! சிந்தா
மணியை புதிதாய் செய்த
மணியே! மாறா! வாழி!

இரா.கிருட்டினகுமார்
முதுகலை ஆங்கில ஆசிரியர்
செங்கம்.

நதிமூலம்!

பலநூல்களையும் தேடிப் பிடித்து படித்து கேட்டு வருகையில் விவேக சிந்தாமணியின் சில பாடல்களை அறிய வந்தேன். அவற்றின் கருத்துவளமும் சுவையும் கற்பனைச் செழுமையும் எனை வெகுவாக ஈர்த்தன.

இக்காலத்தில் மேற்கோள் காட்டப்படும் பல நீதிநூல்-களின் வரிசையில் விவேக சிந்தாமணி இல்லாதிருப்பது குறையாக உணர்ந்தேன்.

பிற்கால நீதிநூலான விவேக சிந்தாமணியைப் படித்து ரசித்த இன்ப விழைவை

இலக்கிய நண்பர்களுடன் பகிர்ந்து கொள்ள புலனக் குழுக்கள் முகநூல் பதிவிலும் தினமும் தொடராக எழுதி வெளியிட்டேன்.

ஒரு நாளுக்கு ஒரு பாடல் வீதம் 135 நாட்கள் ஏதோ ஒரு நற்பேறு என்னைத் தொடர்ந்து எழுதச்செய்து என்னை இயக்கியது.

பாடல்களுக்கு வெறும் விளக்கம் மட்டும் எழுதாமல் பாடல்கள் உருவாக்கிய இலக்கிய நினைவலைகளையும் இணைஒப்பாக முற்கருத்துகளை எழுதினேன்.

என்னுள் ஆழப் பதிந்துபோன இலக்கிய பாடல்கள் சிந்-தாமணி பாடல்களுக்கேற்ப நினைவுக்கு வந்தது என் பேறு என்றுதான் சொல்லவேண்டும்.

நான் எழுத எழுத பல நண்பர்களும் இச்செயலை மனதார பாராட்டினர். அவர்களின் பாராட்டு போதை மெல்ல மெல்ல எனை ஆட்கொண்டுவிட்டது.

சிலர் காலத்திற்கொவ்வாத பாடல்களை ஏன் எடுத்து எழுதவேண்டும் எனத் திட்டித்தீர்த்தனர்.குறிப்பாக பொருட்-பெண்டீரைப் பற்றிய பாடல்களையும் பெண்களை இழித்துச் சொல்லும் சில பாடல்களையும் நான் முட்டுக்கொடுத்து எழுதவேண்டியதாயிற்று.

எவ்வகையினும் பெண்களின்றி உலகம் ஏது? பெண்களே நாட்டின் கண்கள் என்பதே நமது கொள்கையுமாகும்.பெண் எனும் பேராற்றல் இன்றி ஊரேது? உலகேது?

தங்கள் கணவனோ மருமகனோ புறத்தொழுக்கத்தில் ஈடுபட்டு குடும்ப அமைதியை வளர்ச்சியை சிதைத்தால் அந்நிலையில் யாரை அப்பெண்கள் குறைசொல்வார்கள்? தங்கள் வீட்டு ஆண்களையா? மைவிழியால் மயக்கி சிதைக்கும் பொருட்பெண்டிரையா?

கற்புநிலை ஆணுக்கும் பெண்ணுக்கும் சமம் என்பதே என் கருத்துமாகும்.

எவ்வாறாயினும் விவேக சிந்தாமணி எனும் காலத்தால் மறக்கப்பட்டு வரும் பாடல்களை மீண்டும் நினைவுபடுத்தியும் பல இலக்கிய ஒப்புமைகளைக் காட்டி விளக்கம் தந்தமையும் மனதிற்கு நிறைவையும் மகிழ்வையும் பல ஊர்களிலிருந்து நண்பர்களையும் பெற்றுத் தந்தது.

இதனைப் படித்த பல நண்பர்களே நூலாக்கம் செய்து வெளியிடவேண்டும் என்று அன்பு கட்டளையிட்டனர். அவர்களது கட்டளைக்கு எனது சிரமேற்கொண்டு அளித்த ஒப்புதலே இந்நூல்.

நூல்களில் மட்டுமல்ல வாழ்க்கையிலும் நல்லனவற்றைக் கொள்வோம்! தீயனவற்றை தள்ளுவோம்! நாமெல்லாம் அன்னப்பறவையாவோம்!

நன்றியுடன்!

முனைவர் அரங்கன்.மணிமாறன்
செங்கம்.
பேசி 99430-67963.

முகப்புரை

அன்புள்ளம் கொண்ட நட்பர்களே! அனைவருக்கும் எனது பணிவான வணக்கம்!

மானுட சமுதாயம் சீர்பெற்று வாழவே இலக்கியங்கள் தோன்றின.

அறிவுறுத்த, வழிநடத்த, பண்படுத்த தோன்றிய அவை, தங்கட் குறிக்கோளில் சிறந்து விளங்கின.

ரசிக்க,வியக்க, செந்நெறிப்பட என அவற்றின் நோக்கங்கள் விரிந்தவை.

மனித சமுதாயத்தை தீநெறியின்றி விலக்கி அறநெறிப்பட்ட வாழ்வில் செலுத்த தோன்றிய நூல்கள் பலப்பல.

அவற்றுள் ஒன்றே விவேகசிந்தாமணி எனும் ஒப்பற்ற நூலாகும்.

பிற்காலத்தில் தோன்றியதாகக் கருதப்படும் இந்நூல் ஆசிரியர் பெயர் அறியப்படாதது பேரிழப்பு. எனினும் காலமென்னும் செல் அரிக்காமல் நூல் கிடைப்பது நம் பெரும்பேறு எனலாம்.

பல்வேறு புலவர்களால் பல்வகை யாப்பமைதியில் பாடப்பெற்று தொகுக்கப்பட்ட நூலாக உள்ளது.பல்வேறு யாப்பமைதியிலும் அமைந்த 135 பாடல்கள் தமிழில் அணிசெய்து ஒளிவீசுகின்றன.

முதற்கண் அல்லல்போம் வல்வினைபோம் எனத்தொடங்கும் விநாயகர் வணக்கத்துடன் நூல் தொடங்குகிறது.

இப்பொன்னூலுக்கு மயிலை மாணிக்க முதலியார், கவிஞர் பத்மதேவன், கவிஞர் நெல்லை ஆ. கணபதி, தேவார உரைமணி வ.த இராமசுப்ரமணியம் போன்றோர் உரை எழுதி பதிப்பித்து நூலின் இளமை குன்றாமல் காத்துள்ளனர்.

வேகத்தை விட விவேகம் சிறந்தது. எனவேதான் வாழ்வை நுண்ணறிவுடன் வாழ உதவும் அறிவுக்குகந்த மணி இந்நூல். எனவே விவேக சிந்தாமணி ஆயிற்று.

முனைவர் அரங்கன். மணிமாறன்

1

கடவுள் வாழ்த்து!

"அல்லல்போம்! வல்வினைபோம்! அன்னைவயிற்றில் பிறந்த
தொல்லைபோம்! போகாத் துயரம்போம்! - நல்ல
குணமதிக மாமருணைக் கோபுரத்துள் வீற்றிருக்கும்
கணபதியைக் கைதொழுத கால்! (வெண்பா).

பொருள்:

சிறப்புகளெல்லாம் ஒருங்கே வாய்க்கப் பெற்றதும் நினைக்க முக்தித் தருவதுமாகிய திருவண்ணாமலை திருத்தலத்தில் வீற்றிருந்து அருள்பாலிக்கும் கணநாதனாகிய கணபதியைக் கைத்தொழ, துன்பங்கள் நீங்கும்.வலிமைமிக்க தீவினைகள் தீர்ந்துபோகும். தாயின் வயிற்றில் கருவிருந்து பிறந்தபோது தன் அன்னைப்பட்ட துன்பங்களால் விளைந்த பாவங்கள் தீரும். தீராத துயரங்கள் யாவுமே தீரும். அத்தகைய சிறப்புடைய மாமருணை கணபதியின் திருவடிகளை வணங்கித் தொடங்குகின்றோம்!

2

பயனற்ற ஏழு

திருமணஞ் செய்து பிள்ளைகளைப் பெறுவது எதற்கு? நாம் தளர்ச்சியுறும்போது தாங்கி நிற்பதற்கு! விளைந்த நெல்லை ஏன் சேமித்து வைக்கிறோம்? வறட்சியிலும் உணவைப் பெறுவதற்கு! தண்ணீரை ஏன் சேமித்து வைக்கவேண்டும்? கோடையிலும் தாகம் தீர்ப்பதற்கு! நல்ல குடும்பத் தலைவிக்கு அழகென்ன? தன் குடும்பத்தின் வரவுக்கேற்ற செலவு செய்து சீரும் சிறப்புமாக குடும்பத்தை நடத்துவதற்காக! அரசனின் சிறப்பு எதில் விளங்கும்? தன் குடிகளை சேய்போல காத்தலில்! சீடனின் கடமையென்ன? குருவின் அறிவுரைகளை கேட்டு நடத்தல்! பாவங்களைத் தீர்க்க வழியென்ன? காவிரி கங்கை முதலாகிய புனித நீரில் மூழ்கி எழுதல்! எல்லாமே நமக்கு நம்முடைய வாழ்வுக்கு உதவவேண்டும்.தக்க நேரத்தில் உதவாத எதுவும் இருந்தும் பயனில்லைதானே?

பாடல்:1

"ஆபத்துக் குதவா பிள்ளை!
அரும்பசிக் குதவா அன்னம்
தாபத்தைத் தீராத் தண்ணீர்
தரித்திரம் அறியா பெண்டிர்
கோபத்தை அடக்கா வேந்தன்
குருமொழி கொள்ளாச் சீடன்
பாபத்தைத் தீராத் தீர்த்தம்
பயனிலை ஏழுந்தானே!

விளக்கம்:

தன் நெருக்கடி நேரத்திலும் முதுமையிலும் இறுதிநாட்களிலும் உடனிருந்து மகனாக கடமையாற்றாத பிள்ளையும், பணமிருந்தும் பலவகையாய் உணவிருந்தும் பசிநேரத்தில் உண்ண கிடைக்காத சோறும், தாகம் நிறைந்த நேரத்தில் அதை தணிக்க உதவாத தண்ணீர், குடும்பத்தின் வரவறியாது வறுமையறியாது செலவு செய்திட எண்ணும் பெண்கள், துரியோதனனைப் போல வெகுண்டெழும் சினத்தை அடக்கவியலாத அரசன், மூத்தோர்களாகிய குருமார்களின் அறிவுரை கேளாது கண்டதே காட்சியாய் கொண்டதே கோலமாய் வாழும் சீடன், பண்ணிய பாவங்கள் தீர நீராடிக் கழுவிக்கொள்ள உதவுதல் இல்லாத (நீரற்று வற்றிப்போன, நீராட ஏற்றதாக இல்லாத) புனித நீர்நிலை இவை ஏழும் இருந்தும் இல்லாத அல்லது பயனற்றவையாக கொள்ளத்தக்கவை.

3

காலமாற்றத்தில்!

இன்றைய காலங்களில் பிள்ளைகள் பெற்றோர் பேச்சைக் கேட்பதில்லை. மாணவர்கள் ஆசிரியர்கள் பேச்சைக் கேட்பதில்லை. மனைவி கணவன் பேச்சைக் கேட்பதில்லை. இளைஞர்கள் பெரியோர் பேச்சைக் கேட்பதில்லை. இவையெல்லாம் இன்றைய கால குற்றச்சாட்டுகள். எதனால் இப்படி நிகழ்கிறதென்றால் எல்லாம் கலிகாலம் என்பர் பெரியோர். தலைமுறை இடைவெளி இது என்பார் சிலர். விவேக சிந்தாமணி விளம்பிடும் கருத்தைக் நாம் கேட்போம்.

பாடல்: 2

" பிள்ளைதான் வயதில் மூத்தால்
பெற்றவர் சொல்லைக் கேளான்!
கள்ளினற் குழலாற் மூத்தால்
கணவனைக் கருதிப் பாராள்!
தெள்ளற வித்தைக் கற்றால்
சீடனும் குருவைத் தேடான்!
உள்ளநோய் பிணிகள் தீர்ந்தால்
உலகனார் பண்டிதரைத் தேடார்!

விளக்கம் :

பிள்ளை வளர்ந்துவிட்டால் தந்தையின் சொல்லைக் கேட்கமாட்டான்.

குடும்பத்தில் மனைவியர் சிலர் கல்வி, வேலைவாய்ப்பு, செல்வநிலையில் உயர்ந்தால் தன் கணவனை எதிர்பார்த்து வாழமாட்டாள்!

கலைகளில் தேர்ந்துவிட்ட பின்னர் சீடனுக்கு குருவின் உதவியின்றி வாழும் பக்குவம் கிடைத்துவிடும்.

உடலுற்ற நோய் தீர்ந்தபின் மருத்துவரை நோயாளி நாடிச்செல்லார்.

இது உலக இயல்பு.

உலகியல்பை உணர்தல் பேரறிவாகும். அதுவன்றி எல்லாவற்றிற்கும் கவலைக் கொள்ளலும் தேவையற்றதேயாகும்.

4

பிறவிகுணம் மாறாது!

என்னதான் அறிவுரைகளைச் சொல்லித் திருத்த முயன்றாலும் மூடர்கள் திருந்துவதில்லை.

ஒரு திருடன் அரசனின் சிறையில் இருக்கிறான். ஒருநாள் இளவரசி அச்சிறைச் சாலையைப் பார்வையிடுகிறாள். அக்கள்வனைக் கண்டு காதலுறுகிறாள். அரசனும் வேறு வழியின்றி அக்கள்வனுக்கும் இளவரசிக்கும் மணமுடித்து வைக்கிறான். இளவரசி அவனை அன்பால் மாற்ற எண்ணுகிறாள். ஆனால் அவன் அரசியின் பொன் பொருளையே களவாட எண்ணுகிறான். தற்கொல்லியை முற்கொன்ற வரலாறுகளை (குண்டலகேசி) நாம் படித்திருக்கிறோம்.

விவேக சிந்தாமணி கருத்தை கேளுங்கள்:-

பாடல்:3

"குக்கலைப் பிடித்து நாவிக்
கூண்டினில் அடைத்து வைத்து
மிக்கதோர் மஞ்சள் பூசி
மிகுமணஞ் செய்வித்தாலும்
அக்குலம் வேற தாமோ?
அதனிடம் புனுகு உண் டாமோ
குக்கலே குக்கல் அல்லால்
குலந்தன்னில் பெரிதாமோ?"

விளக்கம் :

ஒரு நாயைப் பிடித்து மணம்மிக்க உயர் வாசனை திரவியம் தரக்-கூடிய புனுகுப்பூனை கூண்டில் அடைத்து வைத்துப் பழக்கினாலும் அதனிடம் புனுகும் கிடைக்காது. அதன் குணமும் மாறாது. விதை ஒன்றை இட்டால் சுரை வேறாய் முளைக்காது. கற்றார் புத்தி செத்தாலும் மாறாது. தீயோர் குணமும் மாறிவிடாது.வீண் முயற்சி விழலுக்கு இரைத்த நீராகும் என்பதாம்.

(புனுகுப்பூனை கேரளா,கர்நாடாக பகுதிகளில் வாழும் அரிய வகை உயிரினம். இதன் உடலும் முகமும் மாறி பழுப்பு நிறத்தில் இருக்கும் . இந்த பூனை குறுக்கேப் போனால் அதிஷ்டம். இதன் இரைப்பை வழி-யாக கிடைக்கும் திரவம் மூலம் புனுகு எனும் உயர் வாசனை திரவியம் தயாரிக்கப்படுகிறது. பூசைகளில் பயன்படுத்தப் படுகிறது என்பது கூடுதல் தகவல்).

5

அன்பான விருந்தோம்பல்!

விருந்தோம்பலை விதந்தோதாப் புலவர் இல்லை. விருந்தோம்பல் தமிழ-ரின் தலைச்சிறந்த பண்பாகப் போற்றப்படுவதாகும்.

விருந்தோம்பலையும் முகம்மலர்ந்து செய்தல் வேண்டும். முகந்திரிந்-தால் அனிச்சமாய் விருந்தும் குழைந்துப் போகும் என்கிறார் வள்ளுவப் பெருந்தகை. வருந்தியழைக்காதார் வீட்டில் உண்ணாமை கோடிபெறும்! என்கிறார் ஔவைப்பாட்டி.

நீதிநூல்கள் பலவற்றிலும் அன்போடில்லாமல் கொடுக்கும் விருந்து நஞ்சாகவே மதிக்கப்படுகிறது. அன்போடான புல்லிய கூழும் அமிர்த-மாகிறது. இனி விவேக சிந்தாமணி கூறும் அன்பான,அன்பற்ற விருந்-தோம்பலின் மதிப்புகளை அறிவோம்.

பாடல்: 4

"ஒப்புடன் முகமலர்ந்தே உபசரித் துண்மைபேசி
உப்பிலாக் கூழிட்டாலு முண்பதே யமிர்த மாகும்
முப்பழ மொடுபா லன்னம் முகங்கடுத் திடுவராயின்
கப்பிய பசியினோடு கடும்பசி யாகுந்தானே"

விளக்கம்:

கணவனும் மனைவியும் கருத்தொப்போடு முகமலர்ச்சியோடு உண்-மையான அன்பு வார்த்தைகளைக் கூறி உப்பற்ற புல்லிய கூழுணவை உண்ணக் கொடுத்தாலும் அது பசிநீக்கி நீண்ட வாழ்வளிக்கும் அமிர்த-

மாகும்.

விருப்பமின்றி, அன்பகத்தற்று, கணவன் விரும்பி மனைவி விரும்பாது,

கொட்டியழ வேண்டுமே என்ற கடுகடுத்த முகத்துடன் மா, பலா,வாழை முதலான முக்கனிகளோடு இனிய பால் கலந்த பாச்சோற்றை உண்ணக் கொடுத்தாலும் அன்பற்ற அந்த விருந்தோம்பலால் பசி தீராது. அதனை உண்டாலும் மேலும் கடும்பசியாகவே மாறிடும்.

விருந்தோம்பலின் சிறப்பு வழங்கிடும் உணவில் இல்லை. அன்போடு விருப்பமோடு வழங்குதலில்தான் உள்ளது என்பதாம்.

6

மேட்டை நோக்கிப் பாயும் செல்வம்!

'தீட்டிடும் ஐந்தாண்டு திட்டங்கள் யாவும் பள்ளத்தை மறந்து மேட்டை-நோக்கியே பாய்கிறது' என்கிறார் மு.மேத்தா.

'வறியார்க்கொன் றீவதே ஈகை' என்கிறார் வள்ளுவப் பெருந்தகை. விருந்தோம்பல் என்பது முன் பின் அறியாதவர்க்கு அளிப்பதாகும். உறவினர்க்கும் நண்பர்க்கும் இந்த வாரம் நாம் விருந்தளித்தால் அடுத்தடுத்த வாரங்களில் நமக்கு விருந்து கிடைக்கும். அதுவல்ல விருந்தோம்பல்.

எளியோரும் வாழ்வில் உயர வழிவகுப்பதே திட்டங்களாகும்.

கொள்ளென கொடுத்தாலும் நிறைவடைந்தோர் ஏழையின் உணவை ஏற்றுக்கொள்ளாமையே அறம்!

பாடல்:5

"கதிர்பெறு செந்நெல் வாடக்
கார்குலங் கண்டு சென்று
கொதிநிரைக் கடலிற் பெய்யும்
கொள்கைபோல் குவலயத்தே
மதிதனம் படைத்த பேர்கள்
வாடினோர் முகத்தைப் பாரார்!
நிதிமிகப் படைத்தோர்க் கீவார்
நிலையிலார்க் கீய மாட்டார்!"

விளக்கம்:

உலகத்தாரின் பசிநீக்கும் ஒளிபொருந்திய செந்நெல் வயல் நீரின்றி வாடும்போது மேகக்கூட்டங்களானது கடல்நீரை முகந்து சென்று பயனற்ற உப்புநீரைக்கொண்ட அலைகள் மிக்க கடலிலேயே வீணாகப் பொழியும். அதுபோன்றதே செல்வவளம் மிக்க உலகத்தார் எல்லாம் வறுமையால் வாடினோர்க்கு செல்வத்தைக் கொடுத்துதவாமல் வசதிபடைத்த புளியேப்-பக் காரருக்கே கொடுப்பார்கள். பொருளாதார நிலையில் தளர்ச்சியுற்ற ஏழை எளியோர்க்கு கொடுத்து அவர்களை வாழ வழிசெய்ய மாட்டார்-கள் என்பதாம்.

இதன் மூலம் ஏழை எளியோர்க்கே செல்வம் தந்து உதவ வேண்டுமே அன்றி பணக்காரர்களுக்கு கொடுக்க வேண்டாம் என்பதை வலியுறுத்து-கிறது.

7

உள்ளன்பில்லா உறவு!

ஒரு மனிதன் இன்னொரு மனிதனோடு கொள்ளும் உறவு எதைக்கொண்டு தீர்மானிக்கப்படுகிறது? அவ்வுறவு உண்மையான அன்பின் அடிப்படையிலானதா?

பொருள் அடிப்படையிலானதா? நகமும் சதையும் போன்றதா? தாமரையிலை தண்ணீர் உறவா? என்பதை நாம் சிந்தித்தறிய வேண்டும். இளமை, உழைப்பு, பணம், புகழ், பதவி, உயர்நிலை இருக்கும்போது உறவுகொள்பவர்கள்,அவை இல்லாத காலத்திலும் நட்போடு உறவோடு பழகுவார்களா என்பது சிந்தனைக்குரியது!

‘பானையிலே சோறிருந்தா பூனைகளும் சொந்தமடா! பெட்டியிலே

பணமில்லே சொந்தமில்லே பந்தமில்லே!’ என்ற கவியரசு கண்ணதாசன் வரிகள் இங்கு சிந்திக்க தக்கது.

பாடல்: 6

"ஆலிலை பூவுங் காயு
அளிதரும் பழமும் உண்டேல்
சாலவே பட்சி யெல்லாந்
தன்குடி யென்றே வாழும்!
வாலிபர் வந்து தேடி
வந்திருப்பர் கோடா கோடி!
ஆலிலை யாதி போனால்

அங்குவந் திருப்பா ருண்டோ?"

விளக்கம்:

ஆலமரமானது இலை, பூ, காய், பழம் ஆகியவையோடு நிறைந்திருந்தால் அன்போடும் உரிமையோடும் உறவோடும் பறவையினங்கள் எல்லாம் தன்சொந்த குடியிருப்பிடமாகக் கொள்ளும். இளைஞர் முதலான மனிதர்களும் அதனடியில் நிழல் குளுமையை நாடி வந்து கோடான கோடியாய் கூடி மகிழ்ந்திருப்பார்.

அவ்வாலமரத்தின் இலையும் பூவும் காயும் பழமும் இழந்து நிற்கும் காலத்தில் அதன் அடியில் நிற்பாருண்டோ? உறவுகொள்வாருண்டோ? பறவையினமும் வராது. மனிதரும் கூடார். வெற்று மரமாய் தனித்து நிற்கும் என்பதாம்.

எனவே செல்வம் முதலான பொருள் அடிப்படையிலான நட்புகள் நிலையில்லாதவை. உண்மையற்றவை. அவ்வாறு பொய்யான உறவாக இருக்கக்கூடாது.

நிலையாமையை உணரவேண்டும். அன்றி தம்மிடம் இருக்கும் செல்வத்தை இருக்கும்போதே வழங்கி உண்மை அன்புகளைப் பெற வேண்டும் என்பதாம்.

8

நன்மைகள் நாடுக! தீமைகள் கைவிடுக!

பொதுவாக நல்ல குணங்களைப் பின்பற்றி நடக்க கடும்முயற்சியும் பயிற்சியும் கால எல்லையும் மிகுதியாகத் தேவைப்படுகிறது. ஆனால் தீமைகள் எளிதில் நம்மை பற்றிக்கொண்டுவிடுகிறது. தீமைகள் உலகில் கொட்டிக்கிடக்கிடக்கிறது. நன்மைகளைத் தேடி அலைய வேண்டி இருக்கிறது.

'ஓஹோஹோகோ மனிதர்களே!
ஓடுவதெங்கே சொல்லுங்கள்!
பொய்களை விற்று உண்மையை வாங்கி
உருப்பட வாருங்கள்! 'என்ற பாடல் வரியோடு நம்மை அழைக்கிறது விவேக சிந்தாமணி.

பாடல்:7

"பொருட்பாலை விரும்புவார்கள் காமப்பால்
இடைமூழ்கிப் புரள்வர் கீர்த்தி
அருட்பாலாம் அறப்பாலைக் கனவிலும்
விரும்பார்கள்! அறிவொன்றும் இல்லார்
குருப்பாலர்க் கடவுளர்பால் வேதியர்பால்
புரவலர்பால் கொடுக்கக் கோரார்
செருப்பாலே அடிப்பவர்க்கு விருப்பாலே
கோடிசெம்பொன் சேவித்து இடுவார்"

விளக்கம்:

உலகியலார் பொருள் செல்வத்தையே மிகவும் விரும்புகின்றனர். காமத்தில் திளைத்து அதிலேயே மூழ்கி திளைக்கவே விரும்புகின்றனர். அழியாப் புகழை ஈட்டித்தரும் அன்பு இரக்கம் கருணை ஈகை சேவை-செய்தல் போன்ற அருட்செயல்களை செய்ய கனவிலும் முயன்றா-ரில்லை. எது நிலைத்த இன்பம் என்பதை பகுத்தறியும் அறிவும் கொண்-டிலர்.

அறிவைப் புகட்டிடும் குருமார்கள், ஆன்மீக இன்பந் தந்திடும் கடவு-ளர்கள், மறைவழி காட்டிடும் வேதியர்கள் அறிவு வளமிருந்தும் செல்வ வளமின்றி தவிக்கும் மொழிப்புரவலராம் புலவர்கள் ஆகியோர்க்குத் தந்து அறம் வளர்க்கும் வாழ்வு வாழவுமாட்டார். இது என்ன விந்தை!?

இறைவன் சிவபெருமானும் செருப்புக்காலால் தன்னை மிதித்துதவிய திண்ணப்பர் எனும் கண்ணப்ப நாயனாருக்கன்றோ அருள் கொடுத்தார். அதுபோன்றே வன்கணார்க்கே பொருட்கொடுத்து புரக்கின்றனர்!? என்ன ஒரு விந்தை உலகம் இது!? என வியக்கின்றார்.

தீமைகளைப் பற்றி தீயோர்க்கு ஈந்து தீ வாழ்வு வாழக்கூடாது. குரு-மார் கடவுளர் வேதியர் தமிழ்ச்சான்றோர்க்கு ஈந்து நல்வாழ்வு வாழ வேண்டும் என்பதை வலியுறுத்தவே இவ்வேதனை புலம்பல்.

9

உள்ளூர் ஆட்டக்காரன்!

நண்பர்களில் சிலர் உலக அரசியலையும் அறிவியலையும் அறவியலையும் வியந்து பேசிக் கொண்டிருப்பர்.

பிரிட்டனைப்போல வருமா? சைனாவில என்னன்னா? இத பற்றி மாவோ என்ன சொல்லார்ன்னா? ஷேக்ஸ்பியர் டோல்டு... என்பார்கள்!

இந்தியாவில் குறிப்பாக தமிழ்மொழியில் தோன்றாத அரசியலா? சிந்தாந்தங்களா? அறவியலா? அறிவியலா?

உள்ளூர் ஆட்டக்காரனுக்கு உள்ளூரில் மதிப்பிருக்காது! பக்கத்தில் இருக்கிற திருவருணை அறியார் திருப்பதிக்கு பாத யாத்திரை போவார்!

பக்கத்தில் இருக்கிற எழுத்தாளனை ஊக்குவிக்க மாட்டார். வெளியூர் எழுத்தாளனுக்கு பாராட்டுக்கடிதம் அனுப்புவார். இதெல்லாம் இயல்புகள்தான்.

பாடல்:8

"தண்டாமரையின் உடன்பிறந்தும்
தண்தேன் நுகரா மண்டூகம்!
வண்டோ கானத்து இடைஇருந்து
வந்தே கமல மதுஉண்ணும்!
பண்டே பழகி இருந்தாலும்
அறியார் புல்லோர் நல்லோரைக்
கண்டே களித்தங்கு உறவாடித்

தம்மில் கலப்பார் மற்றோரே"

விளக்கம்:

தாமரை மலர்ந்திருக்கும் குளத்திலேயே பிறந்து வளர்ந்திருக்கும் தவளை (மண்டூகம்) தாமரையின் வாசத்தையும் அறியாது. அதிலுள்ள தேனையும் பருகாது. தாமரையின் அருமைத் தவளைக்குத் தெரியாது. ஆனால் எங்கோ கானகத்திலிருந்து பறந்து வரும் வண்டு அந்த மலரை காதலித்து வாசம் நுகர்ந்து தேனை அருந்தி அனுபவிக்கும்! அதுபோ-லவே கூடவே இருந்தாலும் ஆதிநாள் முதல் பழகியிருந்தாலும் புல்-லிய தன்மையுடைய மூடர்கள் நல்லோர் சிறப்பை அறிந்திருக்கமாட்டார். பிசிராந்தையார் கோப்பெருஞ்சோழன் நட்பாய் சிறந்த குணமுடையோர் வடக்கிருக்கும் காலத்திலும் வந்து கூடி, நட்புக்கொண்டு பெருமையறிந்து உறவாடி நட்புக்கொள்வர்.

(கழுதைக்குத் தெரியாது கற்பூர வாசம்.தவளைக்குத் தெரியாது தாம-ரையின் வீசம்) கற்றோரை, சான்றோரை, அறிவாளிகளை உடனிருந்தும் மூடர் அறியார். தொலைவிருந்தும் சான்றோர் மலர்தேடும் வண்டாய் வந்து போற்றுவர் என்பதாம்.

10

மூடருக்கு அறிவுரைச் சொன்னால் மூளும் துன்பம்!

ஒரு திருடன் இருந்தான். அவன் பல இடங்களிலும் திருடிவிட்டு அகப்பட்டு அடிபட்டான். சிறைசென்றான். ஒரு செல்வந்தர் 'தம்பீ! ஏன் இப்படி அடுத்தவர் பொருளைத் திருடி வாழ்கிறாய்? உனக்கு என் வீட்டில் வேலை தருகிறேன். உழைத்துச் சாப்பிடு. பிறன்பொருளை திருடி வாழாதே' என அறிவுறுத்தி வேலையும் கொடுத்தார். ஆனால் அவன் அப்படி உழைத்துச் சாப்பிட விரும்பாது மீண்டும் கை அரிக்க ஆரம்பித்துவிட்டது. வேலை கொடுத்தவர் வீட்டிலேயே திருடிக்கொண்டு ஓடிவிட்டான். அவரின் சொந்தங்கள் எல்லாம் அவரை ஏன் உங்களுக்கு இந்த வேண்டாத வேலை என திட்டித் தீர்த்தனர்!

பாடல்:9

"வானரம் மழைதனில் நனையத் தூக்கணம்
தானொரு நெறிசொலத் தாண்டிப் பிய்த்திடும்!
ஞானமும் கல்வியும் நவின்ற நூல்களும்
ஈனருக்கு உரைத்திடில் இடர்அது ஆகுமே!"

விளக்கம்:

ஆண்குரங்கொன்று மழையில் நனைந்து கொண்டிருந்தது. அதைக்கண்ட தூக்கணாங்குருவி அக்குரங்கிற்காக இரங்கி, ஏன் இப்படி மழையில் நனைந்து துன்பப்படுகிறாய்? ஒரு கூடுக்கட்டி மழை வெயில் பனிக்காலங்களில் பாதுகாப்பாக துன்பமின்றி வாழலாமே! ஏன் நீ அப்படி செய்யாமல் இப்படி துன்பப்படுகிறாயே? என்று இரக்கப்பட்டுச் சொன்னது.

அதன் அக்கறையினை உணராத அக்குரங்கு அதன் கூட்டை பிய்த்து எறிந்து அத்தூக்கணத்தையும் மழையில் நனையவிட்டுவிட்டது.

நன்மை செய்தார்க்குத் துன்பம் செய்தது.

'நானிருக்கும் நிலையில் உன்னை என்ன கேட்பேன்?

நன்மை செய்து துன்பம் வாங்கும் உள்ளங் கேட்டேன்' என்னும் பாடலின் நிலையில் அக்குருவி நின்றது. நன்மை, தீமையை பகுத்தறிய முடியாத இழிகுணம் கொண்ட ஈனருக்கு தூய அறிவும் கல்வியறிவும் நல்நூல் சிந்தனைக் கருத்துகளையும் எவ்வளவுதான் எடுத்துக்கூறினாலும்,அதை பின்பற்றி நடந்து தம் வாழ்வை செம்மைப்படுத்திக்கொள்ள விழையமாட்டார்கள். மாறாக துன்பமே விளைவித்து நிற்பர்.

கூனியும் சகுனியும் துட்டனையும் துரியனையும் பின்பற்றி நிற்பாரன்றி அறத்தை பின்பற்றார் என்பதாம்.

11

வாலெயிறு ஊறிய நீர்!

விவேக சிந்தாமணியில் இந்த பாடலை கண்டவுடன் சற்று தயக்கம் ஏற்பட்டது. அறிவுரைகளை அறவுரைகளை மட்டுமே பேசி வந்த நூலில் ஒரு பெண்ணின் எச்சிற் சுவை அனுப்பவத்தை பாடியிருப்பது வியப்பை ஏற்படுத்தியது. இதிலென்ன வியப்பு பழுத்த துறவி திருத்தக்க தேவர் காமச்சுவை நனிச்சொட்ட பாடிய நூல் சீவகசிந்தாமணி காமநன்னூல் எனப்படுகிறது. நீதிநூல் என்பதற்கு எளிமையான அடையாளமாக விளங்கும் திருக்குறளில் திருவள்ளுவர் குறுந்தொகையினும் குறைந்த வடிவில் இன்பத்துப்பால் முழுதும் தேர்ந்த ஒரு காதல் அனுபவத்தை கூறியிருப்பார்.

'பாலொடு தேன் கலந்தற்றே பனிமொழி

வாலெயிறு ஊறிய நீர்' என்று தலைவியின் எச்சிற் சுவையை கூறியிருப்பார்.

"பஞ்சு மிட்டாய் அஞ்சு ரூபாய் நீ பாதி தின்று தந்ததால் லட்ச ரூபாய்" என்று கவிப்பேரரசு வைரமுத்து கற்பனை செய்கிறார்.

ஆண்டாளும் பெருமாளின் வாய்ச்சுவையை வலம்புரி சங்கிடம் விருப்புற்று கேட்கிறார்.

பாதாதி கேசமாய் ,கேசாதி பாதமாய் பெண்களை வர்ணிக்காத கவிஞர் இல்லை எனலாம். இனி விவேக சிந்தாமணி பாடலை காண்போம்.

பாடல்:10

"வண்டு மொய்த் தனைய கூந்தல்
மதனபண்டார வல்லி
கெண்டையோடு ஒத்த கண்ணுள்
கிளிமொழி வாயி னூறல்!
கண்டு சர்க்கரையோ தேனோ?
கனியொடு கலந்த பாலோ
அண்டர்மா முனிவர்க் கெல்லாம்
அமுதமென் றளிக்க லாமோ'

விளக்கம்:

வண்டு மொய்க்கும் கூந்தலையுடைய இவ்வழகிய பெண்ணின் கண்கள் கெண்டை மீனை ஒத்திருக்கின்றன.

இவள் பேசும் பேச்சு கிளியின் கொஞ்சல் மொழியாக இனிக்கிறது.

இவள் கொவ்வைச் செவ்வாயின் வழியும் எச்சிற் அமுதம் சர்க்கரையோ, தேன்சுவையோ, கனிச்சுவையோடு கூடிய பாற்சுவையோ பாகின் சுவையோ என விவாதிக்க தோன்றுகிறது!

இச்சுவையினை வாழ்வைத் துறந்து முனிவரான துறவிகளுக்கு கொடுத்தால் அவர்களும் துறவைத் துறந்து இன்ப வாழ்வுக்குத் திரும்பிவிடுவாரோ என்பதாம்.

பாரதிதாசன் கனியிடை சுளை,கழையிடைச் சாறு பனிமலர்த்தேன் காய்ச்சிய பாகின் சுவை நனிபசுவின்பால் தென்னை இளநீர் ஆகியவற்றின் நாச்சுவையினும் உயிரில் உணர்வில் கலந்த தமிழை சிறப்பிப்பது இங்கு நினைவு கூரத்தக்கது.

12

சேர்க்கை!

சேருமிடம் அறிந்து சேர்! பூவோடு சேர்ந்த நாறும் மணக்கும்! என்பார்கள்.

ஆறிலும் சாவு நூறிலும் சாவு! இந்த பழமொழியைக் கொண்டு கொடைவள்ளல் கர்ணணின் வாழ்க்கை நிலையை விளக்குவார்கள். குந்தியின் மகன்தான் கர்ணன் என அறிந்தும் போர்காலத்தில் செஞ்சோற்று கடன் தீர்க்க தன் உடன்பிறப்புகளையே எதிர்த்து போரிட வேண்டிய சூழல். அதனால் தான் தன் உடன்பிறந்தவர்களாகிய பஞ்சபாண்டவர்களோடு சேர்ந்தாலும் மரணம் வரும். கௌரவர் நூற்றுவரோடு சேர்ந்தாலும் மரணம் வரும் என்றான். இதில் ஒரு விசித்திரம் பாருங்கள், ஐவரோடு தன்னைச் சேர்த்து ஆறு என்றான். ஆனால் கௌரவர் நூற்றுவரோடு சேர்த்து நூற்று ஒன்றாக சொல்லவில்லை.

கும்பகர்ணனோ நல்லதோ கெட்டதோ இராவணனோடு இருந்தே செஞ்சோற்றுக் கடன் தீர்த்தான். ஆனால் விபீடணன் நல்லவரோடு சேர்ந்து நீதி நிலைக்க பாடுபட்டான்.

பாடல்:11

"கற்பகத் தருவைச் சார்ந்த காகமும் அமுதமுண்ணும்
விற்பன விவேக முள்ள வேந்தரைச் சேர்ந்தோர் வாழ்வார்
இப்புவி தன்னி லென்றும் இலவுகாத்திடுங் கிளிபோல்
அற்பரைச் சேர்ந்தோர் வாழ்வது அரிதாகும் அம்மா!"

விளக்கம்:

கற்பக மரத்தைச்சேர்ந்த காகமும் அமுதமுண்ணும் வாழ்வைப் பெறும்.

அறிவுசால் வேந்தரைச் சேர்ந்திருப்போர் நல்வாழ்வு பெறுவர்.

அற்ப குணமிக்கவரை சார்ந்திருந்தோர் நன்கு வாழமுடியாது.

இலவுகாத்த கிளி போல் ஏமாற்றமே மிஞ்சும் என்பதாம்.

அதனால் சேரிடம் அறிந்து சேர்!

13

ஆவதும் பெண்ணாலே அழிவதும் பெண்ணாலே!

ஒவ்வொரு ஆணின் வெற்றிக்கு பின்னாலும் ஒரு பெண் இருக்கிறாள். பெண்ணிற் பெருந்தக்க யாவுள? என்பது வள்ளுவத்தின் வாய்மொழி. மங்கையராக பிறப்பதற்கே நல்ல மாதவம் செய்திட வேண்டுமம்மா! என்பது கவிமணியின் தமிழ்மணி.

உலகை ஆக்குவதும் தீமைகள் அழிப்பதும் பெண்களே. உலகை காப்பவள் சக்தியே.

கற்புடைய பெண் “பெய் என்றால் வானமும் மழையை பொழியும். ஆனால் பண்பிலாத பெண்டிரும் உலகினில் உண்டு என்பதை மறுப்பதற்கில்லை.

பட்டினத்தார் போன்ற சித்தர்கள் மண்ணையும் பெண்ணையும் வெறுத்தும் பழித்தும் பாடியுள்ளனர். கணவனோடு உறங்கும்போது மெல்ல கையை எடுத்துவிட்டு அயலானோடு கூடிவிட்டு வரும் பெண்ணை எவ்வாறு நம்புவேன் எனப்பாடுகிறார். எறும்பு ஊற கல்லும் தேயும் பெண்களுடனான பழக்கம் சிறிதுசிறிதாக தவவாழ்வை கெடுக்கும் என்கிறார்

நன்னெறியில் சிவப்பிரகாசர்.

பெண்ணின் கண்கள் அழிக்கும் படையென்கின்றனர்.

உலா எனும் சிற்றிலக்கியத்திற்கு கூறும் வரையறையில் ஏழுவகைப் பருவப்பெண்டிரும் உலா வரும் தலைவனைக் கண்டு காதலுறுகின்றனர் என்பதற்கு ‘உத்தம மகளிர் ஒழிய மற்றைய கன்னியர் எல்லாம்’ என்று விதிவிலக்கு கொடுப்பதை இங்கு பொருத்தமாகக் கொள்ளலாம்.

தன் கணவனைத் தவிர மற்ற ஆடவனை கனவிலும் நினைத்துப் பார்க்காத பெண்கள் உத்தம மகளிர். கற்புடைய பெண்டீர். இந்த பெண்களே பெய் என்றால் மழைப் பொழியும். பொருட்செல்வத்திற்காக தன்னை அழகுப்படுத்திக் கொண்டு மற்றோள் கணவன் என்றும் பாராமல் வசியப்படுத்தி தலைவிகளின் கண்ணீருக்கு காரணமான பொருட்பெண்டிரை இலக்கியங்கள் இழித்துக் கூறாமல் இல்லை.

கைகேயியின் வரம், சூர்ப்பனகையின் சுயநலம், மாதவியின் தாய் சித்ராபதியின் பொருளாசை, கூனியின் பழிவாங்கும் உணர்ச்சி ஆகியவை காவியங்களின் திருப்புமுனையாக அமைந்தது மறுக்க முடியாதவை.

விவேக சிந்தாமணியின் இந்த பாடலையும் இந்த கண்ணோட்டத்தோடே அணுகுவோம்.

பாடல்:12

"ஆலகால விடத்தையும் நம்பலாம்!
ஆற்றையும் பெருங் காற்றையும் நம்பலாம்!
கோலமா மத யானையை நம்பலாம்!
கொல்லும் வேங்கைப் புலியையும் நம்பலாம்!
காலனார் விடுதூ தரை நம்பலாம்!
கள்ளர்வேடர் மறவரை நம்பலாம்!
சேலைக் கட்டிய மாதரை நம்பினால்
தெருவி னின்று தியங்கித் தவிப்பரே!"

விளக்கம்:

கொடும் விடமான ஆலகாலத்தையும் நம்பலாம். இறைவன் சிவனை அது ஒன்றும் செய்துவிடவில்லையே!

ஆற்றையும் நம்பலாம் கர்ணனை அது பெட்டியில் பத்திரமாக கொண்டு வந்ததே! பெருஞ்சூறைக் காற்றையும் நம்பலாம்.

மதம்கொண்ட யானையையும் அங்குசத்தால் அன்பு மொழிகளால் அடக்கிவிட முடியும். எனவே அதையும் நம்பலாம்.

கொல்லும் வேங்கைப் புலியையும் நம்பலாம். ஐயப்பனுக்கு தாயின் தலைவலி நீக்க பால்தந்ததே! ஐயப்பனின் வாகனமாகவும் மாறியதே! அதையும் நம்பலாம்.

காலனின் தூதர்களாம் சித்திரகுப்தன் விசித்திர குப்தனையும் நம்பலாம். சத்தியவான் உயிரை சாவித்திரிக்காக திருப்பி கொடுத்தனரே!

வழிபறி செய்யும் ஆறலைக்கள்வர் களையும் நம்பலாம். கள்வனாய் இருந்த வால்மீகியே திருந்தி இராமாயணம் இயற்றினார் என்பர். வேடனாய் இருந்த குகனே இராமனுக்கு பெருந்தொண்டாற்றினான். அவர்களையும் நம்பலாம். நாட்டுக்காகப் படை ரகசியங் காத்து உயிரையுந் துறக்கும் மறவரையும் நம்பலாம்.

ஆனால் பொருட்செல்வத்தை மட்டுமே விரும்பி உள்ளன்பு இல்லாத பொருட்பெண்டிரை நம்பி தன் குடும்பத்தை கைவிட்டு அவர்களின் மயக்கத்திலேயே மூழ்கித்திளைக்கும் ஆண்கள் எல்லாவற்றையும் தொலைத்துவிட்டு நடுத்தெருவில் நின்று ஏங்கி தவிப்பர் என்பதாம்.

“குலந்தரும் வான்பொருள் குன்றம் தொலைத்த கோவலனும்

“கூடினேன் கூடி இளையவர்தம்மொடும் அவர்தரும் கலவியே கருதி” என்ற திருமங்கையாழ்வாரும் இங்கு நினைவு கூரத்தக்கவர்.

14

நிலைபெயர்ந்தால் மதிப்பு குறையும்!

“பரம சிவன் கழுத்திலிருந்து பாம்பு கேட்டது கருடா சௌக்கியமா? ‘

’யாரும் இருக்கும் இடத்தில் இருந்துகொண்டால் எல்லாம் சௌக்கி-யமே’ கருடன் சொன்னது. அதில் அர்த்தம் உள்ளது!” என்ற கவியரசர் கண்ணதாசனின் பாடல்தான் எத்தனை அற்புதம்!

மன்னருக்கும் தன் தேசமல்லால் மதிப்பில்லை.

விதுரனும் கர்ணனனும் பீஷ்மரும் துரோணரும் மதிப்பில்லாத இடத்-தில் இருந்தன்றோ வீண்போயினர்? சிந்திப்போம்!

பாடல்:13

"சங்கு வெண்டா மரைக்குத்
தந்தைதா யிரவி தண்ணீர்!
அங்க தைக்கொய் துவிட்டால்
அழுகச் செய்து அந்நீர் கொல்லுந்
துங்கவண் கரையிற் போட்டால்
சூரியன் காய்ந்து கொல்வான்!
தங்களின் நிலைமை கெட்டால்
தயங்குவார் இப்படித் தானே?"

விளக்கம்:

சங்குபோலும் வெண்மை மிக்க தாமரை மலருக்குத் தந்தை சூரியன். தாய் தண்ணீர். ஆனால் அந்த தாமரை மலரை காம்பை விட்டு கொய்துவிட்டால் அந்த தண்ணீரே தாமரையை அழுகச் செய்துவிடும். கரையில் போட்டால் சூரியனே சுட்டெரித்து வதங்கச் செய்துவிடும். எனவே யாருக்கும் இருக்கும் இடத்தை வைத்தே மரியாதைக் கிடைக்கும் என்பதாம்.

15

இளைஞர்க்கழகு!

இன்றைய இளைஞர்களில் சிலர் தன் தாய் தகப்பனின் சொற்களை மதிப்பதில்லை. கண்டதே காட்சி கொண்டதே கோலமாய் வாழ்கின்றனர். தன் தாய் தந்தையின் உழைப்பையும் வாழ்க்கை நிலையையும் எண்ணிப் பார்ப்பதில்லை.

தன் குடும்பத்தின் நிலைமைக்கு என்ன காரணம்? அதை நாம் எவ்வாறு முன்னேற்றி உயர்த்த முடியும் என்று சிந்திப்பதே இல்லை.தன் கடமைகளை உணர்ந்தார்களா? ஊர்சுற்றி ஊதாரித்தனம் செய்து, விளையாட்டு, வீண் அரட்டை, சினிமா மோகம்,காதல், களியாட்டம், குறிக்கோளற்று, நல்லியல்புகள் இழந்து நாயினும் கடையாய் நைந்து வீணாகின்றனர்.

கண்ணதாசன் குறள் வடிவில் சொன்னார்

"கற்காலம் நோக்கி கற்றவரை ஓட்டுதே
தற்கால நாக ரிகம்" என்று!

மூளை வளர்ப்பதினும் முடி வளர்ப்பதிலே அக்கறையாயுள்ளனர்.

இளமைப் பருவத்திலேயே சான்றோரால் வெறுத்து ஒதுக்கப்பட்ட புகை மது மாமிசம் போன்ற தீய பழக்கங்களால் வாழவேண்டிய வயதிலேயே வீட்டிலாய் வீழ்ந்து மடிகின்றனர்.

கடவுள் பக்தியும் தாய் தந்தை மீது அன்பும் ஆசிரியரிகளிடத்து மதிப்பும் கொண்டு, உயர்ந்த குறிக்கோள்கள் கொண்டு, சமுதாய தொண்டில் அக்கறைகொண்டு உழைக்க வேண்டும். தன் அறிவால் உழைப்பால் தனக்கும் குடும்பத்திற்கும் சமுதாயத்திற்கும் பெருமை சேர்க்-

கவேண்டும்.

இளைஞர் சக்தியே இந்திய சக்தியாகக் கொள்ளவேண்டும்.காந்தியடிகளும் விவேகானந்தரும் அப்துல்கலாமும் கனவு கண்ட இளைய சமுதாயம் மலரவேண்டும்.

பாடல்:14

"நாய்வாலை அளவெடுத்துப் பெருக்கித் தீட்டின்
நற்றமிழை எழுதஎழுத் தாணி ஆமோ?
பேய்வாழும் சுடுகாட்டைப் பெருக்கித் தள்ளிப்
பெரியவிளக்கு ஏற்றிவைத்தால் வீட தாமோ?
தாய்வார்த்தை கேளாத சகசண்டிக் கென்
சாற்றிடினும் உலுத்தகுணம் தவற மாட்டான்!
ஈவாரை ஈயவொட்டான் இவனும் ஈயான்
எழுபிறப்பினும் கடையதாகும் இவன் பிறப்பே!

விளக்கம்:

எவ்வளவு நிமிர்த்தினாலும் நிமிராத நாயின் வாலை அளவெடுத்து கூர்தீட்டினாலும் அது எழுத்தாணியாக மாறி நற்றமிழ் கவி எழுத உதவுமோ? உதவாது!

பேய்கள் வாழும் சுடுகாட்டைப் பெருக்கிச் சாணம் மொழுகிக் கோலமிட்டு அழகுப்படுத்தினாலும், அகன்ற ஒளி வீசும் விளக்கேற்றி வைத்தாலும் அது ஆணும் பெண்ணும் மக்களும் மனிதர்களும் வாழும் நல்ல குடித்தன வீடாகுமா? ஆகாது!

அதுபோலவே தாய் தந்தையரின் நல் அறிவுரைச் சொற்களை கேளாத முரடனுக்கு எத்தனை நல்ல வார்த்தைகளைக் கூறினாலும் அவனுடைய தீயகுணம் அவனை விட்டுப்போகாது.

அவர்களில் சிலர் மற்றவர்க்கு எதையும் கொடுத்து உதவமாட்டார். கொடுப்பவரையும் தடுத்து அழுக்கறுப்பார். இத்தகு இழிகுணம் கொண்டோர் எழுப்பிறப்பிலும் இழிகுணமே மிக்கிருப்பார். உயர்குணம் கொண்டு உயரார் என்பதாம்.

எனவே தாயிற் சிறந்த கோயிலுமில்லை! தந்தை சொல் மிக்க மந்திரமில்லை! என்பதை உணரவேண்டும்.

"கொடுப்பது அழுக்கறுப்பான் சுற்றம் உடுப்பதூஉம்
உண்பதூஉம் இன்றிக் கெடும்" எனும் வள்ளுவத்தை வழிகொள்க.

(எழு பிறப்பாவது தாவரம்,நீர்வாழ்வன,ஊர்வன,பறவை, விலங்கு,மனிதர்,தேவர் என்பனவாம்.)

இதையே சிவபுராணத்தில் மாணிக்கவாசகர் பெருமான் "புல்லாகிப் பூடாகி பல்விருகமாகி மனிதராய் தேவராய் பேயாய் கணங்களாய் வல்-அசுரராகி செல்லாஅு நின்ற இத்தாவர சங்கமத்துள், எல்லாப் பிறப்பும் பிறந்திளைத்தேன்!" என்கிறார்.)

(சகசண்டி- பெரும் முரடன். தீமைகளை செய்ய நாணாதவன்.)

16

பொய்யான பெண்டிர்!

மாதவியின் நிமித்தம் பிரிந்திருந்த கோவலனால் துன்பப்பட்ட கண்ணகியிடம் சோமகுண்டம் சூரியகுண்டம் மூழ்கி, அங்கிருக்கும் காமவேள் கோட்டத்தை வலம்வந்தால் பிரிந்திருக்கும் நின் கணவன் நின்னை வந்து சேருவான் என்று கூற, என் கணவனை இதுபோன்ற வசிய செயலால் ஈர்க்க நான் விரும்பவில்லை என அதனை மறுக்கிறாள். இத்தகு வசிய செயல்கள் பரத்தையர்க்கே உரியது எனவே கற்பரசி கண்ணகி அதை மறுக்கிறாள்.

இந்திரன் கெட்டதும் பெண்ணாலே சந்திரன் கெட்டதும் பெண்ணாலே. விஷ்வாமித்திரரின் தவம் கலைந்ததும் பெண்ணாலே!

பகைவரை வீழ்த்தும் ஆயுதமாகவும் பெண்கள் பயன்பட்டது உண்டு.

பாடல்:15.

"வெம்புவாள் விழுவாள் பொய்யே!
மேல்விழுந்தழுவாள் பொய்யே!
தம்பலம் தின்பாள் பொய்யே!
சாகிறேன் என்பாள் பொய்யே!
அம்பிலும் கொடிய கண்ணாள்
ஆயிரம் சிந்தை யாளை
நம்பின பேர்கள் எல்லாம்
நாயினும் கடை ஆவாரே!"

விளக்கம்:

நான் உன் மீது எவ்வளவு பாசமாக இருக்கிறேன். இதை நீங்கள் உணரவில்லையே என பொய்யாக வெம்பி விதும்புவாள். அவையெல்லாம் பொய் என உணரவேண்டும். மயங்கி சாய்ந்து உணர்வற்று விழுவதாய் நடிப்பாள் அது பொய்யே!

உங்களைவிட்டால் எனக்கெது ஆதரவு என மேல்சாய்ந்து அழுவாள் அதுவும் பொய்யே!

நீங்கள் தின்ற வெற்றிலைப்பாக்குத் தம்பலத்தை எச்சில் என பாராமல் விரும்பி தின்பாள். அதுவும் பொய்யே! என்னை நம்பவில்லையா? இனியும் நான் உயிரோடிருந்து என்ன பயன் நான் சாகிறேன் என்று பொய்யாக நடிப்பாள். அதுவும் பொய்யே!

பகைவரின் அம்பைவிட கொடிய விடநோக்குடைய கண்கள் கொண்ட பொருட்பெண்டிரை நம்பி ஏமாந்தவர்கள் நாயினும் இழிந்த நிலையையே அடைவார்கள் என்பதாம்.

மை பூசும் கண்ணால் பொய்பேசும், கற்பை காசுக்கு விற்கும் பெண்களே இத்தகையவர்.

கற்புடைய இல்லத்தின் விளக்காய் வாழும் பெண்டிருக்கு இது பொருந்தாது.

17

மங்கையர்க்கு அழகு!

ஒரு பெண் எப்போது முழுமையடைகிறாள் என்றால் அவள் கருவுற்று தாயாகும்போதுதான்.

அரசர்கள் நுட்பமான அறிவும், ஆய்ந்தறியும் உணர்வும் கொண்டிலங்க வேண்டும். மந்திரிகள் அரசின் அங்கமாக இருக்கவேண்டும்.

உடனிருந்து கொல்லும் நோயாய் இருப்பின், அழிவே!

ஒரு குடம் பாலுக்கு ஒரு துளி விடம் போதும். அதுபோலவே நல்லோர்க்கு தீயோருடனான நட்பு. தவவலிமை மிக்கவர்களும் கோபத்தால் குணம் குன்றியதுண்டு.

பாடல்:16

"கெற்பந்தான் மங்கையர்க் கழகு குன்றுங்
கேள்வியில்லா வரசனால் உலகம் பாழாம்
துர்ப்புத்தி மந்திரியால் அரசுக் கீனம்
சொற்கேளா பிள்ளைகளாற் குலத்துக் கீனம்
நற்புத்தி கற்பித்தால் அற்பர் கேளார்
நன்மை செய்ய தீமை உடன் நயந்து செய்வார்
அற்பரோ டிணங்கி விடின் பெருமை தாழும்
அரியதவம் கோபத்தால் அழிந்து போமே!"

விளக்கம்:

ஒரு பெண்ணுக்கு அவள் கணவனோடு இன்பந் துய்தலால் வரும் கற்பமே அழகு.

எதையும் ஏன், எதற்கு, எப்படி என பகுத்தறியாத அரசனால் உலகம் பாழாகும். வஞ்சகம், சூழ்ச்சி, பேராசை போன்ற தீய குணங்கள் கொண்ட மந்திரியால் அரசுக்கு இழுக்கு ஏற்படும்.

தாய் தந்தையரின் நல்ல அறிவுரை கேட்காது நடக்கின்ற பிள்ளைகளால் குலத்திற்கு இழுக்கு.

நற்குணங்களை கற்பித்தாலும் அற்பர்கள் அதை கேட்க மாட்டார்கள்.

நாம் நன்மை செய்தாலும் பதிலாக தீமையையே விரும்பி செய்வார்கள்.

இழிகுணம் கொண்ட அற்பர்களோடு சேர்ந்தால் நமது பெருமையும் குறைந்துவிடும்.

பெருகி வரும் கோபத்தால் தவத்தின் பெருமையும் குறைந்துபோகும் என்பதாம்.

18

பயனற்ற எட்டு!

சக + உதரன் = சகோதரன். ஒரு வயிற்றில் பிறக்காத பிள்ளைகள் என்னதான் உறவாக இருந்தாலும் அவ்வளவாக உண்மை உறவு இருக்-காது. இதில் பரதன் விதிவிலக்கு.அவன் கோசலை மைந்தனே. உன் மைந்தன் அல்ல என்றே கூனி சூழ்ச்சி செய்கிறாள்.

இராமனிடம் அரசாட்சி சென்றால் உன்னிடம் இரப்பவர்க்கு நீ தானம் தருமம் செய்ய அவனிடம் கேட்க வேண்டி வரும் என்றாள்.

கோவலன் மாதவியை கானல்வரி பாடாலால் பிரியும்போது "சலம்-புணர் கொள்கை சலதியோடாடி குலந்தரும் வான்பொருள் குன்றம் தொலைத்தேன் ' என்கிறான்.

பரத்தையர் பொருளுக்காக மட்டுமே பழகுவர். அவர்களிடம் உண்மை அன்பு இருக்காது. ஏட்டுக்கல்வியினும் உலக அறிவேச் சிறந்-தது.

பிறன்மனை நோக்காதது பேராண்மை ஆகிறது.

பாடல்:17

"தன்னுடன் பிறவாத் தம்பி!
தனைப்பெறாத் தாயார் தந்தை!
அன்னியர் இடத்துச் செல்வம்!
அரும்பொருள் வேசி ஆசை!
மன்னிய ஏட்டின் கல்வி!
மறுமனை யாட்டி வாழ்க்கை!
இன்னவாம் கருமம் எட்டும்

இடுக்கத்து உதவா தன்றே!"

விளக்கம்:

தன் தாய் வயிற்றில் பிறக்காத உடன்பிறவா சகோதரன், தனை ஈன்றெடுக்காத மாற்றாந்தாய், தன் செலவுக்கு தன்னிடமின்றி அடுத்தவர்களிடம் இருக்கும் செல்வத்தை தமக்கும் உதவும் என நம்புதல்,பொருளையே எண்ணி அன்பகத்தில்லா பரத்தையர் நம்மீது வைக்கும் பொய் அன்பு , செயல்வழி அல்லாத ஏட்டுச்சுரைக்காய் கல்வி, அடுத்தவன் மனைவியுடன் கூடி வாழும் வாழ்க்கை இவை எட்டும் ஆபத்துக்கு உதவாதவை என்பதாம்.

19

கணித கணக்கு!

நம் பழந்தமிழர் எதையும் பூடகமாகவும் மறைபொருளாகவும் விடுகதையாகவும் சொல்லியே பழக்கப்பட்டவர்கள்.

இயற்கை, வாழ்க்கை, தத்துவம்,ஆன்மீகம்,கிண்டல் கேலி யாவையும் புதிராகவும் விடுகதையாக கூறுவதில் வல்லவர்கள்.

காதலியிடம் உரையாடுவதிலும் இப்படி கணக்குப் போட்டு உரையாடினால் எப்படி?

ஒருவேளை அவளுக்கு அதுதான் பிடிக்குமோ என்னமோ? பாருங்களேன்!

பாடல்:18

"ஒரு நான்கும் ஈரரையும் ஒன்றே கேளாய்!
உண்மையாய் ஐஅரையும் அரையும் கேட்டேன்!
இருநான்கும் மூன்றுடனே ஒன்றும் சொல்லாய்!
இம்மொழியைக் கேட்டபடி ஈந்தாய்! ஆயின்
பெருநான்கும் அறுநான்கும் பெறுவாய் பெண்ணே!
பின்னேஓர் மொழிபுகல வேண்டாம்! இன்றே
சரிநான்கும் பத்தும்ஒரு பதினைந் தாலே
சகிக்கமுடி யாதினிஎன் சகியே மானே!"

விளக்கம்:

1) 4+1+1=6 (ஆறாம் ராசியாகிய கன்னிப்பெண்ணே, கேட்பாயாக!

2) ஐந்து அரை (இரண்டரை) + அரை= 3 மூன்றாம் நாளான செவ்வாயைக் கேட்டேன்.

3) 2X4=8+3+1=12 பனிரெண்டாம் நட்சத்திரம் உத்திரம். (செவ்வாய் தர உத்திரம்- சம்மதம்) சொல்லாய்! அவ்வாறு சம்மதம் எனில்

4) அறம் பொருள் இன்பம் வீடு எனும் நான்கு உறுதிப்பொருட்கள் பெறலாம்.

5) 6X4=28 இருபத்தெட்டாம் ஆண்டாகிய ஜெயம் (ஜெய ஆண்டு) பெறுவாய்! வேறு எதுவும் கூறவேண்டாம்.

6) உன்னால் நான் அடையும் (4+10+15=29 ஆம் ஆண்டு (மன்மத ஆண்டு) மன்மத வேதனையைத் தாங்கமுடியாது.

வந்து செவ்வாயின் முத்தம் தருக! என்கிறான்.

கன்னிப்பெண்ணே (6)
நீ செவ்வாய் (3)முத்தம் தர சம்மதி! (12)
நாற்பொருள் பெற்று வாழ (4)
ஜெய ஆண்டில் (28)
மன்மத (29) வேதனையை தாங்கொணா எமக்கு
செவ்வாய் முத்தம் தருவாய்! வருவாய்! என்பதாம்.

20

காட்சிப்பிழை!

கிளையினில் பாம்பு தொங்க விழுதென்று குரங்குத் தொட்டு விளக்-கினைத் தொட்ட பிள்ளையாய் கிளைகளில் ஏறி உச்சங்கிளையில் அமர்ந்து தன்வால் பார்த்ததாம். அடடா! அதன் வாலே அதற்கு பாம்-பாகத் தெரிய பயந்தடித்து ஓடியதாம். என்னே! புரட்சிக்கவிஞர் பாரதிதா-சனின் கற்பனை! அரண்டவன் கண்ணுக்கு இருண்டதெல்லாம் பேயாகி-றது! கவிஞர்கள் தம் படைப்புகளில் காட்சி அற்புதத்தை பல இடங்களில் படைத்து ஆச்சர்யத்தில் நம்மை மூழ்கடிப்பது உண்டு. வள்ளலார் கூட இறை

இன்பத்தை “தேன்கலந்து பால்கலந்து கனிச்சுவை கலந்து ஊன்க-லந்து உயிர்கலந்தாலும் உவட்டாமல் இனிக்கிறது” என சுவை இன்பம் பெருக்கிறார். சீவகசிந்தாமணியில் “காய்மாண்ட பாக்கின் பாலை வீழ, அது தென்னைங்காயின் சுவைசேர்த்து பலாக்கனியின் சுவைகலந்து மாங்கனி வாழை தேன் போன்ற கனிகளின் சுவைகளை ஒன்று கூட்டி பாய்வதாக திருத்தக்க தேவர் கற்பனையில் திகட்டா இன்பம் தருகிறார். முத்தொள்ளாயிரம் செவ்வாம்பல் மலர்ந்து செந்நிறம் நீர் கலந்து வெள்-ளம் தீப்பற்றியதோ என அஞ்சி தன் குஞ்சுகளை இறகால் மறைக்கும் பாசக்காட்சி பதிவாக்கி உள்ளதை மறக்கமுடியுமா?

பாடல்:19

"தேன்உண்ணும் வண்டு மதுதனை உண்டு
தியங்கியே கிடந்ததைக் கண்டு

தானதைச் சம்புவின் கனிஎன நம்பி
தடக்கையில் எடுத்துமுன் பார்த்தாள்!
வானுறு மதியம் வந்ததென் றெண்ணி
மலர்கரம் குவியும் என் றஞ்சிப்
போனது வண்டோ? பறந்தது பழம்தான்
புதுமையோ இதுஎனப் புகன்றாள்!

விளக்கம்:

ஒரு தாமரைத்தடாகம். தாமரைப்பூவில் வண்டு ஒன்று தேன்குடித்த மயக்கத்தில் மயங்கி உறங்கிக் கிடந்ததாம். தாமரை பூக்களின் அழகில் மயங்கிக் கிடந்த தலைவி ஒருத்தி, அவ்வண்டை நிறத்தின் காரணமாக நாவல் பழமோ இது என எண்ணி தன் உள்ளங்கையில் வைத்துப் பார்த்தாள். தலைவியின் முகவொளிப்பட

திடீரென விழித்த வண்டு, அடடா நிலவு உதித்து விட்டதே! நிலவொளிக்கு தாமரை இதழ்கள் குவியுமே? நாம் அதனுள்ளே அகப்பட்டுக் கொண்டால் என்னாவது என அஞ்சி பறந்தோடியது. அதைக் கண்ட தலைவி, என்ன வியப்பு நாவல் பழம் பறக்கிறதே! என வியந்து நின்றாள் என்பதாம்.

21

நெட்டை மரங்கள்!

சூதாடி நாடுநகர், மனைவி, சகோதரர்களை தருமன் இழந்தபின் துரியன் துச்சாதனனை அழைத்து திரௌபதியை இழுத்து வரப் பணிக்கிறான். திரௌபதை எவ்வளவு மன்றாடியும் ஒரு பெண்ணென்றும், அண்ணி-யென்றும் பாராமல் கூந்தலை பிடித்து இழுத்துச்செல்லும்போது வழியில் நின்ற மக்கள் வாளாக்கிடந்ததை மகாகவி பாரதியார்

'நெட்டை மரங்களென நின்று புலம்பினர்

பெட்டைப் புலம்பல் பிறர்க்காமோ?' என்று சாட்டை வீசுகிறார். இயேசுவை பகைவர் கொடுமைச் செய்யும்போதும் எதுவும் செய்ய-வொண்ணாது பதைத்து நின்றதை இரட்சண்ய யாத்திரிகம் காட்டும்.

இயேசுவை யூதாஸ் முப்பது வெள்ளிக் காசுகளுக்காய் கட்டிய-ணைத்து முத்துமிட்டு பொய் அன்புகாட்டியே காட்டிகொடுத்தான்.

நண்பனாக உடனிருந்தே ஜீலியஸ் சீசரை, புரூட்டஸ் பகைவரோடு சேர்ந்தே கத்தியால் குத்தினான்.

சீவகனை தன் உடனிருந்த அமைச்சனான கட்டியங்காரனே புறம்-சூழ்ந்து போரிட்டழித்தான்.

இவையெல்லாம் கண்டும் கேட்டும் படித்தும் இருக்கிறோம். எனவே யாரையும் நம்பி ஏமாறாமல் விழிப்புடன் இருக்க இலக்கியங்கள் நம்மை அறிவுறுத்துகின்றன.

பாடல்:20

கருதிய நூல் கல்லாதான் மூடனாகும்!

கணக்கறிந்து பேசாதான் கசடனாகும்!

ஒருதொழிலும் இல்லாதான் முகடியாகும்!
ஒன்றுக்கும் உதவாதவன் சோம்பனாகும்!
பெரியோர்கள் முன்னின்று மரத்தைப் போலும்
பேசாமல் இருப்பவனே பேயானாகும்!
பரிவு சொல்லித் தழுவினவன் பசப்பனாகும்!
பசிப்பவர்க்கு இட்டுஉண்ணான் பாவியாமே!

விளக்கம்:

சிறந்த வாழ்வுக்கு உதவிடும் நூல்களை கல்லாதவன் தான் எண்ணியதே பெரிது என எண்ணும் மூடனாக இருப்பான்.

யாரிடம் எப்படி பேசவேண்டும் என அறிந்து பேசாமல் வாய்க்கு வந்ததையெல்லாம் பெரியோர் சிறியோர் எனப் பாராமல் பேசுபவன் மடையனாக இருப்பான்.

எத்தொழிலும் எந்த வேலையினையும் வீட்டிற்கும் சமுதாயத்திற்கும் செய்யாமல் இருப்பவன் தரித்திரனாக காணப்படுவான். எதற்கும் பயன்படாமல் சோம்பித்திரிபவன் சோம்பேறியாக இருப்பான்.

பெரியோர்கள் தம்மிடம் எதைக்கேட்டாலும் மரியாதையின்றி பதில் பேசாமல் இருப்பவன் பேய் போலும் குணம் கொண்டோனாக இருப்பான். உண்மையான அன்பு இல்லாமல் முதுகில் குத்தும் நோக்கோடு போலியாக கட்டித்தழுபவன் பசப்பன்(போலி) ஆக இருப்பான்.

அக்கம் பக்கம் உள்ளோர் பசித்திருக்க தான் மட்டும் உண்பவன் பாவியாவான்.

பயனற்ற இவ்வெழுவரை உலகம் இகழ்ந்து பேசும் என்பதாம்.

22

வறுமை வந்திட!

'பசி வந்திட பத்தும் பறந்துபோகும்' என்பது பழமொழி. பசி, வறுமை ஆகியவை மனிதனின் நல்லியல்பு குலைத்து எவ்வகையிலேனும் அவற்றை தீர்த்து வாழ முயலவைக்கும் என்பது இயல்பான உண்மை. பாலை நிலம் வறண்ட நிலம். வளமில்லா அந்நிலத்தில் ஆறலைக்கள்வர் சூறையாடல், வழிபறி செய்தல், கொள்ளையடித்தல் முதலிய தீமைகளில் ஈடுபடுவர். அவர்கட்கு வேறு வழி இல்லை.

தமிழக வரலாற்றில் களப்பிரர்கள் ஆட்சி காலத்தில் மக்களின் உழைப்பு வளங்கள் சுரண்டப்பட்டன. அவர்தம் வாழ்வில் வறுமை சூழ வேறு வழியின்றி கொலை, கொள்ளைப் போன்ற கொடுஞ்செயல்களில் ஈடுபட்டனர். இதனால் மக்களுக்கு வறுமையிலும் செம்மையாக, நேர்மையாக வாழும் அறநெறிகளை எடுத்துக் கூறவேண்டிய கட்டாயம் புலவர்களுக்கு ஏற்பட்டது. அதனாலேயே பதினென் கீழ்க்கணக்கு முதலிய நீதிநூல்கள் தோன்றின.

புலால் உண்ணாமை, பொய்க்கூறாமை, பிறன் பொருளை விரும்பாமை, வறுமையிலும் செம்மை, தாயின் பசி கண்டாலும் சான்றோர் வெறுத்த செயல்களை செய்யாமை முதலிய அறங்கள் போதிக்கப்பட்டன.

அரசுகள் மக்களின் வளத்திற்கு வழிகாணவேண்டும். வருவாய்க்கு ஏற்ப வரி வாங்கவேண்டும்.

பசியும் பிணியும் நீங்கி வசியும் வளனும் சுரக்க வழிகாணவேண்டும்.

அப்போதுதான் மக்கள் நல்வழியில் வாழ்வர். மக்களும் உழைப்பும் சிக்கனமும் வருங்கால தேவைக்குச் சேமிப்பும் செய்து அளவறிந்து வாழ-

வேண்டும்.

வறுமையிலும் பறவைகட்கு உணவிட்ட பாரதியும் இளையான்குடி மாறநாயனாரையும் எளிமை வாழ்வை பின்பற்றிய காந்தியடிகளையும் காமராசரையும் பின்பற்றி நடப்போம்.

பாடல்:21

'தாங்கொணா வறுமை வந்தால்
சபைதனில் செல்ல நாணும்!
வேங்கைபோல் வீரம் குன்றும்!
விருந்தினர் காண நாணும்!
பூங்கொடி மனையாட்கு அஞ்சும்!
புல்லர்க்கு இணங்கச் செய்யும்
ஓங்கிய அறிவு குன்றி
உலகெலாம் பழிக்கும் தானே!"

விளக்கம்:

தாங்கமுடியாத வறுமையும், பசியும் வந்தால் சபைகளில் ஏற கூச்சம் வரும். வேங்கைப்புலி போன்ற வீரமும் குறையும்.

விருந்தினர்களுக்கு உணவிட முடியாது. அவர்கள் வந்தால் என்ன செய்வது? எப்படி உபசரிப்பது என எண்ணி நாணச்செய்யும்.

பூப்போன்ற மனைவியிடம் குடும்ப வறுமையை போக்க இயலாமை-யால் அவளுக்கு அஞ்சி நடக்கச் செய்யும்.

புல்லியோரிடம் சேர்ந்து தீமைகளை செய்ய வைக்கும்.

எழுச்சியுடனான அறிவை குறைத்து, உலகம் பழிக்கும்படியான வாழ்வை கொடுக்கும் என்பதாம்.

திட்டமிட்டு உழைத்து பொருளீட்டி சிக்கனமாய் வாழ்ந்து வறுமை நீங்கி, வளம் பெறுவோமாக!

23

கட்டழகு உடல்!

உலகிலுள்ள எல்லாப் பொருட்களும் தன் பயன்பாட்டுக்குப் பின்னும் வேறொரு வழியில் பயன்படும்.

மரங்கள் வாழ்விழந்தாலும் பலவகையிலும் பயன்படும்.

விலங்குகள் இறந்தாலும் இறைச்சியாக பயன்படும்.

"கட்டழகு மேனியைப்பார் பொட்டும் பூவுமா,நீட்டி கட்டையிலே படுத்துவிட்டா காசுக்காகுமா?" என்று திருவிளையாடல் படத்தில் வரும் பாடலில்தான் எத்தனை தத்துவம். சித்தர்களும் யோகிகளும் இந்த உடலை பயனற்ற ஜடப்பொருளாகவே வெறுத்துப் பாடுகின்றனர்.

பாடல்:22

"அரும்பு கோணிடில் அதுமணங் குன்றுமோ?
கரும்பு கோணிடிற் கட்டியும் பாகுமாம்!
இரும்பு கோணிடில் யானையை வெல்லலாம்!
நரம்பு கோணிடிற் நாமதற் கென்செய்வோம்?"

விளக்கம்:

மல்லிகை அரும்பு கோணலாக இருந்தாலும் வாடியிருந்தாலும் அதன் மணம் குறைவதில்லை.

கரும்பு திரிந்தாலும் வெல்லக் கட்டியாகவும் பாகாகவும் மாறி இனிக்-கும்.

இரும்பு வளைந்து கோணலானாலும் அது யானைப்பாகனின் அங்-குசமாகும்.

மனித உடலிலுள்ள நரம்புகள் கோணலானால் இயல்பாக நடக்கவோ, செயல்படவோ முடியாமல் போகும் என்பதாம். அதனாலே சான்றோர்கள் உடம்பைப் பேணி உயிரை வளர்க்க வழிகாட்டினர்.

சுவாமி விவேகானந்தரும் இரும்பை போன்ற உடலும் எஃகைப் போன்ற நரம்புகளும் இளைஞர்களுக்குத் தேவை என்றார்.

உடலை நன்கு பேணி வாழ்வை வசந்தமாக்குவோம்!

24

ஆண்களே!

இந்த உலகில் ஆண்கள்தான் எத்தனை உயர்வானவர்கள். நம் தாய்மார்கள் பெண்களாக இருந்தாலும் ஆண்குழந்தையையே விரும்புகின்றனர்.

அவன் வளர வளர குடும்ப வேலைகளில் எத்தனை அக்கறையோடு ஈடுபடுகின்றான். தன் சகோதரிகளை பாதுகாக்கிறான். அவர்களுக்கு திருமணம் செய்து வைத்து சீர்செனத்தி செய்வதும் எத்தனை பொறுப்புடன் செய்கிறான்.

ஆண் வலிமை மிக்கவன். வீரம் மிக்கவன். கடமைகளை நெஞ்சுரத்தோடு செய்து முடிப்பவன்.

வீட்டையும் நாட்டையும் உயிரையும் துச்சமென மதித்து காக்கிறான். கரடுமுரடான தேகத்திற்குள் கனிவான மனங்கொண்டவன்.

படைத்தலைமை ஏற்கிறான். நாட்டை நிர்வகிக்கிறான். திரைகடலோடியும் திரவியம் தேடுகிறான். நாட்டுக்காக உயிரையும் விடுகிறான். பெண்மையை போற்றுகிறான். பாதுகாக்கிறான். தன் பெண் பிள்ளையின் முகத்தில் தன் தாயை காண்கிறான். ஆஹா! இந்த உலகில் ஆண்தான் எத்தனை அற்புதமானவன்!

ஆனால் அவன் வீழ்ச்சியடையும் இடமும் உண்டு. அது படைத்தவன் வெட்டிய குழி!

பாடல்:23

அன்னையே அனைய தோழி! அறந்தனை வளர்க்கும்மாதே!

உன்னையே உண்மைக் கேட்பேன்! உரைதெளிந்து உரைத்தல் வேண்டும்!

என்னையே புணருவோர்கள் எனக்கும்ஓர் இன்பம் நல்கி

பொன்னையும் கொடுத்துப் பாதப் போதினில் வீழ்வதேனோ?"

விளக்கம்:

பரத்தை தன் தோழியிடம் வினவுகிறாள்:-

அன்னைபோன்ற தோழியே! எனக்கு எப்போதும் நன்மையே நினைப்பவளே! உன்னிடம் ஓர் உண்மையே கேட்பேன்.

தெளிவான பதிலைக் கூறவேண்டும்!

என்னிடம் இன்பம் பெற வேண்டி வரும் ஆடவர்கள், எனக்கும் உடலின்பம் தந்து கூலியாக பொன்னும் பொருளும் தந்து நான் மறுக்கும் வேளைகளில் என் பாதத்தில் வீழ்கிறார்களே!

வீரம்மிக்க ஆண்கள் இப்படி நம்மிடம் மட்டும் ஏன் கோழையாகின்றனர்? அவர்களின் பேராண்மையும் வீராப்பும் எங்கே போய்விடுகிறதோ பாவம்!?

மன்மத பாணத்தில் வீழ்ந்தவர்க்கு வீரமெங்கே? ஆண்மை எங்கே மேலோங்கப்போகிறது.வீராதி வீரர்களும் வீழ்ச்சி கண்ட இடமல்லவா அது!

ஆண்களே காமத்தை விடுத்து கடமைகளில் மூழ்கிப்போவோம்! வாழ்வோம் வாருங்கள்!

25

தீமைக்கான வழிகள்!

மனிதர்களாகிய நாம் ஒருசாண் வயிற்றை நிரப்பவும்,தன்னை நம்பியிருக்கும் குடும்பத்தாரின் பசியைப் போக்கவும், தேவைகளை நிறைவேற்றிக் கொள்ளவும் உழைத்து பொருளீட்டுகிறோம். சிலருக்கு பாட்டன் வழி சொத்தும்,சிலருக்கு தந்தை சேர்த்து வைத்த பொருளும் உதவும்.

அப்படி பாடுபட்டு உழைத்த பொருட்செல்வத்தை தமது தேவைகள் போக மீதமுள்ளதை எதிர்கால வாழ்வுக்காக சேமித்து வைக்கிறோம்.

ஏனெனில் எல்லா காலத்திலும் உழைத்து பொருளீட்ட முடியாதல்லவா?

'சேர்த்த பணத்த சிக்கனமா செலவு பண்ண பக்குவமா அம்மா கையில கொடுத்துப்போடு செல்லக்கண்ணு!

அவங்க ஆற நூறா ஆக்குவாங்க செல்ல கண்ணு!' என்ற மக்கள் கவிஞர் மருதகாசியின் பழைய பாடலைக் கேட்டிருக்கிறோம்.

'தாளாற்றித் தந்த பொருட்கள் தக்கார்க்கு வேளாண்மை செய்யவே" என்கிறார் வள்ளுவர்.

சிலர் எச்சிற் கையால் காக்கை விரட்டாமல், எவ்வித அறச்செயலையும் செய்யாமல் கருமியாய் வாழ்ந்து பொருட் செல்வத்தைச் சேர்த்து வைத்து நல்லவாயன் சம்பாதிக்க நாறவாயன் தின்ற கதையாக வீண்செலவு செய்வர். சிலர் தன் பரம்பரைச் செல்வத்தையோ, தம் குடும்ப உறுப்பினர்கள் ஈட்டிய பொருளையோ,தான் உழைக்காமல் சோம்பித்திரிந்து தன்னலத்தோடு குடும்ப நலம் பேணாமல் மது, மாது, சூது என செலவழித்து இன்பங் காண்பர்.

அதனால் குலந்தரும் வான்பொருளையும் குன்றச்செய்து வறியவராகி கடனாளியாகி குடும்பத்தையே வறிதாக்குவர். குடும்பத்தின் பிள்ளைகள் உணவு, கல்வி எதிர்காலம் ஏதுமின்றி இளம் வயதிலேயே உழைத்துப் பிழைக்க வேண்டி வரும். எனவே சான்றோர் வெறுத்த அம்மூன்று தீமைகளையும் வாழ்நாளில் நாம் வெறுத்து ஒதுக்கி அறச்செயல்கள் செய்து உய்வோமாக!

பாடல்:24.

"பொம்மென பணைத்து விம்பிப்
போய்மதன் மயங்கி வீழும்
கொம்மைசேர் முலையினாளே!
கூறுவேன் ஒன்று கேண்மோ!
செம்மையி லறஞ் செய்யாதார்
திரவியம் சிதற வேண்டி
நம்மையுங் கள்ளுஞ் சூதும்
நான்முகன் படைத்த வாறே!"

விளக்கம்:

பரத்தை தோழியிடம் கூறுகிறாள்:-

அழகுடைய பெண்ணே! நான் ஒன்று கூறுவேன் கேள்.தாம் உழைத்து தேடிய

செம்மையானப் பொருளை அறவழியில் செலவு செய்யாமல் சேர்த்து வைத்துள்ள பணத்தை சிதற வேண்டியே நம்மைப் போன்ற பரத்தைப் பெண்களையும், கள் முதலான போதைப் பொருட்களையும்,சூதாட்டம் போன்ற தீய வழிகளையும் படைப்புக் கடவுள் நான்முகன் படைத்திருக்கிறான் போலும் என்கிறாள்.

26

பொருளுண்டாயின்...

ஒருவன் நற்குணம் நிறைந்த சான்றோனாக இருக்கிறான். ஆனால் அவனிடம் செல்வமில்லை. ஒருவன் நிறைந்த செல்வமுடையவன் அவனிடம் நற்குணங்கள் என்று சொல்ல ஏதுமில்லை. ஆனால் யாரிடம் மக்கள் நாடிச்செல்வர். செல்வந்தனைத் தானே! ஆமாம் ஏழை பேச்சு மேடையேறாது!

பணமிருப்பவனை நாம் குலம் கோத்திரம் பாகுபாடு பார்ப்பதில்லை. எந்த வகையிலாவது அவனோடு நட்பு பாராட்டி அவனோடு நெருக்கமாக இருக்க விரும்புகிறோம்.

நல்லவர்கள் கூவி கூவி நற்கருத்தைச் சொன்னாலும் கடைவிரித்தும் கொள்வாரில்லை.

'பணம் பந்தியிலே! குணம் குப்பையிலே!

இதை அறிந்து கொள்ள தெரியாதவன் மனிதனில்லே! வாழும் மனிதனில்லே!

பாடல்:25

"பொன்னொடு மணியுண்டானால் புலைஞனும் கிளைஞன் என்று
தன்னையும் புகழ்ந்து கொண்டு சாதியில் மணமும்செய்வார்!
மன்னராய் இருந்த பேர்கள் வகைகெட்டுப் போவார் ஆகிப்
பின்னையும் யாரோ என்று பேசுவார் ஏசுவாரே!"

விளக்கம்:

பொன்னும் மணியும் தன்னிடம் ஏராளமாக வைத்திருப்பவன் புலையனாக இருந்தாலும் அவனிடம் நட்புப்பாராட்ட உலகோர் விரும்பு-

வர்.அவனை பொய்யாகப் புகழ்ந்து பேசுவர். அவனிடம் பெண்ணெடுத்து, பெண்கொடுத்து சம்பந்தம் செய்ய விரும்புவர். இது உலகோர் இயல்பாக இருக்கிறது.

உலகையே ஆண்ட அறிவில் சிறந்த மன்னனாக இருந்தாலும் அதிகாரம் போய், செல்வமின்றி வறிதானால் அவரை யார் என்று கண்டுகொள்ளவும் மாட்டார். அவரைப் பிழைக்கத் தெரியாத மனிதன் என்று பேச்சும் ஏச்சுமாக வசைபாடுவர் என்பதாம்.

பணத்திற்காகவன்றி நல்ல குணத்திற்காக மனிதரைப் போற்ற வேண்டும் என்ற கருத்து இப்பாடல் வலியுறுத்துகிறது.

27

மும்மாரி!

இன்று நித்திரை கலைத்தெழுப்பும் சித்திரை திருநாள். பிறக்கும் பிலவ ஆண்டு நம் துன்பங்களையும் தடைகளையும் தகர்ந்தெறிந்து உலகத்தொற்றாம் கரோனா முற்றிலும் ஒழிந்து நாடும் வீடும் நலம்பெற இறைநம்பிக்கையோடு வாழ்த்துகிறேன்.

‘உலகில் நல்லோர் ஒருவர் இருந்தாலும் அவர்பொருட்டு எல்லோர்க்கும் மழைபொழியும்’ என்கிறாள் நம் ஔவைப்பாட்டி!

‘தெய்வம் தொழாது கொழுநற் தொழுதெழுவாள் பெய் என்றால் வான்மழையும் பெய்யும்’ என்கிறார் வள்ளுவப்பெருந்தகை.

மழை இன்றேல் மண்ணில் நம் வாழ்வு ஏது? சிறுபசும்புல் தலைக்காண்பதும் அறிதல்லவா? அதனாலே அல்லவா ‘வான்மழை வழாது பெய்க’ என வாழ்த்தினர்.

மழைக்கும் நல்லோர்க்கும் ஏதாவது தொடர்பு உண்டா? நம் கண்ணில் இரண்டு வகைகளில் கண்ணீர் வரலாம். தாங்கொணா கோபம், ஏமாற்றம், துயரம் கொண்ட நேரங்களில் கண்ணீர் வரலாம். மற்றவர் துயரங்கண்டும் புன்கணீர் வரலாம்.

பெருமகிழ்வின் போதும் சிரிப்போடும் சேர்ந்தே கண்ணீர் வரலாம்.

எங்கள் ஊரில் மழை வருவதற்காக ஏரிக்கரை எதுவாயில் விதவைப் பெண்கள் கூடி ஒப்பாரி வைத்து அழுவர். அப்போது தவறாது மழை பொழியும். மழைக்காக ஊர்கூடி பொங்கல் வைத்து வழிபடுவதும் உண்டு. இராகங்களில் அமிர்தவர்ஷினி இராகம் பாட மழை வருமாம்!

அதுபோலத்தான் வானமும் நல்லோர் வாழ்வைக் கண்டு நெக்குருகி மழையை பொழியுமோ?!

பாடல்:26

“வேதம் ஓதிய வேதியர்க் கோர் மழை!
நீதிமன்னர் நெறியி னுக் கோர் மழை!
மாதர் கற்புடை மங்கையர்க் கோர் மழை!
மாதம் மூன்று மழையெனப் பெய்யுமே!

விளக்கம்:

தெருக்கூத்துக்களில் ராசா சேவகனைப் பார்த்து கேட்பதுண்டு. மாதம் மும்மாரி பொழிந்ததா?

சேவகன் கிண்டலாகக் கேட்பான் ‘நீ என்ன வெளிநாட்டுக்குப் போய் இருந்தாயா’ என்று!

சபையெல்லாம் கொல்லென சிரிக்கும்.

ரிக், யசூர், சாம, அதர்வணம் எனும் நால்வேதம் கற்று நாட்டின் நலன்பொருட்டு யாகம் வளர்த்து அந்நால்வேதங்களை ஓதிடும் வேத விற்பன்னருக்காக ஓர் மழை பொழியும். யாக பெருநெருப்பின் ஆகுதிப்-பெற்று மகிழ்ந்து கருணை சுரந்து ஒரு மழை பொழியுமாம்!

நீதிநெறியோடு அறநெறி வழுவாது முறைசெய்து செங்கோன்மை செய்து, சமன்செய்து சீர்தூக்கும் கோல்போல் அமைந்து, மக்களையே உயிராய் கருதி நாட்டின் நலனே தம் நலமாய் கருதி ஆட்சி செய்யும் மன்னருக்காக ஒரு மழை பொழியும்!

இல்லறத்தின் மாண்பறிந்து கற்புநெறி தவறாது வாழும் மங்கையர்க்-காக ஒரு மழையும் என மாதம் மும்மாரி பொழியும் என்பதாம்.

வானோர்க்கு செய்யும் யாகங்களும், மன்னர்கள் நீதிநெறியோடும், மாதர்கள் கற்புநெறியோடும் வாழும்போது மாதம் மும்மழை பெய்யும்! மழை வேண்டின் அறம்செய்க! என்பதாம்.

28

எப்படி மழை பொழியும்?

முன்பாடல் யாகம் வளர்ப்போர்க்கு ஒன்று, நீதியோடு ஆள்வோர்க்கு ஒன்று, கற்புடைய மங்கையர்க்காய் ஒன்று என மாதம் மூன்று மழை பொழியும் என்றோம். எழுதிய நேரமோ இதை நீங்கள் படித்த அல்லது மழையை நினைத்த நேரமோ சித்திரை முதல் நாள் நல்லமழை பொழிந்தது. (இங்கு)

சிலர் கேட்கலாம் எங்கே மழை பொழிகிறது. வருடத்தில் மூன்று மழை பெய்தாலே அதிசயம் என்கின்றனர்.

ஏன் மழை குறைகிறது? நல்லவர்கள் நாட்டில் குறைந்துவிட்டனர் என்பார். இது கலிகாலம் பெரியோர் சிறியோர் மதிப்பு இல்லை.

'எண்ணிக்கையே தருமமாகிவிட்ட
குருஷேத்திரத்தில்
வெற்றிகளெல்லாம் கௌரவர் பக்கம்
போய்ச்சேருகிறது' என்ற கவிக்கோ அப்துல் ரகுமானின் கவிதை நினைவுக்கு வருகிறது.

நீதிநெறிகள் தவறி அறங்கள் குன்றி அநீதிகளே பெருகி வாழும் காலம். நல்லோர்கள் எல்லாம் அஞ்சி நடுங்கி ஆன்மீகம் குன்றி அறநெறிகள் போற்றாது வாழும் இக்கொடிய காலத்தில் எங்கிருந்து மாதம் மும்மாரி பொழியும்?

'வெட்டுண்டன மரங்கள்

மறுகியது மண்'

என்ற அழகிய பெரியவனின் கவிதையை ஏதிலியாக மக்கள் வேறு-நிலங்களை நோக்கி' என்று முடிக்கவேண்டியுள்ளது.

பாடல்:27

"அரிசி விற்றிடு மந்தணர்க் கோர்மழை
வரிசை தப்பிய மன்னருக் கோர்மழை
புருஷனைக் கொன்ற பூவையர்க் கோர்மழை
வருஷம் மூன்று மழையெனப் பெய்யுமே!"

விளக்கம்:

தாம் வேதம் ஓதிப்பெற்ற அரிசியை வியாபார நோக்கிலோ அல்லது தனக்கு போக மீதம் உள்ளதை தன்னிலும் ஏழையர்க்கு தானமாக வழங்-காமல் அதை பொருளுக்காக விற்கும் அறமல்லாத அந்தணர்க்காக ஒரு மழையும்,

அரசாட்சி தருமங்களின்றி மக்கள்நலன் சிறிதும் இன்றி அறவோர் வகுத்த அரசாட்சி நெறி பின்பற்றாது தன் விருப்பத்திற்கு கொடுங்-கோன்மை செய்யும் மன்னருக்காக ஒரு மழையும்

கொலையும் செய்வாள் பத்தினி என்றால் தன் மானத்திற்கோர் இழுக்கோ தன் குடும்பத்திற்கு துன்பமோ ஏற்படும்போது தன் குடும்பத்தை காக்க வேண்டி கொலை செய்வாள் என்பது பொருளாகும்.

ஆனால் இன்றோ பெண்மைகுணம் குன்றி, கற்புநெறி தவறி முறை-யற்ற காதலுக்காகவும் உறவுக்காகவும் தடையாக இருப்பதாக கருதி கட்-டிய கணவனையே கொலைச் செய்யும் பெண்ணுக்காக ஓர் மழையும் என மாதம் மும்மாரி பொழிவதற்குப் பதிலாக ஆண்டுக்கு மூன்று மழை என அறுகிப் பொழியும் என்பதாம்.

29

வாழ்வின் பொருளென்ன?

மனிதர்கள் வாழ்கிறோம் மடிகிறோம். பயனென்ன விளைத்தோம்? 'மன்னா உலகத்து மன்னுதல் குறித்தோர் தம்புகழ்நிறீஇ தாம் மாய்ந்தனரே' என்கிறது புறநானூறு பாடல். நிலையிலாத உலக வாழ்வில் தம்மையும் தம் புகழையும் நிலைபெறச் செய்யுமாறு அன்பும் ஈகையும் அறச்செயல்கள் பலவும் செய்து வாழ்ந்தனர் என்பது அதன் பொருள். 'இருந்தாலும் மறைந்தாலும் பேர்சொல்ல வேண்டும்.

இவர்போல யார் என்று ஊர்சொல்ல வேண்டும்' எனும் கவிஞர் வாலியின் பாடல் வரிகள்தான் எத்தனை அற்புதம்.

எத்தனையோ தலைமுறைகள் எத்தனையோ மனிதர்கள் வந்தார்கள்! வாழ்ந்தார்கள்!

மடிந்தார்கள்!

பயனென்ன?

குறைந்தபட்சம் குடும்பத்தினராவது நன்மை கண்டார்களா? அவர்கள் பின்பற்றி வாழும்படி நல்லறிவு ஆன்மீகம், ஈகைகுணம், சுற்றமும் நட்பும் சமுதாயமும் நினைக்கும்படியான நற்பண்புகள் கொண்டு வாழ்ந்தாரா என்பதில்தான் அவர் வாழ்வின் பொருள் உள்ளது. அதுவன்றேல் வாழ்ந்து மடிந்த வன்விலங்காய் போகும் வாழ்வு.

பாடல்:28

"திருப்பதி மிதியா பாதஞ் சிவனடி வணங்காச் சென்னி

இரப்பவர்க் கீயா கைக ளினியச்சொல் கேளாக் காது
புரப்பவர் தங்கள் கண்ணீர் பொழிதரச் சாகா தேகம்
இருப்பினும் பயனென் காட்டி லெரிப்பினும் மில்லை தானே!"

விளக்கம்:

தமிழகத்தின் தொல் எல்லையான திருவேங்கடவன் எழுந்தருளும் திருப்பதி நாடிச் சென்று அங்குள்ள பெருமாளை வணங்க செல்லாத பாதம்,

பிறவாயாக்கைப் பெரியோனாகிய சிவபெருமானை வணங்கக் கவிழாத தலை, தன்னிடம் நாடி வந்து யாசிக்கின்ற இரவலருக்கு நல்மனதோடு கொடுத்துதவா கைகள், தான் அரணாக இருந்து உழைத்து பொருளீட்டி பாதுகாத்த சொந்தங்கள் தன் வாழ்வு முடிந்து இறந்து கிடக்கும்போது தன்னை மறந்து சுற்றி தன் பிரிவுக்காக வருந்தி ஆற்றாமையால் கண்ணீர் வடிக்காத (வாழும்போது அவர்களுக்கு உதவிசெய்யாது, அவர்களுக்காக பாடுபடாது, இன்சொல் இன்றி, சுயநலம் பெருக்கி,அவர்களை வதைத்து,வஞ்சித்து வாழ்ந்தால் எங்ஙனம் கண்ணீர் விடுவர்?) நிலையை பெற்ற வாழ்வுடையோர் உடலோடு உயிராக வாழ்ந்தும் பயனில்லை.

ஈமத்தீயில் எரிந்தாலும் பயனில்லை என்பதாம்.

30

ஆருயிர்க்கு உறுதி!

கோவலன் விலையுயர்ந்த முத்துமாலையை மிக அதிக விலைகொடுத்து வாங்கியதால் மாதவியோடு வாழலானான். மாதவியும் கோவலனோடு குல இழிவுகளை மறந்து குலமகளாகவே வாழ விரும்பினாள். கோவலனின் முத்திரை மோதிரத்தைப் பயன்படுத்தி மாதவியின் தாய் சித்ராபதியே கண்ணகியிடம் பொருளையெல்லாம் சிறிது சிறிதாக பெற்று குலந்தந்த வான்பொருளை இழக்கச்செய்தாள். கோவலனும் கண்ணகியும் வறிதே நின்றனர். ஆடி அடங்கியே அருணகிரியானார் ஒருவர்.

நாடக வகைகளில் நொண்டி நாடகம் என்பது இஸ்லாமிய நாடக வகையுள் ஒன்று. வேசையர் மோகம் கொண்ட ஒருவன் இறுதியில் பொருளிழந்து வாழ்விழந்து தொழுநோயுற்று இறுதியில் மெக்கா சென்று முக்தி பெற்றதாய் முடியும் அந்நாடகம். திருவாரூர் தங்கராசு இயற்றிய இரத்தக்கண்ணீர் நாடகமே எம்.ஆர் இராதா அவர்களால் திரைப்படமாக்கப்பட்டது.குடும்பமும் தான தர்மமுமே நம்மை உயர்த்தும். பின்பற்றுவோம்.

பாடல்: 29

"தன்னுடலுக் கொன் றீந்தால் தக்கதோர் பலம தாகும்!
மின்னியல் வேசிக் கீந்தால் மெய்யிலை வியாதியாகும்!
மன்னிய உறவுக்கீந்தால் வருவது மயக்கமாகும்!
அன்னிய பரந்துக் கீந்தால் ஆருயிர்க் குதவி யாமே!"

விளக்கம்:

நாம் உழைத்து சேர்த்த பொருளைக்கொண்டு தன் உயிர்நிலைக்கும் கூடாகிய உடலுக்கு ஆரோக்கியமும் சத்துமாகிய உணவும் ஊட்டச்சத்தும் தந்து வளர்க்கலாம். மற்றும் நம் வாழ்விலும் மகிழ்விலும் இணைந்து சரிபாதியாக விளங்கும்

மனைவிக்கு பூவும் பொட்டும் பலகார பட்சணங்களும் ஆரோக்கிய உணவுகளும் தந்து உடலாலும் மனதாலும் மகிழ்வாக வைத்துக்கொண்டால் அவளின் ஆரோக்கியத்தால் வீட்டில் மகிழ்வும் நிம்மதியும் ஆரோக்கியமும் மலர்ச்சியும் கிடைக்கும்.

வீடும் மனைவியும் மக்களையும் தவிக்கவிட்டு நிலைத்த அன்பிலாத வேசையர்க்கு செலவு செய்தால் அவர்களால் நமக்கு நோயுண்டாகுமேயன்றி நிலைத்த இன்பம் கிட்டாது.

நமது நெருங்கிய உறவினர்க்கு மட்டும் கொடுத்துவந்தால் கொடுக்கும் வரையே அவர்கள் நம்மை நினைப்பர். பொருள்வற்றி கொடுக்க இயலவில்லை என்றால் அவர்கள் உடனே நன்றி மறந்து நம்மை தூற்றவும் செய்வர். சுற்றமோ நட்போ இல்லாத வறியார்க்கொன்று ஈவது நம் இன்னுயிர்க்கு தக்க நேரத்தில் உதவியாக கிடைக்கும்.புண்ணியமாகும் என்பதாம்.

உழைத்து ஈட்டிய செல்வத்தை தன் குடும்பத்திற்கு கொடு! மீதத்தை வறியார்க்கு கொடு!! என்பதாம்.

31

நம்பு! நம்பாதே!

‘பெண்களை நம்பாதே கண்களே பெண்களை நம்பாதே வெறும் பெருமைபேசி சிறுமைசெய்யும் பெண்களை நம்பாதே!’ என்ற பழம்பாடல் அனுபவ அறிவின் வெளிப்பாடே!

பெண்களின்றி பூமியேது? நாடு ஏது? வீடு ஏது?

தன் பெண்மையை பொருளீட்டும் முதலீடாக பயன்படுத்தும் விதிவிலக்குகள் இருக்கத்தானே இருக்கிறது!

ஆண்கள் தவறிவிழும் இடங்களில் மிகவும் ஆபத்தான காரணியாக இது இருக்கிறது. இந்த தீமையால் ஆண்கெடுகிறான். பொருள் இழக்கிறான்.நாடும் வீடும் நலிவடைகிறது. இத்தீங்கு நீங்கி சமுதாயம் நல்வாழ்வு வாழவே பெரியோர்கள் வலியுறுத்தி வந்திருக்கின்றனர்.

பாடல்:30

“படியினப்பொழுதே வதைத்திடும் பச்சை நாவியை நம்பலாம்!
பழிநமக்கென வழிமறித்திடும் பழைய நீலியை நம்பலாம்!
கொடுமதக் குவடென வளர்ந்திடு குஞ்சரத்தையு நம்பலாம்!
குலுங்கபேசி நகைத்திடுங் சிறு குமரர் தம்மையும் நம்பலாம்!
கடையிலக்கமும் எழுதி விட்ட கணக்கர் தம்மையும் நம்பலாம்!
காக்கைபோல் விழிபார்த்திடுங் குடி காணியாளரை நம்பலாம்!
நடைகுலுக்கியும் முக மினுக்கியு நகை நகைத்திடும் மாதரை
நம்பொணாது மெய்! நம்பொணாதுமெய்!! நம்பொணாதுமெய் காணுமே!!!

விளக்கம்:

செங்காந்தளின் தரைத்தண்டு வகையாகிய பச்சை நாவி கொடிய விடத்தன்மையுடையது.அதை உண்பவர் உயிரை உடனே தப்பாது கொல்லும். அக்கொடிய நாவியைக்கூட நம்பலாம்.

பழிக்கஞ்சாது வழியிடத்தே தம்மை இரண்டாம் திருமணஞ்செய்து ஏமாற்றி கொலைசெய்த அந்தணன் மகனை பழிவாங்கும் உணர்ச்சியோடு அவனைக்காத்த வாளினாலே கொன்று பழிதீர்த்த பழையனூர் நீலி எனும் பேயையும் நம்பலாம்.

மலையென வளர்ந்த கொடுந் தந்தமுடைய குஞ்சரமாம் யானையையும் நம்பலாம்.

அடுத்தவர் மனம் புண்படும்படி கேலி கிண்டல்பேசி நகைத்து வாழும் சில சிறுவர்களையும் நம்பலாம்.

குடியிருக்கும் வீட்டையும் இலாபஞ் சம்பாதிக்கும் வாணிக அங்காடி என பொய்க்கணக்கு எழுதி வரி வாங்கிடும் கிராம கணக்கரையும் நம்பலாம்.

காக்கையின் கண் இரண்டானாலும் ஒரு பார்வையே நிலைக்கும் அதுபோல் இருதரப்பிலும் ஆராயாது ஒருதலையாய் முடிவெடிக்கும் காணியாளரையும் நம்பலாம்.

ஆனால் பொய்யாய் அலங்கரித்து பொய்யாய் நகைத்து வாழும் பொருட்பெண்டிரை நம்பாதே! நம்பாதே! நம்பவே நம்பாதே என்பதாம்.

விடமும் நீலியும் கொல்யானையும் பொய்க்கணக்கரையும் நம்பினால் கெடுதல் உண்டு. அதைவிடக் கொடியது பின்னையது என்பதாம்.

32

பெருஞ்சண்டை!

பொதுவாக மனிதர்கள் கால்பட்ட இடத்தில் சிறு புற்கள்கூட முளைக்காது என்பார்கள். வயல்வெளிகளில் பயிரில்லாத காலத்தில் புற்கள் முளைத்திருக்கும் மனிதர்கள் நடந்து நடந்து தேய்ந்த பாதையில் புற்கள்கூட முளைப்பதில்லை. மற்ற இடங்களில் உழுதுவிட்டாலும் முளைத்துக்கொள்ளும்.

மனிதர்கள் கூடினாலே கூட்டமும் குழப்பமும் குப்பையும் உண்டாகும். திருவண்ணாமலையில் மாதந்தோறும் பௌர்ணமி நாட்களில் மலைவலம் வரும் மக்கள் கொண்டு வரும்பொருட்கள் கடைகளிலிருந்து வாங்கும் பொருட்களால் ஏற்படும் குப்பை, அன்னதானம் நீர் மோர் பந்தல்களில் இருந்து சேரும் குப்பைகள் என குப்பைத்தொட்டிகளின் வயிறுகள் வீங்கி வழிந்து ஓடும். மறுநாள் மலைவலப் பாதை முழுமையும் நகரத்திலும் டன் கணக்கில் குப்பை சேர்ந்து நகராட்சிக்கு சவால்விடும். குறைந்தபட்சம் குப்பைகளை குப்பைத்தொட்டியில் போடுங்கள் என்றாலும் கண்ட இடத்திலும் போட்டுவிட்டுத்தான் போவார்கள். ‘எச்சில்துப்பாதே ’ பலகை மீதே துப்புவார். ‘இங்கு சிறுநீர் கழிக்காதீர்’ சுவற்றின் வாசகத்தைப்படித்துக்கொண்டே கழிப்பார்.

கூட்டம் சேர்ந்தால் குழப்பமே மிஞ்சுமாம்.

கொரானா காலமும் அதைத்தானே சொல்கிறது. தனித்திரு! வீட்டிலிரு! விலகியிரு!

பாடல்:31

"வண்டுகள் இருந்திடின் மதுவை உண்டிடும்

தண்டமிழ் இருந்திடில் சங்கம் சேர்ந்திடும்
குண்டுமணி இருந்திடில் கோள்கள் மிஞ்சிடும்
பெண்டுகள் இருந்திடின் பெரிய சண்டையே!"

விளக்கம்:

வண்டுகள் ஒன்றுகூடினால் தேன் உண்ணல் நடக்குமங்கே!

தண்டமிழ் மொழியினர் ஒன்றுகூடினால் தமிழ்ச்சங்கமாகித் தமிழை வளர்ப்பர்.

கோள் சொல்வோர் கூடினால் புறங்கூறித்திரிவர்.

ஆணோ பெண்ணோ மக்கள் தேவையின்றி கூடினால் அங்கே ஒருவர் மாற்றி ஒருவர் பேசி பெரிய சண்டையே விளையும் என்பதாம்.

33

என் பணம் உன் பணம்!

இன்று எது உன்னுடையதோ அது நாளை வேறொருவருடையது

இந்த மண்ணும் விண்ணும் காற்றும் நிலவும் நேற்று அப்பன் பாட்டன் கையில் இருந்தது. அவர்கள் அனைத்தும் தன்னுடையதுதான் என நினைத்து சொந்தம் கொண்டாடி வாழ்ந்தனர்.

அவர்களின் மறைவுக்குப் பின்னே இன்று அவ்வனைத்தும் நமதாக உள்ளன. நமது சொந்தமாக கொண்டாடி மகிழ்கிறோம். நமக்கு பின்னே இவையனைத்தும் பிறர்க்குச் சொந்தம்!

நமது சொத்தும் வீடும் நிலமும் உடைமைகளும் ஒரு தலைமுறைக்கு முன் யாருடையது என்பதை நாம் அறிவோமா? வில்லங்கச் சான்று வாங்கினால்தான் தெரியும்!

பாடல்:32

"கற்புடை மாதர் கொங்கை கவரிமான் மயிரின் கற்றை
வெற்புறு வேங்கை யின்றோல் வீரன்கை வெய்ய கூர்வாள்
அற்பர்தம் பொருள்கள் தாமும் அவரவர் இறந்த பின்னே
பற்பலர் கொள்வார் இந்த பாரினில் உண்மை தானே!"

விளக்கம்:

கற்புடைய மாதர் அழகும்,கவரிமான் மயிர்க்கற்றையும் கொல்லும் வேங்கைப் புலியின் தோல்,போர்வீரனின் கையிலுள்ள வாள்,அற்பர்களின் கையிலுள்ள செல்வம் ஆகிய அனைத்தும் அவர்களின் மறைவுக்-

குப் மற்றவர்கள் எடுத்துக்கொள்ளவே நினைப்பார்கள் என்பதாம். இதில் கற்புடைய மாதர் கொங்கை என்பது சர்ச்சைக்குரியது. பிற அவர்களின் இறப்புக்குப்பின்னே பிறர் அதைக்கவர்ந்தால் அது இயல்பு என ஒப்புக்-கொள்ளலாம். ஆனால் கற்புடை மாதரை எங்ஙனம் ஏற்றுக்கொள்வோம்.

ஒரு பெண்ணுக்கு கணவனே துணையாக இருந்த காலத்தின் பின் அவன் மறைவுக்குப் பின் கணவனின் துணையற்ற அவளை மற்ற ஆடவர்கள் உறவுகொண்டாட நினைப்பது ஆணிணத்தின் அவலநிலை-யையே குறிக்கிறது. இது கண்டிக்கத் தக்கதாகும்.

34

ஆளுக்கு ஏற்ற நியாயம்!

இன்றைய காலங்களில் நன்மையை செய்பவர்களைக் காட்டிலும் நன்மை செய்வதாய் நடிப்பவர்களே புகழ்பெறுகின்றனர்.

மேலிடத்து செல்வாக்கு இருப்பவர்களே விருது பெறுகின்றனர். நல்லறிவும் சேவைசெய்யும் இயல்பும் உடையவர்கள் அடங்கியே இருக்கின்றனர். அரைகுறை அறிவாளிகள் பட்டம் பதவி புகழ் பெறுகின்றனர். காரணம் அவர்கள் தன்னை முன்னிறுத்திக் கொள்ள பல வழிகளையும் துணைகொள்கின்றனர். பணபலம் அரசியல் செல்வாக்கு பெரியாள் பரிந்துரை இருந்தால் எல்லாம் கிடைக்கும். எல்லாம் நடக்கும். உண்மையறிவே, உதவியே, உள்ளன்பே மதிக்கப்பட வேண்டும்.

பாடல்:33

வீணர்பூண்டாலும் தங்கம் வெறும்பொய்யாம் மேற்பூச் சென்பார்
பூணுவார் தராப் பூண்டாலும் பொருந்திய தங்கமென்பார்
காணவே பனைக்கீ ழாய்ப் பாற் குடிப்பினும் கள்ளே யென்பார்
மாணுல கத்தோர் புல்லர் வழங்குரை மெய்யென் பாரே!"

விளக்கம்:

ஏழைகள் தங்கத்தைப் போட்டாலும் அது போலி நகையெனவே உலகோர் கூறுவர். செல்வர்கள் பித்தளை நகையணிந்தும் அது சொக்கத் தங்கமே என்பார்கள்.

பனைமரத்தின் பால் குடித்தாலும் அது கள்ளே என்பர். அற்பர்கள் கூறும் அறிவற்ற சொல்லும் ஆஹா... என்ன ஒரு மெய்யறிவு என வியந்திடுவர்.

போலியான உலகில் இதுவெல்லாம் நடக்கும் என்பதாம்.

35

ஒருவருக்கொருவர் ஆறுதல்!

இருப்பதை விட்டுவிட்டு பறப்பதற்கு அலைவானேன் என்பார்கள். கணவனும் மனைவியும் ஒருவர் மீது ஒருவர் உண்மை அன்பும் அக்கறையும் கொண்டு வாழவேண்டும். அதுவன்றி தனக்கு கிடைத்ததை விட்டுவிட்டு வேறொன்றைத்தேடி அலைந்து உள்ளதும்போனதடா... என்ற பரிதவிப்பிற்கு ஆளாவானேன்?

இன்று நாம் வைத்திற்கும் பொருட்கள் நமக்கு மிக்க பயனளிக்கின்றன. ஆனால் வேறொருவர் வைத்திருக்கும் பொருள்மீதே நமக்கு ஆர்வமும் ஈர்ப்பும் அக்கறையும் உண்டாகிறது. பிற நாட்டவர்களையே நாம் கண்டு கண்டு வியப்போம். நான்மட்டும் அந்த நாட்டில் இருந்திருந்தால் என் மதிப்பே வேறு' என தன்னைதாமே வியப்போம். என்ன நாடு இது? சரியான சம்பளம் கிடைப்பதில்லை. வசதிகளில்லை. தூசி, குப்பை, சுத்தமான குடிநீர் இல்லை. அந்த நாட்டைப்பார்! இந்த நாட்டைப்பார் என்று மற்ற நாடுகளின் வசதி, வனப்பு, வளம் ஆகியவற்றையே வியப்போம். இக்கரைக்கு அக்கரை பச்சையாம். எங்கு ஏழை இல்லை? எங்கு சாதி மதி இன நிற வேறுபாடுகள் இல்லை? உண்மையைச்சொன்னால் நம் நாட்டின் வளமும் வனப்பும் வாய்ப்பும் நீதிபோதனைகளும் சமத்துவமும் அரசியல் தந்திரமும் வானும் கடலும் மண்ணும் மரமும் எங்குமே இல்லை. உண்மை! வெறும் புகழ்ச்சி இல்லை. இருப்பதை நினைப்போம். பறப்பதை மறப்போம்!

பாடல்:34

"ஓரியே மீனுவந் தூணி ழந்தையோ
நாரியே கண்பிழை நாட்டி லில்லையோ
பாரியே கணவனைப் பழுது செய்து நீ
நீரிலே யிருப்பது நிலைமை யல்லவே!"

விளக்கம்:

ஒரு கணவனை இழந்த அபலைப் பெண் கேட்கிறாள், ஓ நரியே மீனை கவ்வி பிடிக்க ஆசைப்பட்டு, தன் வாயிலிருந்த உணவையும் தவறவிட்டாயே என்று அந்நரிக்காக இரக்கப்பட்டாள்.

அந்நரியோ 'ஏ அபலைப்பெண்ணே! கொழுகொம்பாய் விளங்கிய கணவனை சரியாக பாதுகாக்காது விட்டு,இன்று இப்படி நீர்வழியும் கண்களோடு இரங்கத்தக்க நிலையில் இருக்கின்றாயே என்றதாம். ஏழைக்கு ஏழை அபலைக்கு அபலை ஒருவருக்கொருவர் இரக்கப்பட்டுக்கொள்ளுதல் என்னே நிலைமை!?

36

மீனை நம்பி ஏமாந்த நரி!

கொடுமை கொடுமை என கோவிலுக்குப் போனால் அங்கும் சில கொடுமை ஆட்டம் போட்டதாம்.

வாழ்க்கையில் துன்பங்களை அனுபவித்தவன் சிவபெருமானிடம் முறையிட, சிவபெருமானோ கல்லால் ஒருவனும் வில்லால் ஒருவனும் சொல்லால் ஒருவனும் அடித்த புண்ணை காட்ட, வற்றாத ஆறுகளெல்லாம் நதியைக்கண்டு ஆறுதல் அடைய,அந்த நதியே காய்ந்துப்போனால் அதற்கு யாரால் ஆறுதல் சொல்ல முடியும்? துன்பங்கள் எங்கும் உண்டு. துடைத்தெறிவதே நம்பிக்கையாகும்.

பாடல்:35

"சம்புவே யென்ன புத்தி சலந்தனின் மீனைநம்பி
வம்புறு வடத்தைப் போட்டு வானத்தை பார்ப்ப தேனோ?
அம்புவி மாதே கேளா யரசனை யகலவிட்டு
வம்பனைக் கைப்பிடித்த வாறுபோ லாயிற் றன்றே"

விளக்கம்:

பெண் நரியிடம் கேட்கிறாள்: "ஓ நரியே என்னே உன் புத்தி! மாமிசத்தை பற்ற எண்ணி, உன் வாயில் உள்ள மீனை தவற விட்டுவிட்டாயே" என இரக்கப்பட்டாள்.

நரி அப்பெண்ணை நோக்கி "உயர்வான பெண்ணே நீயும்தான் அரசனைப்போன்ற கணவனை இழந்துநின்று பயனற்ற மூர்க்கனை

கைப்பிடித்ததைப் போன்ற உன் நிலைமையும் என் நிலைமையும் ஒன்று-தான் என ஒருவருக்கொருவர் இரக்கப்பட்டுக் கொள்கின்றனர்.

37

ஆப்பிலா சகடு!

குழந்தைப் பருவத்தில் நமக்கு தாய்த்தந்தை துணை வேண்டும்.

கல்வி கற்றிட நல்ல குருவின் துணை வேண்டும். வாலிபத்தில் நல்ல ஆன்மீகமும் அறநெறிகளின் துணையும் வேண்டும். நடுவயதில் நமது வாழ்வை செழிமையாக்க நல்ல பொருள்வளம் வேண்டும். நோய்கள் அணுகா உடல் வலிமை வேண்டும். முதுமையில் நம்மைத் தாங்கிப் பிடிக்க உறவுகள் வேண்டும். நோகாமல் நொம்பலப்படாமல் ஒரு நொடி-யில் உயிர் பிரிகிற மரணம் வேண்டும்.

இவையெல்லாம் வாய்ப்பது பெரும்பேறு!

வாழ்வெல்லாம் ஏதோ ஒன்று அச்சாணியாக நின்று நம் வாழ்க்கைத்-தேரை சுழல வைக்கிறது.பாவங்கள் நீங்கிய இளமையும் மன பாரங்கள் நீங்கிய முதுமையும் வரமாகும்.

பாடல்: 36

மூப்பிலாக் குமரி வாழ்க்கை முனையிலா அரசன் வீரம்!
காப்பிலா விளைந்த பூமி கரையிலாது இருந்த ஏரி!
கோப்பிலான் கொண்ட கோலம் குருஇலான் கொண்ட ஞானம்!
ஆப்பிலா சகடுபோல அழியும் என்று உரைக்க லாமே!"

விளக்கம்:

தாய்தந்தை, சகோதரன், கணவன் பிள்ளை என தக்க பாதுகாப்பு இல்லாத பெண்ணின் வாழ்வும், படைகளின் முனைப்பு இல்லாத அரசனின் வீரம், காவலில்லாது விளைந்திருக்கும் மண், கரைகளற்ற ஏரிக்கரை, ஒழுக்கமில்லாதவனின் ஒப்பனைக்கோலம், வழிநடத்திட தக்க

குரு இல்லாத ஒருவனின் அறிவு ஆகிய இவை ஆறும் அச்சாணி இல்லாத தேர்போல கெட்டழிந்து போகும் என்பதாம்.

ஆனால் இன்று ஆண் துணையின்றி சாதித்துக் காட்டும் மங்கையர் வாழ்வும் தனக்குள் தானே விளங்கி ஞானம் கொள்ளும் மனிதர்களும் உண்டு என்பதை மறுப்பதற்கில்லை.

38

அணங்குகொல்! ஆய்மயில்கொல்!

பெண்களின் அழகை வர்ணித்துப்பாடாத இலக்கியங்களே இல்லை எனலாம். பாதாதி கேசமாய், கேசாதி பாதமாய் உவமையாய் உருவகமாய் வர்ணித்து வர்ணித்து பாடித் தள்ளினர்.

திருக்குற்றாலக் குறவஞ்சியில் வசந்தவல்லி பந்தாடி மகிழும் சிறப்பை

'செங்கையில் வண்டு கலின்கலின் என செயம் செயம் என்றாட

என வர்ணித்திருப்பார் திரிகூட இராசப்ப கவிராயர். கம்பராமாயணத்தில் சீதையின் அழகையும் குறிப்பாக சூர்ப்பனகையின் நடையழகை 'பஞ்சியொளிர் விஞ்சுகுளிர் பல்லவம் அனுங்க' எனத்தொடங்கி நஞ்சமென வஞ்சமென அன்னமென என வர்ணணை ஒவ்வொரு அடியாய் அடி எடுத்து வைக்கும்படி செய்திருப்பார்.

சிலம்பில் கண்ணகியை லட்சுமி தேவியாக வர்ணிப்பார் இளங்கோவடிகள்.

மணிமேகலையில் கதைநாயகி இளம்பருவம் வர்ணிக்கப்பட்டு அத்தகு அழகும் இளமையும் உடையவள் துறவியானதைக் கண்டு மன்மதன் தன் கரும்புவில்லை மண்ணில் எறிந்து கையற்று சென்றான் என முடிப்பார் சீத்தலைசாத்தனார்.

"பெண்ணே உனது மெல்லிடை பார்த்தேன். அடடா பிரம்மன் கஞ்சனடி!" என பிரம்மனை கஞ்சப்பயலாகத் திட்டியிருப்பார் வைரமுத்து.

கலைவாணியோ இராணியோ அவள்தான் யாரோ என அம்மனை-யும் அம்மணியையும் இருபொருள்பட அப்பாடல் வர்ணிக்கும். அழகை ரசித்து வர்ணித்து புகழ்ந்து பாடுவதில்தான் கவிஞர்களுக்கு எத்தனை பெருமகிழ்வு!

பாடல்:37

பொன்னின்மணி கிண்கிணி சிலம்பு புலம்ப
மின்னுமணி மேகலைகள் மெல்லென ஒலிப்பச்
சின்னமணி கொண்டு சில சேடியர்கள் சூழ
அன்னம் என அல்ல என்ன லாமென உரைத்தார்!"

விளக்கம்:

பொன்னால் ஆன சங்கையும் கிண்கிணிச்சிலம்பும் ஒலிக்க அப்பெண் நடந்து வருகிறாள்.

இடையினில் அணிந்துள்ள மேகலை பளிச்சென மின்னி மெல்லிசை தருகிறது. அவள் உடல் தாங்கும் அளவுக்கு சின்னச்சின்ன பூக்களைச் சூட்டி, தோழிகள் அவளை அலங்கரித்து நிற்கின்றனர்.

இதைக்கண்டு அழகில் சொக்கிப்போனவர்கள் இவள் அன்னப்பற-வையோ என மயங்கி நின்றனர். இல்லை இல்லை இப்படி அணிசெய்து அழகாக நடக்க ஒப்பற்ற அழகுடை இளம்பெண்ணால்தான் இயலும். அதனால் இவள் பெண்ணழகிதான் எனத்தெளிந்தனர்.

வள்ளுவப் பெருந்தகை 'அணங்குகொல் ஆய்மயில்கொல் கணங்-குழை மாதர்கொல் மாளும் என்நெஞ்சு' என்று வியப்பதை இங்கு நினைவு கூறலாம். உங்கள் நினைவுக்கு வரும் மற்ற வர்ணணைகளை கூறுங்களேன்!

39

நம்பிக்கைக்குரிய மன்னன்!

ஒரு நாட்டை காப்பது அரசனின் கடமை. ஒரு வீட்டை பொறுப்புடன் கட்டிக்காப்பது குடும்பத்தலைவனின் கடமை. ஒரு அலுவலகத்தில்,நிறுவனத்தில் உதவியாளர் முதல் உரிமையாளர் வரை அனைவருமே இது நம்முடைய நிறுவனம். இதன் வளர்ச்சியில் நம்முடைய பங்கும் உழைப்பும் மிக முக்கியமான ஒன்று என்பதை உணர்ந்து பணிபுரிய வேண்டும். அதே போல் கிடைக்கும் இலாபத்திலும் அனைவருக்கும் பங்கு கிடைக்கச்செய்ய வேண்டும். ஒரு நாட்டின் அமைதியிலும் ஒற்றுமையிலும் வளர்ச்சியிலும் நம் ஒவ்வொருவரின் பங்கும் மிக முக்கியமானதாகும். எந்த பதவியிலும் ஒழுக்கமும் நேர்மையும் உழைப்பும் இருந்தால்தான் நாடும் வீடும் சிறக்கும். இல்லையேல் நம்பி ஏமாந்த கதையே நடக்கும்.

பாடல்:38

"கானலை நீரென் றெண்ணி காடுவெளி திரியும் மான்போல்
வானுறு மிலவு காத்த மதியிலாக் கிள்ளை யேபோல்
தேனினை யுண்டு தும்பி தியங்கிய தன்மை யேபோல்
நானுன்னை யரசனென் றெண்ணி நாளையும் போக்கினேனே!"

விளக்கம்:

கானல்நீரை தண்ணீர் என்று நம்பி காடுமேடெல்லாம் சுற்றித்திரிந்த மான்போலவும்,

இலவம்பஞ்சு காயினை அது பழுக்கும்,அதை உண்ணலாம் என காத்திருந்த கிளி ஏமாற்றமடைந்ததைப் போலவும், தேனுண்ண காத்திருந்த வண்டுபோலவும் நானும் உன்னை அன்பாகவும் உயிராகவும் கடமையுணர்வோடும் காக்கவேண்டிய தலைவன் அதை செவ்வனே செய்வான் என நம்பி ஏமாந்த கதையாகிப் போனதே என்பதாகும்.

தலைவனெனின் அதற்குரிய பொறுப்போடும் நம்பிக்கைக்கு பாத்திரமாக இருத்தல் வேண்டும் என்பது வலியுறுத்தப்படுகிறது.

40

தூங்காத கண்ணொன்று!

'தென்றல் உறங்கியபோதும் திங்கள் உறங்கிய போதும் கண்கள் உறங்கிடுமா?

காதல் கண்கள் உறங்கிடுமா?' என்ற மக்கள் கவிஞர் மருதகாசியின் பாடல் வரிகள்தான் என்னே இனிமை! நள்ளிரவிலும் உறங்காதவர் யாவர்? காதலர்கள்,காவலர்கள்,கள்வர்கள் என இவர்களே உறங்கமாட்டார்கள்.

பொதுவாக இரவு பகலின் துன்ப புழுக்கத்தை போக்க தூக்கம் விசிறிடும் தென்றலாய் அருமருந்தாய் ஆற்றும். உறக்கம் வரா நோயாளியும் கூட நள்ளிரவில் தன்னை மறந்து உறங்கிவிடுவார். ஆந்தை பகலில் தூங்கி இரவில் கண்விழிக்குமாம். அதனால்தான் ஆந்தைபோலே முழிக்கிறான் என்பார்கள்.

நெடுநல்வாடையில் அரசன் போர்ப்பாசறையில் முதல்நாள் போரில் புண்பட்ட வீரர்களையும் யானைகளையும் குதிரைகளையும் எண்ணி உறங்காமல் வருந்திக் கொண்டிருக்கிறானாம். மறுநாள் போரை எவ்வாறு நடத்துவது என்ற சிந்தனையும் கடமையுணர்வும் அவனது உறங்கா நிலைக்கு காரணமாக உள்ளதாம்.

'நள்ளென் யாமத்தும் பள்ளிகொள்ளான் சிலரோடு திரிதரும் வேந்தன் பலரோடு

முரணிய பாசறை' என நெடுநல்வாடைக் கூறுகிறது.

நீண்ட பிரிவிற்குப்பின் தலைவனோடு இன்துயில் கொள்ளும் தலைவியின் உறங்கத்தை கடமையுணர்வோடு அதிகாலை கூவி எழுப்பும் சேவலை, நள்ளிரவில் எலி பிடித்துண்ணும் பூனைக்கு உணவாகக் கடவாய்‘ என சபிக்கும் குறுந்தொகை தலைவியையும் காண முடிகிறது. (குறுந்தொகை.107. மருததிணை, மதுரைக்கண்ணணார்)

இரவு ஆற்றாத புண்ணை ஆற்றும்.கவலையும் கடமையணர்வும் கொண்ட கண்களுக்கு நள்ளிரவிலும் உறக்கமேது?!

பாடல்:39

"சங்கு முழங்கும் தமிழ்நாடன் தன்னை நினைத்த போதெல்லாம்
பொங்கும் கடலும் உறங்காது! பொழுதோர் நாளும் விடியாது!
திங்கள் உறங்கும்! புள் உறங்கும்! தென்றல் உறங்கும் சிலகாலம்
எங்கும் உறங்கும் இராக்காலம் எனக்கண் இரண்டும் உறங்காவே!"

விளக்கம்:

நள்ளிரவு நேரத்தில் வானத்து நிலவும்கூட தூங்கும்.இரவு நேரமும் தூங்கும். பறவையினங்களும் மரக்கிளையில் உறக்கம் கொண்டிடும்.(நீர்-தூங்கும் நிலமும் ஆகாய நிலவுந் தூங்கும் நான் தூங்கமாட்டேன் ராக்-கோழி நான்’-வாலி திரைப்பாடல்) ஆனால் எப்பொழுதும் தன் நாட்டின் நலனையே நினைத்திருக்கும் சங்கு முழங்கும் கடலால் சூழப்பட்ட தமிழ்-நாட்டின் தலைவனான எம் மன்னன் நாளெல்லாம் நாட்டின் நலனையும் பாதுகாப்பையும் எண்ணி கண் உறங்காது காவல் காக்கின்றான்.

அவனது கடமையுணர்வை எண்ணி பொங்கும் கடலும் தூங்காது விழித்திருக்கும்.

இரவும் விடியாமல் நீண்டு கொண்டே இருக்கும்.

அரசனின் கண்தூங்காது கடமையாற்றும் பொறுப்புணர்வை உயர்த்த நிலவும் பறவையினங்களும் தென்றல் காற்றும் உறங்கும் எனவும், கடலும் உறங்காது, பொழுதும் விடியாது என கற்பனை மிகையூட்டப்பட்டது.

41

ஆபத்தான விளையாட்டு!

கத்தி எடுத்தவன் கத்தியாலே மாய்வான் என்பார்கள்! ஆபத்து எனத் தெரிந்தும் சில செயல்களை துணிந்து செய்வது அறிவிலி தனமேயாகும். கிடைத்தற்கரிய இவ்வுலக வாழ்வில் தீமை நீக்கி இயன்றவரை தனக்கும் பிறர்க்கும் நன்மையளிக்கக் கூடிய செயல்களையே செய்யவேண்டும். 'தீயவை தீமைப் பயத்தலால் தீயவை தீயினும் அஞ்சப் படும்' என்பது வள்ளுவர் வாய்மொழி!

ஆபத்துடனே பணிபுரிபவர்களும் உண்டு. வானத்தில் பறப்பதும் கடல்மூழ்கி முத்தெடுப்பதும் சுரங்கங்களில் பணிபுரிவோரும் அமிலங்கள் நிறைந்த தொழிற்சாலைகளில் பணிபுரிவோரும் என ஒவ்வொருவரும் தாம் செய்யும் தொழில்களில் ஆபத்தை உணராமல் இல்லை. எனினும் தன் உயிரையும் பணயம் வைக்கும் இராணுவ வீரனைப்போல் கடமை-யுணர்ந்து பணிபுரிகின்றனர். அவர்களின் தியாகங்களை போற்றுவோம்!

பாடல்:40

"அரவினை ஆட்டு வாரும் அரும்களிறு ஊட்டு வாரும்
இரவினில் தனிப்போ வாரும் ஏரிநீர் நீந்து வாரும்
விரைசெறிகுழலி யான வேசியை விரும்புவாரும்
அரசனை பகைத் திட்டாரும் ஆருயிர் இழப்பர் தாமே!"

விளக்கம்:

கொடிய விடமுடைய பாம்பினை ஆட்டம்காட்டி பிழைப்போரும், மதயானை அடக்கி நிற்கும் பாகனும்,இரவினிலே துணையாருமின்றி தனியாக பயணம் செய்வோரும்,

ஆழத்தை கணிக்க முடியாத ஏரி நீரில் நீந்துபவரும், அடர்ந்த முடிக்கற்றைக் கொண்ட வேசியை விரும்புவாரும்,நாட்டின் அரசனோடு பகைகொண்டோரும் தனக்கான அழிவை தானே தேடிக் கொள்வதற்குச் சமம் என்பதாம்.

இதில் சில கேள்விகள் எழுகின்றன.

பாம்பாட்டி அதன் கொடிய விடமுடைய பல்லை பிடிங்கிவிட்டுத்தானே வித்தைக்காட்டுவான். யானைப்பாகனும் தக்க பயிற்சியளித்து அங்குசம் முதலிய கருவிகளைக்கொண்டும் அல்லவா அடக்கியாள்வான்? ஒரு வேளை அவ்யானைக்கு மதம்பிடித்தாலே யொழிய பாகற்கு ஆபத்தில்லையே?

மற்றைய இரவு தனிநடத்தல்,ஏரிநீர் நீந்துதல் வேசி மோகம் போன்றவற்றால் ஆபத்து என்பது ஏற்கக்கூடியதாக உள்ளது. அரசனைப் பகைத்தல் என்றால் பகைவர்களா? அல்லது உள்நாட்டு கலகக்காரர்களா? அல்லது அரச விதிகளுக்கு கட்டுப்படாதவர்களா? வரி செலுத்தாதவர்களா? நாட்டின் இரகசியத்தை வெளிப்படுத்தியவர்களா? போன்ற ஐயங்கள் எழுகின்றன.

பாம்புடனும் களிறுடனும் தனிமைப்பயணமும் ஏரிநீரிலும் வேசிகளுடனும் அரசர்போன்றோருடனும் பழகும்போது ஆபத்தும் இருக்கும் என்பதை உணர்ந்து சிலவற்றைத் தவிர்த்தும், சிலவற்றோடு மிகக் கவனமாகவும் பழக வேண்டும்,வாழ வேண்டும் என்பதும் கொள்ளதக்கதாகும்.

42

வருந்தாதே! வாழ்வு வரும்!

'நாளை நீ அயோத்தி நாட்டின் சக்கரவர்த்தி என்றபோதும், பதினான்காண்டுகள் வனவாசம் என்றபோதும் இராமனின் முகம் 'அன்றலர்ந்த தாமரை மலரென இருந்ததாம்! சமன மனநிலைக்கு இதைவிட சிறந்த சான்று உண்டா?

காந்தியடிகள் ஒவ்வொரு நாளும் பகலில் பதினைந்து நிமிடம் உறங்குவாராம். பதினாறாவது நிமிடம் எந்த கடிகாரமும் எழுப்பாமலே எழுந்துவிடுவாராம். ஆனால் உறக்க நேரத்தில் எந்த ஆபத்து வந்தாலும் அசையமாட்டாராம்.

இத்தகு மனநிலையே அகிம்சை குணத்தைக் காத்தது.

'கடலளவே இருந்தாலும் மயங்கமாட்டேன்! அது கையளவு ஆனாலும் கலங்கமாட்டேன்! என்ற கண்ணதாசனின் பாடல் வரிகளும் போற்றத்தக்கது.

ஊழ்வினை பலனாலே கோவலன் கொலையுண்டான். இராமன் வனவாசம் போனான். அரிச்சந்திரன் மயானம் காத்தான்.நளன் நாடிழந்து நகரிழந்து மனைவி மக்களைத் துறந்து சமையற் காரனானான்.

விதிப்பயன் யாரையும் விடுவதில்லை.

உடலை தங்கபட்பத்தால் காத்தவரும் மாய்வார். உடல் பசியாலும் நோயாலும் வாடிக்கிடந்தவரும் மாய்வார். அவரவர் காலம் வரை வாழ்வு நிலைக்கும்.தெருவழியே போனவர்க்கு யானை மாலைச்சூட்டி மகரா-

சனாக மாற்றிய கதைகளையும் படித்திருக்கும். 'வாழ்தல் இனிதென மகிழ்ந்தன்றும் இலமே முனிவின் இன்னாதென்றலு மிலமே' என்ற கணியன் பூங்குன்றனாரின் புறநானூற்றை போற்றுவோம்!

நீர்வழி படூஉம் புனைபோல் ஆருயிர் முறைவழி படூஉம் என்பது திறவோர்காட்சியில் தெளிந்தனம்!" தெளிவோம் வாழ்வில் மகிழ்வோம்!

பாடல்:41

"வாழ்வது வந்தபோது மனந்தனில் மகிழவேண்டாம்
தாழ்வது வந்து தானாற் றளர்வரோ தக்கோர் மிக்க
ஊழ்வினை வந்த தானால் ஒருவரால் விலக்கப் போமோ?
ஏழையா யிருந்தோர் பல்லக் கேறுதல் கண்டி லீரோ!"

விளக்கம்:

எல்லா நலங்களும் வளங்களும் மிக்க வசதியான மகிழ்வான வாழ்வு கிடைத்தால் அதற்காக துள்ளிக்குதிக்கவும் வேண்டாம்.

வறுமையும் தளர்வும் வந்தபோது அதற்காக வருந்தி சோர்ந்து உக்கார்ந்து விடவும் வேண்டாம்.

நம்முடைய விதிப்பயனால் ஏற்படும் நன்மை தீமைகளை நம்மால் தவிர்த்துவிட முடியுமா?

ஏழைகளாய் இருந்தவர்கள் நல்லநேரம் வந்தால் பல்லக்கில் உலா வரும் காலமும் வரும்.

வாழ்வில் எதற்காகவும் தளர்ந்துவிட வேண்டாம். வீழ்வது ஒரு காலமெனில் வாழ்வதற்கு ஒரு காலம் வரும். நம்பிக்கையே வாழ்க்கை என்றே உணர்வோம்.

43

மனமொத்த வாழ்வு!

'உடம்பாடு இலாதவர் வாழ்க்கை குடங்கருள்
பாம்போடு உடன்உறைந் தற்று!' என்கிறார் வள்ளுவ பெருந்தகை.

'ஓடுகிற வண்டி ஓட ஒத்துமையா ரெண்டு மாடு ஒண்ணுவிட்டு ஒண்ணுபிரிஞ்சா என்னவாகும் எண்ணிப்பாரு!' என்ற திரைப்பாடல் என்னே தத்துவம். காதல் மனையாளும் காதலனும் கருத்தொருமித்து தீதில் ஒரு கருமம் செய்பவே' என்கிறது நன்னெறி.

இல்வாழ்க்கையின் இலக்கணமே அன்பு ஒன்றுதான்.

கணவனும் மனைவியும் அன்புமிகக் கொண்டு ஒருவருக்கொருவர் உதவி, பொருள்தேடி இல்லறத்தை நல்லறமாய் செய்து பிள்ளைகள் பெற்று விருந்தோம்பி வாழ்தல் வேண்டும். கண்ணகி கோவலனை பிரிந்-ததற்காய் வருந்தவில்லை. மாறாக,

'அறவோர்க்களித்தலும் அந்தணர் ஓம்பலும்
துறவோர்க்களித்தலும்
தொல்லோர்க்கு எதிர்தலும் இழந்தனம்' எனவே
வருந்துகின்றேன் என்கிறாள்.

இல்லற வாழ்வில் இன்பதுன்பங்களில் பங்கேற்று மனமொன்றி வாழ்-தல் வேண்டும். இல்லையெனில் வாழ்க்கை சாரமற்றவிடும்.

பாடல்:42

"பருப்பதங்கள் போல் நிறைந்திடு நவமணிப்
பதங்களைக் கொடுத்தாலும்
விருப்பம் நீங்கிய கணவரைத் தழுவுதல்

வீணதாம் விரை ஆர்ந்த
குருக்கு சந்தனக் குழம்பினை அன்போடு
குளிர்தர அணிந்தாலும்
செருக்கு மிஞ்சிய அன்பர்தம் தோழமை
செப்பவும் ஆகாதே!"

விளக்கம்:

நவமணிகளும் பொன்னும் பொருளும் மலையளவுக் கொட்டிக் கொடுத்தாலும் அன்பகத்தில்லா கணவன் மனைவி வாழ்க்கை வீணான-தேயாகும்.

வாசம் மிக்க குருகத்திச் சூடினாலும்,குளிர்ச்சிதரும் சந்தனம் அரைத்து பூசினாலும் மனம் ஒன்றா மணவாழ்வு சொல்லில் அடங்கா சோகமாகவே இருக்கும் என்பதாம்.

அதனாலே காதலுடன் கூடிய மணவாழ்வே சிறந்தது என்பர். ஒருவ-ரையொருவர் மனதால் ஒன்றிணைந்து அன்பும் அனுசரணையும் அக்க-றையும் கொண்டு வாழ்தல் வேண்டும். எந்த முரண்பாடுகளும் திருமணம் எனும் உடன்பாட்டுக்கு முன்பே தீர்த்தல் வேண்டும். அன்றி பிடிக்காத மனைவி கைப்பட்டாலும் குற்றம் கால்பட்டாலும் குற்றம் என வாழ்தல் என்ன மகிழ்வுதரும்?

'அன்பகத்தில்லா உயிர் வாழ்க்கை வன்பாற்கண்

வற்றல் மரம் தழைத் தற்று' என்ற வள்ளுவம் கூறும் எச்சரிக்கையை ஏற்போம்!

அன்பாலே அகம்இணைந்து அழகியதோர் வாழ்வு பெறுவோமாக!

44

வறுமையில் புரியும் வாழ்வு!

'மன்னற்கு தன்தேசமல்லால் மதிப்பில்லை.

கற்றோர்க்கு சென்றவிடமெல்லாம் சிறப்பு என்கிறார் ஔவை.

நாம் வாழும் ஊரில் நமது கல்வி, தொழில், செல்வநிலை ஆகிய-வற்றால் மதிப்பிருக்கும். நம்மை யாரென்றே தெரியாத ஊரில் தம்பிக்கு எந்த ஊரு திரைப்பட நாயகனைப்போல சென்றால் நம் மதிப்பு யாருக்-குமே தெரியாமல் சாதாரண மனிதனாகவே கருதுவர்.

இராமனும், பஞ்ச பாண்டவரும் வனவாசமும் அஞ்ஞானவாசமும் சென்றதும் இதனாலே ஆகும்.

நம்மை யாரென்று தெரியாத ஊரில்தான் நம் உழைப்பு குணம் ஆகி-யவற்றாலே புகழ் கிடைக்கும்.

பாடல்:43

பெருத்திடு செல்வமாம் பிணிவந் துற்றிடில்
உருத்தெரி யாமலே வொளிம ழுங்கிடும்
மருந்துள தோவெனில் வாகடத்திலை
தரித்திர மென்னுமோர் மருந்திற் றீருமே!

விளக்கம்:

அளவில்லாத செல்வம் நிறைந்திடில் அதுவே பெரிய நோயாக மாறி-விடும். அதற்கு மருந்து உண்டா எனக்கேட்டால் வளமைக்கு மாறான வறுமைதான் சிறந்த மருந்து என்பதாம்.பணம் கையில் இருக்கும்போது

யாரையும் மதிக்கத் தோன்றாது. தான் என்ற அகந்தை வரும். பணத்-தாலே எதையும் சாதித்துவிடலாம், எதையும் வாங்கிவிடலாம் எனத் தோன்றும். மனிதர்களின் உறவு தேவையற்றதாகத் தோன்றும். இதுவே நோயாக உருவகிக்கப்படுகிறது.

பணமொன்றே எல்லாம் செய்துவிடாது. அதுவன்றி அன்பு, கருணை, மனிதநேயம், ஈகை, நல்லோர் உறவு நான்கு பேர் நட்பு இதுவெல்லாம்-தான் தேவை. இது எப்போது புரியும் மிகைச்செல்வ நோய்நீங்க வறுமை மருந்து கொடுக்கும். செல்வத்தாலேயே வாழ்ந்துவிட முடியாது, சுற்றம் நட்பு சூழ வாழும் எளிமையான அன்பு வாழ்வில்தான் வாழ்க்கை நிறை-யும் எனத் தெளியும்!

45

பெண் மனசு!

'பெண் மனசு ஆழமென்று ஆம்பிளைக்குத் தெரியும்! அது பொம்பளைக்குப் புரியும்!

அந்த ஆழத்திலே என்ன உண்டு? யாருத்தான் தெரியும்?' என்ற திரைப்பாடல் பெண் மனதின் ஆழம் அறிந்தவர் இல்லை என்பதை உணர்த்துகிறது.

வானத்தை அளந்தோம்! செவ்வாய் கிரகத்தினை ஆய்ந்தோம். காற்றுவெளியை, ஓசோன் படலத்தை, மண்ணின் கனிமங்களை அவற்றின் வேர்வரை சென்று கண்டறிந்துவிட்டோம். பேரிடர்களின் அழிவுகளையெல்லாம் அறிவியலின் துணைகொண்டு முன் அறிந்து கொள்கிறோம்.

மனித உடற்கூறு இயலை அக்குவேறு ஆணிவேர் வரை அறிந்துகொள்கிறோம்.மாற்றுருப்பு சிகிச்சைகளில் வெற்றிக்கண்டிருக்கிறோம்.

இவையெல்லாம் மனித அறிவின் உச்ச சாதனைகள் என்பதை மறுப்பதற்கில்லை. இத்தகு வல்லமையாளர்களால்கூட ஒரு பெண்ணின் மனதின் உட்கிடக்கைகளை, சிந்தனை ஓட்டங்களை அபிலாஷைகளை உய்த்துணரவொண்ணாது.

' ஆறும் அது ஆழமில்ல! அது சேரும்கடலும் ஆழமில்ல! ஆழம் எது அய்யா? அந்த பொம்பள மனசுதான்ய்யா....' என்ற திரைப்பாடல் எத்தனை பொருத்தம்?

பெண் மிகப் பெரிய ஆற்றல், அறிவு, செயல்திறன் மிக்கவர். அவர் உள்ளக்கிடக்கைகள், எண்ணவோட்டங்களை புரிந்துகொள்ளல் கடினமானது. ஆனால் அன்பினால் சாதிக்கமுடியாததும் உண்டா உலகில்?

அறிவோ, ஆற்றலோ சாதிக்காதவற்றையும் அன்பினால் சாதிக்கலாம்! அன்பு கண்ணோட்டத்தில் அகிலத்தையும் வெல்வோம்!

பாடல்:44

"அத்தியின் மலரும் வெள்ளை யாக்கை கொள் காக்கை தானும்
பித்தர் மனமும்நீரில் பிறந்தமீன் பாதம் தானும்
அத்தன் மால் பிரம்மதேவன் ஆள்அளவிடப் பட்டாலும்
சித்திர விழியார் நெஞ்சம் தெரிந்தவர் இல்லை கண்டீர்!"

விளக்கம்:

பூ பூக்காத அத்திமரத்தில் பூவும் காணமுடியும்.

வெள்ளை நிற உடலைப் பெற்ற காக்கை இல்லை. ஆனால் அப்படிப்பட்ட காக்கையையும் காண இயலலாம்.

மனநிலை பாதித்தவர் தெளிவான மனநிலையில் இருப்பதில்லை. ஆனால் விதிவிலக்கான தெளிவு பெற்றவர் இருக்கலாம்.

நீரில் நீந்தும் மீனுக்கு பாதம் இல்லை. ஆனால் அதிசயமாக பாதம் கொண்ட மீனையும் காணமுடியும்.

இத்தகு அதிசயங்களை சாதாரண மனிதர்களாகிய நம்மால் காணமுடியாது. ஆனால் மும்மூர்த்திகளான சிவன் பிரம்மன் விஷ்ணு ஆகியோரால் அறியமுடியலாம். அது அவர்களது சிறப்பு குணம். ஆனால் அத்தகு சிறப்பு குணம் படைத்தவர்காளாலேயே ஒரு பெண்ணின் மனதின் ஆழத்தை அறிய முடியாது என்பதாம்.

அத்திபூக்காது! வெண்ணிற யாக்கை காகம் இல்லை! பித்தர் மனமும் தெளிவாக இருக்காது! மீனுக்கு பாதம் இல்லை!

அதிசயமாக, விதிவிலக்காக இருந்தாலும் அதை மும்மூர்த்திகளே காண இயலும். அவர்களும் பெண் மன ஆழத்தை அறியமுடியாதெனில் எளிய மனிதர்களால் அறியவொண்ணுமோ? கடினம்தானே!?

46

அடுத்தவர் சொல்லைக் கேட்டு!

ஒருசொல் வெல்லும். ஒருசொல் கொல்லும். நாக்குக்கு நரம்பில்லை. பிறரைக்கொல்லும் நுண்மையான ஆயுதம் மென்மையான நாக்கே ஆகும். ஒருவர் சொல்வதை அடுத்தவரிடம் கூறும்போது உள்ளதை உள்ளவாறே கூறவேண்டும். அதற்குள் அது பலபேரிடம் பலவாறாக வடி-வந்திரிந்து இறுதியில் பொய்யான வதந்தியாகப் போய்சேர்ந்தால் அது துன்பத்தையேத் தரும்.

இராவணன் விபீடணன் போன்றோரின் எச்சரிக்கை நல்வார்த்தை-களை கேட்கவில்லை. அனுமனின் தூதையும் அவமதித்தான். இராமன் கொடுத்த கால கெடுவையும் அவமதித்தான். தான் நினைத்திருந்தால் தன் புத்தி மாறியிருந்தால் பேரழிவையும் தன் அழிவையும் தடுத்திருக்க முடியும்.

துரியோதனன் பீஷ்மர், விதுரர், திருதராட்டிரர், துரோணாச்சாரியார் போன்றோரின் சொல்லை மதிக்கவில்லை. கண்ணன் தூதினை ஏற்க-வில்லை. சகுனியின் சூழ்ச்சி ஒன்றையே தாரக மந்திரமாகக் கொண்-டான். கெட்டழிந்தான்.

'மூத்தோர் சொல்லும் முதுநெல்லிக்கனியும் முன்கசக்கும், பின் இனிக்கும்.'மாசற்ற நெஞ்சுடையார் வன்சொல்இனிதே ஏனையவர்

பேசுற்ற இன்சொல் பிறிதென்க' என்கிறது சிவபிரகாசரின் நன்னெறி. நல்லோரின் வன்சொல்லும் நன்மையே தரும்.தீயோரின் நஞ்சு கலந்த

தேன்சொல் அழிவையே தரும். சிவன் பக்தியோடு கல்லால் அடித்த எறிபத்தருக்கு அருளினான். கரும்புவில்லில் அரும்புநாண் எய்த மன்மதனை சுட்டழித்தார். எது சிறப்பு கூறுங்கள்!

பாடல்:45

"சொல்லுவார் வார்த்தை கேட்டுத் தோழமை இகழ்வர் புல்லர்
நல்லவர் விசாரியாமல் செய்வரோ? நரிசொல் கேட்டு
வல்லியம் பசுவும்கூடி மாண்டதோர் கதையைப்போலப்
புல்லியர் ஒருவராலே போகுமே யாவும் நாசம்!"

விளக்கம்:

நல்ல நண்பர்கள் இருவர் நட்பின் மீது பொறாமைக்கொண்டு அவர்களை பிரித்தாள எண்ணி சூழ்ச்சி செய்து கலக வார்த்தைகளை கூறி பிரித்திட எண்ணுபவர்கள் கூறும் பொய்யான வார்த்தைகளை நம்பி உண்மைநட்பை இழக்கும்படியாக பேசுதல் கீழோர் செயலாகும்.

உண்மைநட்பைக் கொண்ட நல்லோர்கள் உண்மை எது? பொய் எது? என விசாரிக்காமல் முடிவு எடுத்து நட்பை பிரித்துவிட மாட்டார்கள்!

அவ்வாறு தீர ஆராயாமல் நட்பைப் இழக்கும்படி பேசுவது, நரியின் பேச்சைக்கேட்டு புலியும் பசுவும் நட்பாகப் பழகி இருந்து பின் மாண்ட கதையாகிவிடும்.

புலியும் பசுவும் நட்பு கொள்ள முடியாது. எதிரிகளான இவர்களை நட்புகொள்ளச் செய்தது நரியின் தந்திரமாகும்.

நரி போன்றோர் சொல்கேட்டு தீயோரோடு நட்புகொள்ளவும் கூடாது. நல்லவர் நட்பை குழப்பத்தால் இழந்துவிடவும் கூடாது என்பதாம்.

47

திட்டினும் தித்திக்கும்!

சிறுவயதில் நம் பெற்றோர் நம் தவறான செயல்பாடுகளின் போது திட்டியிருப்பர்.வசைபாடி இருப்பர். அதுவெல்லாம் நம்மை கெடுப்பதற்கோ அழிப்பதற்கோ அன்று.அவையெல்லாம் இரைகளை கொன்று கவ்விச்செல்லும் புலி பூனையின் செயல் அன்று. அதனால் அஞ்சவேண்டியதில்லை. மாறாக தன் குட்டிகளை வேறொரு இடத்திற்கு எடுத்துச்செல்லும் செயல்போன்றதேயாகும்.

சினிமா நாடகம் போன்றவற்றைக் காணும்போது அவற்றில் ஒன்றிப்போய் அவற்றின் எதிர்மாந்தர்களை வெறும் கற்பனையாக்கத்திற்கான நடிப்புதான் எனக் கொள்ளாமல் வசைபாடுவோம். திரைகளின் மீது கத்தி வீசுவோம். அவர்களை நேரில் கண்டால் அடிக்க பாய்வோம்.

கிரிக்கெட் போன்ற விளையாட்டுகளை நேரிலும் தொலைக்காட்சியிலும் காணும்போது வெற்றிக்கான முக்கிய நேரத்தில் விளையாட்டு வீரர்கள் வெற்றியை தவறவிட்டால் திட்டித்தீர்த்துவிடுவோம். என்னை விட்டிருந்தால் தூள் கிளப்பியிருப்பேன். அவன் முட்டாள் என சிறுசு பொடிசுகளே பேசுவதைக் கேட்டிருப்போம். கிராமப்புறங்களில் மாமன் மச்சான் முறைப்பெண்கள் ஒருவரின் தோற்றத்தையோ செயல்களையோ கிண்டல் கேலி செய்து பேச்சு பாடல் பழமொழி ஆகியவை மூலம் வசைபாடிக்கொள்வர். ஆனால் அவையெல்லாம் கோபமாக கருதாமல் நகைச்சுவையாகவே கொள்கின்றனர்.

இன்றைய இளைஞர்கள் கண்ட படி நண்பர்களை தாயைப்பழித்து கெட்டவார்த்தை பேசினாலும் இயல்பாகவே எடுத்துக்கொள்கின்றனர்.

அல்லது பரஸ்பரம் திட்டிக்கொள்கின்றனர். 'தாயைப் பழித்தாலும் தமிழைப் பழித்தவனை விடேன்' என்ற பாரதிதாசன் போன்றோர் இங்கே தோற்றுவிடுகின்றனர்.

ஆனால் இத்தகையோரே நாட்டுக்கும் மொழிக்கும் பண்பாட்டுக்கும் நம்முடைய பழக்க வழக்கங்களுக்கோ தடையோ இழுக்கோ ஏற்பட்டால் வேறுபாடுகளை மறந்து ஒன்றிணைந்து வலிமையான எதிர்குரல் மூலமும் போராட்டங்கள் மூலமும் அவற்றை மீட்டெடுக்கின்றனர் என்பது பெருமைக்குரியதேயாகும். சொல்லும் சொற்களும் எடுத்துக்கொள்ளும் வகையில்தான் அதன் விளைவு இருக்கும்போலும்.

பாடல்:46

"கதலி வீரர் களத்திடை வையினும்
குதலைவாயில் குழவிகள் வையினும்
மதன லீலையில் மங்கையர் வையினும்
இதமுறச் செவிக்கு இன்பம் விளையுமே!"

விளக்கம்:

போர் மும்முரமாக நடைபெற்றுக் கொண்டிருக்கும்போது சகவீரனின் வீச்சை முறைப்படுத்த வீரன் கோபமாக திட்டும்போதும்,

குழந்தைகள் மழலை மொழியில் நம்மை திட்டினாலும் அது இனிக்கும்.

மஞ்சத்தில் புரளும்போது மதன விளையாட்டு அளவுக்கதிகமாகி சிறு துன்பம்கொடுக்கும்போது அதனை தாங்கொணாது மங்கை திட்டும்போதும் அதனால் கோபம் விளையாது. மாறாக இவையெல்லாம் இன்பத்தையே கொடுக்கும் என்பதாம்.

48

மூளை பலம்!

மகாபாரத யுத்தம் தொடங்கவிருந்த காலம். அர்ச்சுனனும் துரியோதனனும் கண்ணபெருமானிடம் உதவி வேண்டி சென்றனர். சென்றவர்களில் அர்ச்சுனன் கண்ணனின் கால்மாட்டில் அமர்ந்தான். துரியோதனன் தலைமாட்டில் அமர்ந்தான். இருவரும் சென்ற நேரம் கண்ணன் அறிதுயில் கொண்டிருந்தான். திடீரென விழித்து எழுந்தான். அடடே! அர்ச்சுனா! ஏது இந்த பக்கம் என கால்மாட்டில் அமர்ந்த அர்ச்சுனனை முதலில் வரவேற்றான். தலைமாட்டில் பார்வைக்கு பின் இருந்ததால் துரியோதனனை இரண்டாவதாகப் பார்த்தான். பணிவு பாதம் பணிந்தது. வீண் வீராப்பு தலைமாட்டில் பார்வைக்கு பின்னால் அமர்ந்தது. அறிவு வேலை செய்தால்தானே பணிவும் பொறுமை இருக்கும்?

ஒரே நேரத்தில் இருவரும் உதவிக்கோரியதால் ஒருவருக்கு தன் படையும்,மற்றவர்க்கு தான் ஆள் மட்டுமுமாக உதவுதாக கண்ணன் கூற, விவேக சிந்தனையற்ற துரியோதனன் ‘படைகளை மட்டும் எனக்குக் கொடு.வெறும் ஆள்மட்டும் அர்ச்சுனனோடு வேண்டுமானால் போகலாம். ஆனால் ஆயுதம் எடுத்து போர்செய்யக்கூடாது’என்ற கட்டளையோடு படைகளைப் பெற்றான். அர்ச்சுனன் ‘கண்ணா நீ மட்டும் எங்களுடன் இருந்தால் போதும்! உன் அறிவும் ஆசியும் வழிகாட்டுதலும் இருந்தால் போதும் நாங்கள் மூவுலகையும் வெல்வோம்’ என கண்ணனை மட்டும் விவேகியாகப் பெற்றான். போரில் வென்றான். படைகளை மட்டும் நம்பி சென்ற துரியன் தோற்றான். விவேகமான அறிவே வெல்லும். அறிவற்ற வலிமை தோல்வியே காணும்!

பாடல்:47

"புத்திமான் பலவான் ஆவான் பலம்உளான் புத்தி யற்றால்
எத்தனை விதத்தினாலும் இடரது வந்தே தீரும்
மற்றொரு சிங்கம் தன்னை வருமுயல் கூட்டிச் சென்றே
உற்றதோர் கிணற்றில் சாயல் காட்டிய உவமை போல"

விளக்கம்:

விவேகமான அறிவாற்றல் உள்ளவனே பலம் மிக கொண்டவனாக விளங்குவான்.

உடல்வலிமையான பலம் இருந்தாலும் விவேகமான அறிவின்றேல் அவனுக்கு எவ்வகையிலாவது துன்பங்கள் வந்தே தீரும்.

சிங்கம் தான்தான் வலிமைமிக்கவன், காட்டினுக்கே அரசன் என்று பலத்தின் துணையால் அனைத்து உயிர்களையும் அழிக்க நினைக்க, ஒரு முயலானது உம் எதிரி ஒருவன் அந்த கிணற்றில் உள்ளான். அச்சு அசலாக அவன் உம்மைப்போலவே உள்ளான் என புத்திக்கூர்மையோடுபொய் உரைக்க, அதனைக் கேட்ட பலமுள்ள சிங்கம் 'நான் மட்டுமே இக்காட்டின் அரசனாக இருப்பேன். என்னைப்போல் இன்னொரு எனக்கு எதிரியாக இருக்கக்கூடாது. உடனே அவனை அழிக்கிறேன். எங்கிருக்கிறான் அவனைக் காட்டு' எனக்கூற முயல் அதோ அந்த கொடும் கிணற்றில்தான் இருக்கிறான் எனக்கூறி காட்டியது. எட்டி பார்த்த சிங்கம் அதன் உருவம் கிணற்றுநீரில் தெரிய அதுதான் தன் எதிரி என நினைத்து கிணற்றில் பாய, பாழுங்கிணற்றில் மூழ்கி இறந்தது. முயல் சிங்கம் போல வலிமையற்றிருந்தாலும் தன் அறிவுக்கூர்மையால் அதனை மாய்த்து வென்றது. மிக்க வலிமை இருந்தும் அறிவுக்கூர்மை இல்லாததால் சிங்கம் அழிந்தது என்பதாம். இவ்வுவமையை உணர்வோம். அறிவும் வலிவும்,அறிவே வலிவாகவும் கொள்வோம். உலகை வெள்வோம்!

49

கவரிமான்!

மானமெனும் பண்பே மனிதர்க்கு உயிர்நிலை. தன்னிலை தாழா நிலையும் தாழ்வு ஏற்படின் வாழா நிலையும் சிறப்பு என்கின்றனர் நம் முன்னோர்.

தன் மகன் போர்களத்தில் புறப்புண் பட்டான் எனக் கேள்வியுற்ற வீர தாயொருத்தி அது உண்மையெனில் அவனுக்கு பால் கொடுத்த மார்பை அறித்தெறிவேன் என்கிறாள். ஆனால் அவன் கூறியது பொய் என இருந்தால் பொய்க்கூறிய அவன் நாவை அறித்தெறிவேன் என்கிறாள். விழுப்புண் படுதலே வீரனுக்கழகு. புறப்புண் படுதல் மானக்குறைவு. எனவேதான் அவன் பாலுண்ட மார்பை அறுத்தெறிவேன் என்கிறாள்.

தன் பகைவன் கையால் நீருண்ண விரும்பாது மானத்தோடு உயிர் விடத்துணிந்தான் சேரமான் கணைக்கால் இரும்பொறை.

பகைவனது வேல் மார்பில் பாய்ந்து முதுகு வழியே தெரிந்திட புறப்புண் நாணி உயிரைவிடத்துணிந்தான் சேரமான் பெருஞ்சேரலாதன். அதுவல்லவோ மானம் என வெண்ணிக்குயத்தியார் கரிகாற் சோழனைப் பாடும்போது சேரனின் மானத்தைப் பாடுகிறார். தன்மானத்தை சீர்குலைய செய்ததாலே பாஞ்சாலி சபதமிட்டு துரியன் துச்சாதனனை அழித்தாள்.

தன்னை இழித்துப்பேசியதாலே தன் வில்லை முறித்து போரில் ஈடுபடேன் என்கிறார் விதுரர்.தன்னை சாதாரண குரங்கினம்தானே என எள்ளி தன்வாலில் தீ வைத்ததால் இலங்கை நகரையே தீக்கிறையாக்கினான் அனுமன்.

இன்றும் கூட பெண்கள் தங்கள் கற்புக்கொரு இழுக்கு ஏற்படும் நிலையில் தன் உயிரையும் விட்டு கற்பை காப்பது மானத்தின் மீதான பற்றே காரணம். ஆண்களும் தம் சொல்லிலும் செயலிலும் உண்மையும் நேர்மையும் கொண்டொழுக வேண்டும். உழைப்பாலன்றி வேறு குறுக்கு-வழிகளில் வரும் செல்வம் போன்றவை தனக்கு இழுக்கையே ஏற்படுத்-தும் என்பதை உணரவேண்டும். உண்மையாலும் உழைப்பாலும் அன்றி வேறுவழிகளில் வரும் எல்லாமும் நமக்கு இழுக்கையே ஏற்படுத்தும் என்பதை உணரவேண்டும். கையூட்டு, ஊழல், கருப்புப்பணம் ஆகிய அனைத்துமே தவறானவை. அவை கானல் நீர் செல்வங்களே தாகமும் தீர்க்காது தன்மானத்திற்கு உதவாது என்பதை உய்த்துணர்வோம்!

பாடல்:48

"மானம் உள்ளோர் தங்கள் மயிர்அறின் உயிர்வா ழாத
கானுறு கவரிமான்போல் களம்பெறு புகழே பூண்பார்
மானம் ஒன்றுஇல்லார் தாமும் மழுங்கலாய்ச் சவங்களாகி
ஈனமாம் கழுதைக்கு ஒப்பாய் இருப்பர் என்று உரைக்கலாமோ"

விளக்கம்:

தன் பெயருக்கோ புகழுக்கோ இழுக்கில்லாத மானம் நிறைந்த வாழ்க்கை உடையோர் கவரிமான் போன்ற வாழ்க்கை உடையவர்கள் ஆவார். தன் உடலில் உள்ள மயிர்க்கற்றை உதிர்ந்தாலும் அதற்காக நாணி தன் உயிரையும் விட்டுவிடும் கவரிமான். அதுபோல மானம் உடையோர் மானக்குறைவு ஏற்படின் தன் உயிரையும் விட்டுவிடுவர்.

ஆனால் தன்மான குணம் இல்லாத குறையறிவு உடையோர் மான ஈனம் கெட்டு கழுதையின் குணம்போல ஏதோ நடைபிணங்களாக வாழ்ந்து மடிவர் என்பதாகும்.

மானத்துடன் வாழ்வதே வாழ்க்கை அன்றி மானக்குறைவோடு வாழ்-தல் உயிரற்ற வாழ்வாக கருதப்படும் என்பதாம்!

50

பொய்ப்புகழ்ச்சி!

மனிதர்களில் சிலர் வெறும் கையோடு சென்றும் பைநிறைய கட்டிக்-கொண்டு வந்துவிடுவர். அது அவர்களின் திறமையன்று. பிறரின் கால்-கைப்பிடித்து(காக்கா பிடித்து) பொய்களைச் சொல்வதால். கிடைப்பதா-கும்.

நாம் யார் யாரையோ பொய்யாக புகழ்ந்துகொண்டிருக்கி-றோம்.'கொடுகிலானை பாரியே ஓரியே என்றும் வீரமிலானை வீமனே விறல் விஜயனே என்றும்' பொய்ப்புகழ்ச்சிகளை கூறிப் பிழைப்பு நடத்-துகிறோம். ஆழ்வார்களும் நாயன்மார்களும் இப்படி பொய்யாக மனிதர்-களை புகழ்வதைக்காட்டிலும் ஒப்புயர்வற்ற இறை நாமத்தைப் போற்ற-வேண்டும் என்கின்றனர்.

ஔவையார் அதியமானின் தூதுவராக தொண்டைமானிடம் சென்று, 'தொண்டைமானே! உன் படைக்கருவிகள் புதுமெருகுடன் நெய்பூசி மலர்கள் சூட்டி அழகுற விளங்குகின்றன. ஆனால் அதியனின் படைக்-கலன்கள் பாதிக்கும்மேல் நுனி மழுங்கி உடைந்து எப்போதும் கொல்லன் பட்டறையிலே இருக்கிறது என வஞ்சபுகழ்ச்சியாகக்கூற உண்மையு-ணர்ந்த தொண்டைமான் போரைத்தவிர்த்தான். அதியன் தொடர்ந்து போர்பல செய்கிறான். அதனால் படைக்கலன்கள் மறுசீரமைப்புக்கு பட்-டறையில் இருக்கிறது என உணர்ந்து அதியனின் வீரம் அறிந்து போரைத் தவிர்க்கிறான்.ஆனால் சிலர் பொய்ப்புகழ்ச்சியில் மயங்கி நாட்-டையும் உயிரையும் இழக்கின்றனர்.

யாராவது நம்மை புகழ்ந்தால் அது நமது உண்மையான அறிவு திறமை உழைப்புக்கு பொருத்தமானதுதானா? அல்லது நம்மை பொய்யாக புகழ்கின்றனரா? அதனால் நம்மை பொய் ஊக்கத்திற்கு உட்படுத்துகின்றனரா என்பதை ஆய்ந்தறிய வேண்டும். நல்லுரை கூறியவர்களை மதியாது பொய்யூக்க உரைகளை நம்பி மாண்டவர்கள் கதைகள் புராண இதிகாசங்களில் படித்திருக்கிறோம். அவையெல்லாம் நம்மையும் வழிநடத்தவே என்பதை உய்த்துணர்வோம்.

பாடல்:49

"கழுதை கா எனக்கண்டு நின்றாடிய அலகை
தொழுதது மீண்டும் அக்கழுதையைத் துதித்திட அதுதான்
பழுதிலா நமக்கு யார்நிகர் ஆமெனப் பகர்தல்
முழுது மூடரைமூடர் கொண்டாடிய முறைபோல்"

விளக்கம்:

கழுதை திடீரென 'காவ்' எனக் கத்தியதாம். அதனைக்கேட்ட பேய் ஒன்று, ஆஹா... இதுபோன்ற தேன்சுவையான இன்னிசை உண்டோ என பொய்யாக புகழ்ந்துரைத்துவிட்டது.

இதை கேட்ட கழுதைக்கு மகிழ்ச்சி தாளாமல் நாம் கத்திய கத்தலே இன்னிசையா? நமக்குள் இவ்வளவு திறமையா? இனி விடக்கூடாது சங்கீதத்தின் சாகரத்தை நீந்தி கரைசேராமல் விடக்கூடாது. யாரும் நிகரில்லாத நம் இசைப்பயணத்தை தொடர்வோம் என மீண்டும் இன்னிசையை(கத்தல்) இடைவிடாது நிகழ்த்தியதாம்.

இது எதைபோன்றதோ வென்னின் முழுமூடரை மூடர் புகழ்ந்ததைப் போன்றதாம். தீயோர் தீயோரைப் புகழ்வர். அது பொய்ப்புகழ்ச்சி. பொய்ப்புகழ்ச்சி கூடாது என்பதாம்.

51

அறவாழ்வே தவவாழ்வு!

நம் முன்னோர்கள் நாடோடி வாழ்விலிருந்து நற்குடி வாழ்வு வரை வாழ்ந்து முடித்திருக்கின்றனர். ' எந்தையும் தாயும் அதன் முந்தையரும் வாழ்ந்தது இந்நாடே! அவர் சிந்தையில் ஆயிரம் எண்ணம் வளர்ந்து சிறந்ததும் இந்நாடே!

இதை, வந்தனைக்கூறி மனதில் இருத்தி வாயுற வாழ்த்துவேன்! என்கிறார் மகாகவி பாரதியார்.

ஆக முந்தையோர் வாழ்ந்து தெளிந்து வாழ்க்கை நெறிகளை வகுத்திருக்கின்றனர். பட்டறிவின் வாயிலாக நன்மை தீமைகளை ஒழுக்க நெறிகளாக வாழ்வியல் அறங்களாக வகுத்திருக்கின்றனர். அவை பின்வரும் சந்ததியினர்க்கு பாடமாக அமைந்து வாழ்வின் நெருக்கடி நேரங்களில் முடிவெடுத்தலில் மிகப்பெரும் துணையாக அமையும் என்பதில் ஐயமில்லை.

'வாழ்க்கை எனும் ஓடம் வழங்குகின்ற பாடம் மானிடரின் மனதினிலே மறக்கவொண்ணா வேதம்!' என்ற திரைப்பாடல் தத்துவம் உய்த்துணர்வோம்.

சைவ அடியார்கள் இறைவன் தமக்கு திருவிளையாடல் மூலம் நெருக்கடி தந்தபோதும் அவற்றையெல்லாம் நெறிபட்ட வாழ்வியல் மூலம் எதிர்கொண்டதனாலே வீடுபேறும் இறையருளும் பெற்றனர் என்பதை உணரவேண்டும்.

எதையும் கொடுக்கவும்,பிறருக்க இழக்கவும் துணிந்து நின்றனர். எனவே உயர்ந்தோராயினர்.

இராமனும் தருமனும் புத்தரும் காந்தியும் இயேசுவும் தமக்கு வந்த நெருக்கடிகளின் போது குறுக்குவழிகளில் அவற்றை தீர்க்க எண்ணவில்லை. மாறாக சோதனைகளாக துன்பங்கள் ஏற்பட்ட போதும் அவற்றைத் தாங்கிக்கொண்டு அந்நெருக்கடி நேரங்களிலும் அறத்தின் வழியிலான வாழ்வை வாழ்ந்தனர். நெருப்பில் இட்ட தங்கமே அதிக மதிப்பைப் பெறுகிறது. பட்டைத் தீட்டிய வைரமே ஒளிவீசுகிறது. பழமொழி,நன்னெறி, ஆசாரக்கோவை, நீதிநெறி, நல்வழி திருக்குறள், ஆழ்வார் நாயன்மார் பாடல்கள் பகவத்கீதை போன்ற வாழ்வியல் நெறிகளை எடுத்துக்கூறும் நல்ல நூல்களை கற்று அவற்றின் கருத்தியல்படி வாழ்க்கையை நடத்துவோம்! வாழ்வில் உய்வோம்!

பாடல்:50

"ஆசாரம் செய்வார் ஆகில் அறிவொடு புகழும் உண்டாம்
ஆசாரம் நன்மை ஆனால் அவனியில் தேவர் ஆவார்
ஆசாரம் செய்யா ராகில் அறிவொடு புகழும் அற்றுப்
பேசார்போல் பேச்சுமாகிப் பிணியோடு நரகில் வீழ்வார்!"

விளக்கம்:

மனித வாழ்வுக்கான ஒழுக்க விதிகளை கடைபிடித்து ஆசாரங்களுடன் வாழ்பவர்கள் நல்அறிவும் உலகோரால் உயர்த்தப்படும் புகழோடும் வாழ்வர். அத்தகு ஒழுக்க நெறிப்பட்ட வாழ்வு வாழ்பவர் நற்பேறு பெற்ற சொர்க்கமான வாழ்வைப் பெறுவர். தேவர்களைப்போல வாழ்வார்கள்.

அவ்வாறு நல்லொழுக்க வாழ்வன்றி பிறழ்வான நெறியுடைய வாழ்க்கை நெறியுடையார் அறிவு, புகழ் இன்றி அவர்களின் வாழ்வின் போதும், வாழ்க்கை முடிவுக்குப் பிறகும் அவரைப்பற்றிப் பேசவோ நினைவுகூறவோ ஒன்றும் இல்லாராகி வாழ்விலும் மறைவிலும் துன்பம் படுநரகத்திலேயே உழல்வர் என்பதாம்.

'ஒழுக்க நெறியே உயர்ந்த வாழ்வு!
தீநெறியோ வாழ்வின் வீழ்வு' எனக்கொள்வோம்.

52

பணம் சேர்! குணம் சேர்!

ஏழையாக இருக்கும் ஒருவனிடம் பணம் சேர்ந்துவிட்டால் அவன் முழு-வதுமாக மாறிவிடுகிறான்.

'பொருளில் லாதவரையும் பொருளாக செய்யும்' என்று ஒரு பொருட்டாக மதிக்கத்தகாதவரையும் செல்வம் மதிக்கச்செய்துவிடுமாம். பணம் பத்தும் செய்யும். பணம் பாதாளம் வரை பாயும். பணம் வந்தால் ஒருவன் உயர்ந்தவன் ஆகிவிடுகிறான். ஊரில் நான்கு பேர் அவனை மதிக்கின்றனர்.பதவி வந்து சேர்கிறது. புகழ்மிக்கவனாகி விடுகிறான். நல்ல வீடு, பணக்கார மனைவி பளபளப்பான உடை, அறுசுவை உண்டி,சொகுசான வாகன வசதி கிடைத்துவிடுகிறது. வெளியூர் வெளி-நாடு பயணம் மேற்கொள்கிறான்.

தன் தாய் தந்தையே அந்நியராகி விடுகின்றனர். சொந்தங்கள் நட்-புக்கள் கொள்ளைக்கார கூட்டமாகி விடுகின்றனர். வீட்டில் காவல் நாயும் காவலனும் மனிதர்கள் யாரையும் அண்டவிடுவதில்லை. உண்மை அன்பில்லாத பணக்காரர்கள் சொந்தமாகி விடுகின்றனர். திருமண உறவு போன்றவற்றிலும் பணம் பணத்தோடே சேர்கிறது. பணமின்றி ஏழை-யாகிப்போனால் பணக்கார நட்புக்களும் சொந்தங்களும் இருந்த இடம் தெரியாமல் ஓடிவிடுகின்றனர். 'சேர்த்த பணம் செலவழிஞ்சா நாட்டுப்-பக்கம் ஒதுங்குதப்பா' என்ற பாடல் போல் நினைவுக்கு வருகிறது.'தேடிய செல்வமென்ன திரண்டதோர் சுற்றம் என்ன? கூடுவிட்டு ஆவிபோனால்

கூடவே வருவதென்ன?' கூடவே வருவது வாழும்போது நாம் செய்த புண்ணிய செயல்களே ஆகும்.

பணத்தால் கர்வம் கொள்ளாது, பணத்தாலே எல்லாமே சாதிக்கமுடி-யும் என்ற எண்ணத்தை ஒழித்து இருக்கும் செல்வத்தை இல்லாதவர்க்-கும் வறியவர்க்கும் தம்மிடம் இரப்பவர்க்கும் கொடுத்து உதவவேண்டும்.

'தாளாற்றி தருவதெல்லாம் தக்கார்க்கு வேளாண்மை செய்யவே!' அதுவும் வறியார்க்கொன்று ஈவதே ஈகை'

ஒரு ஊரில் மழைபெய்தாலும் அது நாடு முழுமைக்கும் பயன்பட, பயிர்பட செய்யவேண்டும். அணைக்கட்டி சேர்த்துவைத்தால் (முடக்கி-வைத்தால்) ஆவியாகி வீணாய்ப்போகும். செல்வம் கிடைத்தபோது பழு-மரமாய் பயன்பட்டால் வாழ்க்கை முழுமைபெறும். வாழ்வின் அர்த்தம் விளங்கும்.

பாடல்:51

"செல்வம் வந்துற்ற போது தெய்வமும் சிறிதும் பாரார்!
சொல்வதை அறிந்து சொல்லார்! சுற்றமும் துணையும் பேணார்!
வெல்வதே கருமம் அல்லால்வெம்பகை வலிதென்று எண்ணார்!
வல்வினை விளைவும் பாரார்! மண்ணில் மேல்விழும் மாந்தர்!"

விளக்கம்:

செல்வம் சேர்ந்துவிட்டால் தெய்வசிந்தனையும் அற்றுப்போகும்.தன் விருப்பத்திற்கு எதைவேண்டுமானாலும் பேசத்தோன்றும். அதன் பொருள்விளைவை எண்ணிப்பாரார். சுற்றத்தவர் நண்பர்களை விரும்ப-மாட்டார். அவர்களின் துணையும் தேவையில்லை என்பார்.

பணத்தின் துணைகொண்டு எதையும் வெல்லுவார். பாவங்களை எண்ணிப்பார்க்கமாட்டார். பாவத்தால் துன்பம் நேரும் என்பதை உணர்ந்-துகொள்ள மாட்டார். நரகமே கிடைக்கும் என்று எண்ணாமல் வீணாய் வாழ்ந்து மடிவர் என்பதாம். பணத்தால் குணம் இழக்காமல் மன(ண)ம் பெற்ற வாழ்வு வாழ்வோம். வாழ்க்கையில் உய்வோம்!

53

இடத்தால் மதிப்பு!

நிலத்தில் வலிமை மிக்க பொருட்கள் சில நீரில் எடை இழக்கும். நிலத்தில் நிலைக்கும் பொருள் வளிமண்டலத்தில் எடை இழக்கும். நாய்களை கண்டிருப்போம் அதன் எல்லைவரை மட்டுமே கோபத்தோடும் வேகத்தோடும் குரைத்து தன் செல்வாக்கைக்

காட்டும். ஆனால் தன் எல்லையில்லாத இடத்தில் அமைதியாக வாலைசுருட்டிக் கொண்டு வந்துவிடும். சில மனிதர்கள் எளியவர்களிடம் தன் வலிமையைக்காட்டுவர். தன்னினும் வலியோரிடம் எல்லா வசை அடி உதைகளைத் தாங்கிக்கொண்டும் அமைதியாக வந்துவிடுவர். 'வலியார் முன்தான் தன்னை நினைக்கத்தான் மெலியார்மேல் செல்லு மிடத்து.' என்கிறார் வள்ளுவர். முட்கள் வேலியாக இருந்தாலும் எல்லையில் நின்றுதானே காவல் காக்க முடியும். நிலத்தில் முள் இருந்தால், வெட்டி அப்புறப்படுத்திவிடுவார்கள். கடவுள் பூமிக்கு வந்து மனிதர்களோடு மனிதராக வாழ ஆசைப்பட்டு படும்துன்பத்தையும் கடவுள் பூமியில் நிம்மதியாக வாழமுடியாது என்பதையும் 'கடவுளும் கந்தசாமி பிள்ளையும்' சிறுகதையில் எழுதியிருக்கிறார் புதுமைப்பித்தன். மனிதர்க்கு நாட்டில் பலம். விலங்குகளுக்கு காட்டில் பலம். தேவர்களுக்கு விண்ணுலகில் பலம். அவரவர் இடமே அவரவர்க்கு சிறப்பு. தன் எல்லை மா(மீ)றினால் பலமில்லை. ஆபத்தும் நேரும்.

பாடல்:52

"யானையைச் சலந்தனில் இழுத்த அச்சுரா
பூனையை கரைதனில் பிடிக்கப் போகுமோ?

தானையும் தலைவரும் தலம்விட்டு ஏகினால்
சேனையும் செல்வமும் தியங்கு வார்களே!

விளக்கம்:

யானையைக்கூட நீரில் இருக்கும்போது முதலை இழுத்துவிடும். ஆனால் பூமியில் வந்தால் அதனால் சிறு பூனையைக்கூட இழுக்க முடியாது. அதுபோலவே படைகளும் படைத்தலைவரும் தன் இடத்தி-லேயே மரியாதை இருக்கும். தன் எல்லையைவிட்டு வேறு இடத்திற்-குச் சென்றால் மரியாதை இருக்காது. செல்வாக்கும் இருக்காது. எனவே இருக்கும் இடம்விட்டு மாறினால் படைக்கும் செல்வத்திற்கும் மதிப்போ செல்வாக்கோ இன்றி மதிப்பிழந்துவிடும் என்பதாம். அவரவர்க்கு அவர-வர் எல்லைவரையே மதிப்பு செல்வாக்கு இருக்கும் என்பதை உணர-வேண்டும்.

54

பொய்மான்!

நாடகம், நாட்டியம், திரைப்படம் போன்றவற்றைக் காண்கிறோம். அதில் ஆடை அணிகலன் ஒப்பனைகள் செய்து கொண்டு காதலர்கள் போலவும் கணவன் மனைவி போலவும் நடிக்கின்ற மங்கையரைக் காண்கின்றோம். மனதைக் கவரும் அழகு. மாண்பான குணநலன்கள். குடும்பத்திற்கேற்ற குலவிளக்காக நடிக்கின்றனர். காட்சி முடிந்ததும் ஒப்பனைகளை கலைத்துவிட்டு தன்விருப்பத்திற்கேற்ற அரைகுறை ஆடைகளை அணிந்துகொண்டு தன் ஆண்நண்பனோடு குடியும் கூத்துமாக சிலர் வாழ்வதைக் கேட்டு அறிந்திருக்கிறோம். அது அவர்களின் தனிப்பட்ட வாழ்வு. அதை நாம் குறைகூற வேண்டியதில்லை. ஆனால் அவர்களின் பொய் நடிப்பை உண்மைகுணம் என கருதி காணும் ரசிகர்கள்,அவர்களையே உயிருக்குயிராக காதலிப்பதும் திருமணம் செய்து கொள்ள நினைப்பதும் அவர்களுக்கு ஏதேனும் உடல்நலக்குறைவோ ஆபத்தோ ஏற்படும்போது அவர்களுக்காக மொட்டையடிப்பது விரதம் இருப்பது உடல்உறுப்புகளை இழப்பது (நாக்கை அறுத்தல்) ஏன் உயிரையே விடுதல் போன்ற கோமாளித்தனங்கள் நடைபெறுகின்றன. (அரசியல், விளையாட்டு, வெற்று காதல் துறைகளுக்கும் இது பொருந்தும்).

நடிகைகளை சந்திக்க குடும்பத்தை தவிக்க விட்டுவிட்டு நெடுந்தூரத்திலிருந்து பயணம் செய்து மாத வார கணக்கில் தெருவை நோட்டமிட்டு திருட்டு பழி சுமந்து சிறை சென்றவர்களும் உண்டு. கலைத்திறன் கொண்டவர்களை கண்டு ரசிக்கலாம். மகிழலாம். ஆனால் அவர்களது கலைவெளிப்பாட்டையே உண்மைகுணமாய் கருதி அவர்களோடு வாழ

நினைத்தல் ஏமாற்றத்தில் நம்மை வீழ்த்தும். கடல் அழகை கண்டு ரசிக்கலாம். அதன் அழகில் மயங்கி அதிலேயே வாழ நினைத்தால் குடிக்கவும் உதவுமோ குணக்கடல் நீர்! நிழலை நிஜமென எண்ணி மயங்குதல் நீசத்தனம்.

பாடல்:53

"கொண்டநற் கலைகளோடு குணம் இலாக் கோதை மாரை
கண்டு விண்டு இருப்பதல்லால் கனவிலும் புல்ல ஒண்ணாது
உண்டென மதுவை உண்ண ஓவியப் பூவில் வீழ்ந்த
வண்டினம் பட்ட பாடு மனிதரும் படுவர் தாமே"

விளக்கம்:

தனக்கிருக்கும் அழகுத்திறன் கலைத்திறன், பிற ஆடவரை மயக்குந் திறன் ஆகிய திறன்களோடு ஆனால் குடும்பப்பெண்களுக்குரிய நிறைகுணம் இன்றி வாழும் பெண்களை அவர்களது அழகையும் மயக்கும் கலைத்திறன்களையும் தூரத்தில் இருந்தே கண்டு ரசிக்கலாம். மயங்கலாம். ஆனால் அவர்களோடு நெருங்கி அணைத்து சுகம் பெற எண்ணாதீர். அவ்வாறு நினைத்தால் புதிதாக அமிலக்கலவை வண்ணத்தினால் தீட்டப்பட்ட கவர்ந்திழுக்கும் அழகான தாமரைப் பூ ஓவியத்தை உண்மையான தாமரைப் பூதான் மலர்ந்திருக்கிறதோ என எண்ணி அதில் விழுந்து சிக்குண்டு உயிரைவிட்ட வண்டின் நிலைதான் குணமிலா கோதையரை அணைத்துருக நினைக்கும் மனிதர்க்கும் ஏற்படும் என்பதாம்.

கவர்ச்சி குடுவையில் விடமும் கண்ணியமிலா கன்னியர் அழகும் ஒன்றுதான். விரும்பாதே! வீணில் விரைந்தழியாதே!

55

மனித வடிவில் கடவுள்!

கடவுள் மனித வடிவில் நன்மையின் வடிவில் உதவியின் வடிவில் மண்ணில் தெரிகிறார். இக்கொடிய கொரானா காலத்தில் மருத்துவர் வடிவில் செவிலியர் வடிவில் துப்புரவாளர் வடிவில் காவலர் வடிவில் மருந்தை கண்டறியும் விஞ்ஞானி வடிவில் பசிக்கு உணவளிக்கும் உபசாரர் வடிவில் மரணமுற்றாலும் தக்கவழியில் தகனம் செய்யும் தொண்டாளர் வடிவில் கடவுள் தெரிகிறார். கடவுள் எங்கும் நிறைகிறார். கடவுள் விண்ணாய் மண்ணாய் காற்றாய் கனியாய் பூவாய் விதையாய் மரமாய் நிழல் தருகிறார். அன்பு கொண்டு அடக்கம் கொண்டு பரிவுகொண்டு பாசம் கொண்டு உலகைக் கொஞ்சம் உற்றுப்பார் எங்கும் தெரிகிறார்.எதிலும் நிறைகிறார்.

பாடல்:54

"மயில் குயில் செங்கால் அன்னம்
வண்டு கண்ணாடி பன்றி
அயில்எயிற்று அரவு திங்கள்
ஆதவன் ஆழிகொக் கோடு
உயரும்விண் கமலம்பன் மூன்று
குணமுடைய யோர்கள் தம்மை
இயலுறு புவியோர் போற்றும்
ஈசன்என்று எண்ண லாமே!"

விளக்கம்:

மயில், குயில், சிவந்த கால் அன்னப்பறவையும், தேனுண்ணும் வண்டு, முகம்பார்க்கும் கண்ணாடி, பன்றி, கூர்மையான பற்களையுடைய நாகப்பாம்பு, சந்திரன், சூரியன், கடலும், கொக்கும், உயர்ந்த நீலவானமும், தாமரைப்பூவும் ஆகிய பதின்மூன்றிடத்து உள்ள நல்ல தன்மைகள் கொண்ட மனிதர்கள் எல்லோரும் கடவுள் தன்மை கொண்டவர்களாக உள்ளனர் என்பதாம்.

56

அமரராக்கும் அடக்கம்!

அரைகுரை அறிவோ ஆபத்தில் முடியும். அந்த அரைகுரை அறிவுடையவர்களே தனக்கு எல்லாம் தெரியும் என தருக்கித்திரிய கூடாது. 'கான மயிலாட கண்டிருந்த வான்கோழி தானும் அதுவாக பாவித்து தன் பொல்லாச் சிறகை விரித்தாடினதை போல ஆகிவிடும். (மூதுரை - ஔவையார்)

ஏழைகள் அடக்கத்துடன் இருப்பதில் வியப்பில்லை. பணக்காரர்கள் அடக்கத்துடன் இருப்பதே வியப்பு. நல்மனம் கொண்ட மேதையும் கொடை மனம் கொண்ட பணக்காரரும் உலகில் இருப்பது அரிதாகிறது.

பாடல்:55

"தெருள் இல்லாக் கலையினர் செருக்கும் ஆண்மையும்
பொருள் இல்லா வறியர்தம் பொறி அடக்கமும்
அருள்இல்லா அறிஞர் தம் மவுன நாசமும்
கருஇல்லா மங்கையர் கற்பும் ஒக்குமாம்"

விளக்கம்:

கலையின் தெளிவில்லாத கலைஞர்களின் தமக்கு எல்லாம் தெரியும் என்ற செருக்கும் வீரமும், பொருட்செல்வம் இல்லாத வறியவர்களின் புலனடக்கமும்,சிறிதும் இரக்ககுணம் இல்லாத அறிஞர்களின் வீண்கோபமும், கர்ப்பம் தரித்தலில்லாத மங்கையர் கற்பும் ஆகிய இவை நான்கும் ஒரே தன்மையும் பயனற்றவையும் ஆகும் என்பதாம்.

57

நட்புக்கு தூரம் தடையில்லை!

ஒருவர் மீது நாம் அன்பு வைக்க அவர் நம் உறவினராகவோ நண்பராகவோ சுற்றமாகவோ இருக்கவேண்டிய அவசியமில்லை. சினிமா நடிகர்களையும் விளையாட்டு வீரர்களையும் அரசியல் தலைவர்களையும் நாம் நேரடியாக பார்த்து ஒருவருக்கொருவர் நேரடி அறிமுகமோ தொடர்போ இல்லாவிட்டாலும் அவர்களின் செயல்களினால் நாம் அன்பும் பற்றும் விருப்பமும் கொண்டு உயிருக்குயிரான பந்தம் ஏற்படுகிறது.இன்றைய நவீன வளர்ச்சிகள் இல்லாத காலத்திலும் கடிதங்கள் மூலமாக முகமறியாத காதலும் பேனா நட்பும் தொடர்ந்தது என்பது ஆச்சரியமானதாக உள்ளது. கோப்பெருஞ்சோழன் பிசிராந்தையார் நட்பும் எத்தகைய பெருமையுடையது. இருவரும் ஒருவரையொருவர் காணாமலே நட்புக்கொண்டு இறுதியாக வடக்கிருந்தபோது இருவரும் சந்திக்கின்றனர். என்றாவது ஒருநாள் சந்திப்போம் என்ற உறுதிப்பாடுதான் எத்தனை வியப்பானது! இராமனின் பாதங்களுக்காக காத்திருந்த அகலிகையும்,பாசத்திற்காக காத்திருந்த சபரி மூதாட்டியும் கண்டு கண்டு இன்பமுற்ற குகனும் தவமிருந்த நட்புகள்!

திருநாவுக்கரசரின் மீதான நட்பால் தன் பிள்ளைகளுக்கும் தன் வீட்டிற்கும் தன் அறச்சாலைகளுக்கும் அவர்தம் பெயரையே சூட்டி மகிழ்ந்த அப்பூதியடிகளும் தொலைவிலிருந்தும் நட்பின் கற்பை உயர்த்தியோர்கள்! ஆண்டாள், பெரியாழ்வார் கண்ணனின் பெருமையைச் சொல்லச்

சொல்ல 'மானிடர்க்கென்று பேச்சுபடின் வாழகில்லேன் கண்டாய் மன்மதனே' என்று காதல் கொள்கிறாள்! அவன் வாய்ச்சுவையும் நாற்றமும் ஆழிவெண்சங்கிடம் விருப்புற்று கேட்கிறாள். உண்மை நட்பு தனக்கு கிடைத்த மரணமிலா வாழ்வளிக்கும் அருமருந்தாம் நெல்லிக்கனியை ஔவைக்கு அளித்த அதியனின் நட்பும் போற்றுதற்குரியது. உண்மை நட்பு கண்டங்கள் தாண்டி இருப்பினும் வாழும்! வளரும்!

பாடல்:56

"மங்குல் அம்பதி னாயிரம் யோசனை மயிலக்கண்டும் நடமாடும்
தங்கும் ஆதவன் நூறாயிரம் யோசனை தாமரை முகம் விள்ளும்
திங்கள் ஆமதற்கு இரட்டியோசனையுச் சிறந்திடும் அரக்காம்பல்
எங்கண் ஆயினும் அன்பராய் இருப்பவர் இதயம்விட்டு அகலாரே!'

விளக்கம்:

ஐம்பதனாயிரம் யோசனை தூரம் வரை விலகியிருந்தாலும் மழைமேகத்தைக் கண்டு மயில் தோகைவிரித்தாடும்.நூறாயிரம் யோசனை தூரம் இடைவெளி இருந்தாலும் சூரியனைக்கண்டு தாமரை மலரானது மகிழ்ந்து மலர்கிறது.அதற்கும் மேலான இரட்டிப்பு யோசனை தூரம் இருப்பினும் செவ்வாம்பல் நிலவைக்கண்டு மலர்ந்து மனம் மகிழும்!

உண்மை அன்பிற்கும் நட்புக்கும் இடைவெளிகள் ஒரு தடையில்லை. அன்பால் நெருங்கியிருப்பர்! இதயத்தால் இணைந்திருப்பர்!

58

பேறுகள்!

நம் இளம்வயதில் சீராட்டி பாராட்டி வளர்க்கின்ற நற்குணமும் பாசமிகுதியும் அக்கறையும் உடைய பெற்றோர் அமைவது நம் பேறு. நற்கல்வி போதிக்கும் ஆசான், நட்பின் கற்பை மேம்படுத்தும் நண்பர்கள், ஈருடல் ஓருயிராய் ஈடில்லாத காதல் சுரக்கும் நல்மனையாள், பாசம் கொட்டும் நற்பிள்ளைகள், தளர்ச்சியுறும் நேரங்களில் தூக்கி நிறுத்தும் நல் சொந்தங்கள் சுற்றங்கள்,சிறிய முயற்சியிலும் பெரிய வருமானம் தரும் நல்விளைச்சல் தரும் பூமி, நாடா வளந்தரும் நாடு, குடிகளை உயிரெனவே காக்கும் கோன்முடிகள், கண்டு ரசிக்க ஆயக்கலைகள், படித்து இன்புற இனிய இலக்கியங்கள், சுவைத்து மகிழ முக்கனிகளும் நற்கனிகளும் காய்கனி வகைகளும், குடித்து இன்புற தென்னையின் குளிரிள நீரும், அளவளாவி மகிழ நல்ல சுற்றங்களும் அனுபவங்களைச் சொல்லிச்செல்ல பேரக்குழந்தைகளும், வறுமையில்லா இளமை,பிணிகளற்ற முதுமை, பாவங்களைப் போக்கிடும் புனித நீர்நிலை, மூர்த்தி தலம் விருட்சம், துன்பமின்றி ஓர்நொடியில் பிரிந்திடும் உயிர், பிறப்பில்லா பிறவி இவை யாவும் இன்பந்தானே நம் வாழ்வில்! கனவென்றாலும் நனவாகும் நாள் வரும்! நம்பிக்கையில் நாளை எதிர்பார்ப்போம்!

பாடல்:57

"சந்திரன் இல்லா வானம்! தாமரை இல்லாப் பொய்கை!
மந்திரி இல்லாவேந்தன்! மதகரி இல்லாச் சேனை!
சுந்தர புலவர் இல்லாத்தொல்சபை! சுதர் இல்வாழ்க்கை!
தந்திகள் இல்லா வீணை தனம்இலா மங்கை போலாம்"

விளக்கம்:

வான்வெளியையும் உலகையும் தன் குளிரொளியால் அழகுசேர்க்கும் வெண்ணிலா இல்லாத வானமும், மலர்ந்து மணம்பரப்பி நிறைந்து நீள் அழகைத்தரும் தாமரை பூக்கள் இல்லாத குளமும், தக்க நேரத்தில் தக்க அறிவுரைகூறி அரசனின் பெயருக்கும் புகழுக்கும் பெருமை சேர்க்-கும் நல் மந்திரிமார் இல்லாத அரசவையும், சேனையின் கம்பீரமாய் யானைப்படையற்ற சேனையும், சொற்சுவை பொருட்சுவை அனைத்தும் கூட்டி சுந்தர தமிழிலே பாட்டிசைத்து செந்தமிழ் கவிபாடும் புலவரில்லாத தமிழ்ச்சபையும், கண்டு கேட்டு உண்டு உயிர்த்து உற்றறியும் ஐம்புல உணர்வோடும் மதலைமொழி பேசி மயக்கும் புதல்வரில்லாத இல்லற வாழ்க்கையும், சேருமிடத்தால் இன்னிசை இன்பம் நல்கும் மீட்டிடும் தந்-திக்கம்பிகள் இல்லாத நல்வீணையும் ஆகிய இவையெல்லாம் பெண்-மையின் அழகாகவும் அடையாளமாகவும் விளங்கும் பருத்த தனங்கள் இல்லாத மங்கையை ஒத்த அழகற்ற பயனற்ற பொருட்களாகவே விளங்-கும் என்பதாம்.

59

மாறாத மாற்றங்கள்!

உப்புக்கடல் குடிநீராகுமா? உறவெல்லாம் உண்மையாகுமா? நட்பெல்லாம் நல்லதாகவே இருக்குமா? நானிலந்தான் மழையின்றி விளையுமா? காசின்றி பணமின்றி காரியங்கள்தாம் நடக்குமா? பாலுக்கு காவல் பூனையாகுமா? தேனழித்தவன் புறங்கை நக்காமல் விடுவானா? மொழியின்றி பேச முடியுமா? விழியின்றி காணமுடியுமா? கொடியின்றி பூ பூக்குமா? கொழு கொம்பின்றி அவரைக் காய்க்குமா? பெண்ணின்றி ஆண்தான் வாழ முடியுமா? பிரச்சனைகளின்றி வாழ்க்கைதான் நடக்குமா? பசியின்றி பணமின்றி பிணியின்றி பேராசையின்றி வாழ்க்கைதான் நடக்குமா? மனிதரின்றி உலகு சிறக்குமா? மரணமின்றி வாழ்க்கை நீளுமா? துறவு இன்றி தூய்மைக் கிட்டுமா? மறுபிறவி இன்றி மானுடம் உய்யுமா?...

பாடல்:58

"குரைகடல் வறுமையும் குறத்தி உண்மையும்
நரை அற மருந்தை உண்டு இளமை நண்ணலும்
விரைசெலி குழலினள் வேசியர் ஆசையும்
அரையர்அன்பு அமைவதும் ஆன ஐந்தும் இல்லையே!"

விளக்கம்:

எப்போதும் நீரலைகளால் ஓசைமிக்க கடல் வற்றிப்போதலும்,குறி கூறும் குறமகள் முழுவதும் நடக்கப்போகும் உண்மைகளை மட்டும் கூறுவதும், இளநரைப் போக தக்க மருந்தை உண்டு முழுக்க நரைபோய் கருத்த கூந்தல் வளர்வதும், அடர்ந்த கூந்தலையுடைய வேசியர்கள்

பணத்துக்கன்றி உண்மை அன்பிற்கு பழகுதலும்,நம்மீது உண்மையான அன்பு வைத்திருக்கும் சுற்றங்கள் கிடைத்தலும் ஆகிய இவையெல்லாம் நடைமுறை சாத்தியமில்லை. நடவாது என்பதாம்.

60

உறுத்துவரும் ஊழ்வினை!

பொதுவாக உலகில் நாம் என்ன செய்தாலும் அதற்கான பலன் நம்மை வந்தே சேரும். நன்மைக்கு நன்மை,தீமைக்கு தீமையும் விளைவது நாம் இட்ட விதையின் விளைவேயாகும்.

'பிறர்க்கின்னா முற்பகல் செயின் தமக்கின்னா
பிற்பகல் தாமே வரும்'. என்பது வள்ளுவத்தின் வாக்கு.

சிரவணனைக் கொன்று அவர்தம் பெற்றோரை புத்திர சோகத்தில் மூழ்கடித்தமையே தசரதனுக்கும் இப்பிறவியில் அமைந்தது.

கோவலன் முற்பிறவியில் பரதனாக இருந்து நேர்மையான வணி-கனான சங்கமனை ஒற்றன் எனக்கூறி மரணதண்டனை பெற்றுத்தந்தான். அவன் மனைவி நீலி வருந்தி சாபமிட்டாள். அந்த இட்டசாபமே இப்பி-றவியில் கோவலனுக்கு கிட்டியதாகும்.

'அவ்விய நெஞ்சத்தான் ஆக்கமும் செவ்வியான்
கேடும் நினைக்கப் படும்.'

நல்லவன் துன்புறுவதும் தீயவன் நன்மை அடைவதும் முற்பிறவி பயனே என வாசகரின் பார்வைக்கு விட்டுவிடுகிறார் திருவள்ளுவர்.

'வல்லவனுக்கு வல்லவன் வையகத்தில் உண்டு' என்பது பழமொழி. நாம்தான் பெரியவன் வலியவன். என்னைவிட்டால் யாருமில்லை என்ற செருக்கு ஏற்பட்டால் அதை அடக்க இறைவன் நினைப்பான். அரக்-கர்கள் எல்லாம் பெருந்தவத்தால் கிடைக்கும் அரிய வரங்களையும்

ஆணவத்தால் தவறாகப் பயன்படுத்தி மாய்ந்துப்போவதை புராணங்களில் படிக்கிறோம். எனவே எந்த ஒன்றின்(பணம் வலிமை அழகு செல்வாக்கு) மிகுதியாலும் ஆணவமுற்று அடுத்தவர்க்கு துன்பம் செய்யக்கூடாது. அவ்வாறு செய்தால் அதுவே நம் அழிவின் வித்தாக அமையும் என்பது உலகியல் உண்மை.

பாடல்:59

"முடவனை மூர்க்கன் கொன்றால் மூர்க்கனை முனிதான் கொல்லும்
மடவனை வலியான் கொன்றால் மறலிதான் அவனைக் கொல்லும்
தடவரை முலைமாதேஇத் தரணியில் உள்ளோர்க்கு எல்லாம்
மடவனைஅடித்த கோலும் வலியனை அடிக்கும் கண்டாய்!"

விளக்கம்:

மாற்றுத்திறனாளியை நன்று தீதை ஆராயாத மூர்க்கன் கொன்றால் அம்மூர்க்கனை பேய் (முனி) அடித்துக் கொள்ளும்.

வலிமையிலும் பொருளாதாரத்திலும் எளியவனை வலியவன் ஒருவன் கொன்றால் அவனை எமன் (மறலி) கொள்வான்.

எனவே அழகான தனங்களை உடைய பெண்ணே! இப்புவியில் எளியவனை வலியவன் அடித்த கோலே விதியாக அவ்வலியவனையும் அடிக்கும். இது நிச்சயம் நடக்கும். உலகியல் உண்மை இதுவெனக் காண்பாய் என்பதாம்.

61

பணமில்லையேல் பிணம்!

பொருளை தந்து புண்ணியமிகப் பெற்றவன் கர்ணன். உணவினை தானம் தந்து புகழ்பெற்றவர் விதைத்த விதைநெல்லையும் அரிசியாக்கி உணவு சமைத்திட்ட இளையான்குடி மாறநாயனார்.

'மண்திணி ஞாலத்து உரவோர்க்கெல்லாம் உண்டியும் உறையுளும் அல்லது கண்டிலையால் உண்டிக் கொடுத்தோர் உயிர் கொடுத்தோரே! என்கிறது மணிமேகலை காப்பியம். வாடிய பயிரை கண்டபோதெல்லாம் வாடினேன் என்ற வள்ளல் பெருமான் இராமலிங்க அடிகள் பசியாலும் பிணியாலும் துன்பமுறுவர்களைக்கண்டு நெஞ்சம் பதைபதைத்தார். பசிப்பிணி போக்க சத்திய தருமச் சாலை அமைத்து அணையா விளக்காய் அடுப்பெரித்து உணவு சமைத்து இந்நொடியும் மக்கள் பசிப்பிணி போக்குகிறார்.இறைவனுக்கு விருந்து படைக்க பிள்ளைக்கறியாயினும் அறிந்தீந்த தீரம்மிக்க கொடையாளராக சிறுதொண்ட நாயனார் விளங்கினார். நபிகள் நாயகம் ஸல் அவர்களும் தொழுகையை விட ஈகை பெரிது என்கிறார்.

திருவள்ளுவர் ஈகையை ஈத்துவக்கும் இன்பம் என்கிறார். கர்ணன் அர்ச்சுனன் அம்பால் வீழ்ந்துபட்டும் வேதியனாக வந்த கண்ணனை நோக்கி 'பாவியேன் வேண்டும் பொருளெலாம் நயக்கும் பக்குவம் தன்னில் வந்தில்லையால்!' என உயிர்போகும் நேரத்திலும் கொடுக்க முடியாமைக்காக வருந்துகிறான்.இறுதியில் ஈகையின் புண்ணியங்கையும்

ஈந்து வீடுபேறு அடைகிறான். 'அருளிலார்க்கு அவ்வுலக மில்லை பொருளிலார்க்கு இவ்வுலக மில்லாகி யாங்கு' என்கிறார் திருவள்ளுவர். இவ்வுலகில் வாழவும் புகழ்பெறவும் கொடையளித்து மகிழவும் புண்ணியங்கள் யாவும் செய்துய்யவும் பொருள் என்ற ஒன்று இன்றியமையாதது. அச்செல்வமும் நேரிய வழியில் ஈட்டுதலே அறம்.

பாடல்:60

பொருள் இல்லார்க்கு இன்பம் இல்லை! புண்ணியம் ஏதுமில்லை!
மருவிய கீர்த்தி இல்லை! மைந்தரில் பெருமை இல்லை!
கருதிய கருமம் இல்லை! கதிபெற வழியும் இல்லை!
பெருநிலம் தன்னில் சுற்றும் பிரேத மாய்த் திரிகுவாரே!"

விளக்கம்:

எதையும் விலைகொடுத்து வாங்கும் பணம் என்ற பொருள் செல்வம் இல்லாதவர்க்கு அடையத்தக்க எந்த இன்பமும் கிட்டாது.கையில் காசியின்றி எந்த நற்காரியங்களை செய்து புண்ணியம் ஈட்டமுடியாது.

பொருள் வளத்தால் தன்னை நாடி வந்து இரப்பவர்க்கு கொடுத்து நற்காரியங்கள், புண்ணிய கருமங்கள் செய்து பெறுகின்ற பெரும்புகழ் (கீர்த்தி) கிடைக்காது.

நம் கையில் பொருள் வளமின்றேல் நம்புதல்வரும் அவர்க்கு வேண்டியதெல்லாம் பெற்றுத் தந்து மகிழ்வித்தாலன்றி நமக்கு 'எம்தந்தைதான் அவர்' என பெருமையோடு நம்மை நினைக்கவுமாட்டார்.

கையில் காசின்றி நாம் நினைத்ததெல்லாம் நடத்தக்கூடிய காரிய வல்லமை கிட்டாது.

பொருளின்றி புண்ணியம் யாதுமின்றி நற்கதியாம் வீடுபேறும் பெறவியலாது.

பரந்த இவ்வுலகினில் பொருட்செல்வமின்றி எந்த செயலும் செய்யவொண்ணாது நடைபிணமாய் சுற்றித்திரிவார்கள் என்பதாம்.

பொருள் செல்வமே வாழ்வின் அடிப்படை. அப்பொருளையும் அறவழியில் ஈட்டி செலவினை முறைபடுத்தி எதிர்காலத்திற்கும் ஈகைக்குமாய் செவ்விய வழியில் சேமித்தல் நலம் பயக்கும். காசேதான் கடவுளப்பா! கற்றுத்தெளிந்து உய்வோமப்பா!

62

மாறாதய்யா மாறாது!

'ஐந்தில் வளையாதது ஐம்பதில் வளையாது' என்பார்கள். சில மனிதர்களின் இயல்பான குணநலன்கள் மாறாவே மாறாது. 'பால்போல கள்ளும் உண்டு. நிறத்தாலே ரெண்டும் ஒன்று'. ஆனால் அதனதன் குணம் வேறுவேறு. தாய்ப்பாலும் போதைதரும் சாராயம் போதைதரும்.ஆனால் இரண்டின் மதிப்பும் வெவ்வேறு. எண்ணெயுடன் தண்ணீரை எப்படிதான் கலந்தாலும் ரெண்டும் ஒன்று சேராதடி அடி முத்தம்மா இரக்கணம் மாறாதடி' என்ற கண்ணதாசன் பாடல் நினைவுக்கு வருகிறது. எத்தனை பேர் அறிவுரைக் கூறியும் துரியன் திருந்தினானா? இன்றுபோய் நாளை வா என அனுப்பியும் இராவணன் பிறன்மனை கைவிட்டானா?

கள்வனையும் (காளன்) அன்பால் மாற்ற நினைத்து திருமணம் செய்து கொண்ட பத்திரைக்கு (குண்டலகேசி) உண்மை அன்பாய் இருந்தானா காளன்?

கற்றார் புத்தியோ செத்தாலும் மாறாதாம். துளசியது பிணிபோக்கும். அரளியது உயிர்போக்கும்.

அதனதன் இயல்பு மாறுவதில்லை. நல்லோர் தீயோரை நாமும் அடையாளங்காணவேண்டும். நல்லோர்க்கு இணக்கமும் தீயோரிடம் அஞ்சி ஒதுங்குதலும் வேண்டும்.புற்களை மிதித்தாலும் புன்முறுவல் வரும். முட்களை மிதித்தால் முழு துன்பமல்லவா சேரும்?!

பாடல்:61

"தூம்பினில் புதைத்தக் கல்லும் துகள் இன்றிச் சுடர்கொடாது
பாம்புக்குப் பால்வார்த் தென்றும் பருகினும் நன்மை தாரா
வேம்புக்குத் தேன்வார்த் தாலும் வேப்பிலை கசப்பு மாறா
தாம்பல நூல்கற்றாலும் துச்சனர் தக்கோர் ஆகார்!"

விளக்கம்:

கோவிலின் படிக்கல் பலர்நடந்தாலும் அது தூசியின்றி பளபளக்காது. அல்லது சிலையாகாது. பாம்பினுக்குத் தினமும் பால்வார்த்தாலும் அதனுடைய நச்சுத்தன்மை மாறி நன்மை செய்யாது. வேப்ப மரத்துக்கு தினமும் தேன் வார்த்து வளர்த்தாலும் அதன் கசப்புச்சுவை மாறி இனிப்பாகாது. அதைப்போலவே துட்டர்கள் நூல்பல கற்றுத் தேரினும் அவர்தம் தீமைகுணம் மாறாது. அவர் தகைமையோர் ஆகவும்மாட்டார் என்பதாம்.

63

யார்யாரோ நண்பனென்று!

கல்வியறிவு அற்ற நண்பர்களை நாம் உடன்கொண்டு இருப்பது நமக்கு பயனளிக்காது.

நற்குணமின்றி எப்போதும் எதற்கும் கோபம்கொள்பவர்கள் பலருக்கும் உதவக்கூடிய பதவியில் இருத்தல் தீமை பயக்கும். வைக்கோல் போர் நாய்போல தானும் அப்பதவிக்கு பொருத்தமாகாது தன்னை நாடி வருபவர்க்கும் எந்த நன்மையும் செய்யமாட்டார். யாரும் அவரை நாடவும்மாட்டார்.

'பழுதெண்ணும் மந்திரியின் பக்கத்துள்தெவ்வோர்

எழுபது கோடி உறும்' என்கிறார் திருவள்ளுவர். அரசாட்சிக்கு தீமை செய்யும் அமைச்சனைவிட எழுபது கோடி பகைவர்களே சிறந்தவர் என்கிறார். நல்லெண்ணத்துடன் நன்மையை காலத்தோடு ஆய்ந்தறிய அமைச்சர்கள் பயனற்றவர்கள் ஆவர்.

துன்ப துயரங்களில் உதவாத போது மறைகளையும் மறைவோதுவோரையும் அம்மறை கேட்டு மகிழ்ந்துதவும் இறைவனையும் நாம் பழிப்போம். ஒரு மனைவி கணவனுக்கு அன்போடு தக்க உறுதுணையாக இருக்கவேண்டும். அன்றி வீண் விரோதம் பாராட்டிக்கொண்டு எதிர்மறையாகவே பேசி சண்டையிட்டுக்கொண்டு வாழ்வது அவனுக்கு மனநிம்மதியளிக்காது. குடும்பத்தில் மகிழ்ச்சி தங்காது. அக்குடும்பம் செழித்தோங்கவும் உதவாது. அன்பற்ற வாழ்வு பாலையில் மரம் தளிர்த்ததை

போன்றதென கூறும் வள்ளுவம் வழி மொழிவோம்!

பாடல்:62

"கல்லாத மாந்தரையும் கடுங்கோபத்
துரைகளையும் காலம் தேர்ந்து
சொல்லாத அமைச்சரையும் துயர்க்கு உதவாத்
தேவனையும் சுருதி நூலில்
வல்லாஅந் தணர்தமையும் கொண்ட வனோடு
எந்நாளும் வலது பேசி
நல்லார்போல் அருகிருக்கும் மனைவியையும்
ஒருநாளும் நம்பொணாதே!"

விளக்கம்:

ஒண்பொருளும் கல்வி செல்வம் பெறாத மனிதர்களையும், மிக்க சினம் கொண்ட அரசர்களையும், செயல்களுக்கு தக்க காலமறிந்து சொல்லாத அமைச்சர்களையும்,துன்ப நேரங்களில் அதை மாற்றி அருள்புரியாத இறைவனையும்,வேத நூலின் தேர்ச்சியற்ற அந்தண-ரையும்,கணவனோடு எப்போதும் வம்புபேசி வீண்சண்டையிட்டு வாழும் மனைவியையும் எந்தநாளும் நம்பக்கூடாது. அதனால் ஏமாற்றமே விளையும். நன்மை ஒருபோதும் கிட்டாது என்பதாம்.

64

கற்றார் புத்தி!

மனிதர்களில் சிலர் தற்காலிகமாக ஏற்படக்கூடிய பகைமைகளை நன்றல்லதை அன்றே மறப்போம் என்றில்லாமல் அதையே பரம்பரை பரம்பரையாக அப்பகைமை வளர்த்தெடுப்பர். இது என்ன நன்மை பயக்கும்? ஐயா திரைப்படத்தில் பிரகாஷ்ராஜ் தன் சிறுவயது மகனை நாயகன்போல் பொம்மை செய்து கத்தியால் குத்தசெய்து பழிவாங்கல் கொலைசெய்ய பயிற்சி கொடுப்பார்.

பாண்டவர் பூமி திரைப்படத்தில் வினுசக்ரவர்த்தி கடைசியிலும் அவர்கள் கட்டிய வீட்டிற்கு மகன் வெடிகுண்டு வைத்து நாயகன் அதை எடுத்து வேறிடத்தில் வெற்றிடத்தில் வீச அவ்வெடிகுண்டு வெடிக்கும் சத்தங்கேட்டே உயிரை விடுவார். எத்தனையோ திரைப்படங்களில் பரம்பரை பகையை சுமந்து வன்மத்தால் தீங்கு செய்வோரை படம்பிடித்துக் காட்டுகின்றனர்.

இத்தகு வீண் வன்மத்தால் ஆவதென்ன? அவன் இவனை வெட்ட இவன் மகன் அவன் மகனை வெட்ட என நீளும் மூர்க்கம் நிம்மதியை இழக்கச் செய்வதைவிட என்ன பலனைத் தந்துவிடப்போகிறது?

சகுனியின் வஞ்சமும்,கூனியின் முன்பகையும்,துரியனின் ஊசிநாட்டவும் இடம்தராத வன்ம நெஞ்சமும் குலத்தையே அழித்ததன்றி பலனென்ன?

'நன்மை செய்வார்க்கே நன்மை செய்தால் ஆனந்தம் அதிலென்ன உண்டு? தீமை செய்தார்க்கும் நன்மை செய்தால் அதுவன்றோ மானுடப்பண்பு' என்று இயேசு காவியத்தில் கண்ணதாசன் வினா எழுப்புகிறார்.

ஆனால் சில தீயோர்க்கு நன்மை செய்தல் கூடாது. அதனால் நமக்கு தீமை வரும் என எச்சரிக்கிறது விவேக சிந்தாமணி!

பாடல்:63

"தேளது தீயில் வீழ்ந்தால், செத்திடாது எடுத்த பேரை
மீளவே கொடுக்கி னாலே வெய்துறக் கொட்டல்போல்
ஏளனம் பேசித் தீங்குற்று இருப்பதை எதிர்கண் டாலும்
கோளினர் தமக்கு நன்மை செய்வது குற்ற மாமே!"

விளக்கம்:

கொடும் விடத்தையும் கொட்டும் பண்பையும் உடைய தேளானது தவறி தீயில் விழுந்துவிட அதனைக் கண்டு பதறி துடித்து,ஐயகோ! ஒரு உயிர் தீயில் விழுந்து துடிக்கிறதே என எண்ணி அதனை அத்தீயி-லிருந்து எடுத்துவிட்டு உயிரைக்காப்பாற்றினால் அது நம்மை பெரும் ஆபத்திலிருந்து காத்தவராயிற்றே என நன்றி எள்ளவும் இன்றி காத்த-வனையே துன்பப்படும்படியாக தன் கொடுவிட கொடுக்கினால் கொட்டி பதம் பார்க்கும்.

அத்தகு தேள் போன்ற குணமுடைய சில மனிதர்கள் நம்மை நற்-செயல்களின்போது ஏளனம் பேசி வசைபாடுவர். அத்தகையோர் சில துன்பத்தில் சிக்கி இருக்கும்போது நாம் அவர்க்கு அத்துன்பத்திலிருந்து விடுபடும்படியாக விடுவித்து உதவினாலும் அத்தீங்கினர் மற்றும் புறம்-பேசித்திரிவோர் தாம் நன்மை செய்யாதபோதும் அவர் நம் இக்கட்டில் உதவினாரே என சிறிதும் நன்றியோடு நினைக்கமாட்டார். மாறாக நம்மை மேலும் புறம்பேசி தீங்கினையே நினைப்பர். அத்தகையோர் உதவுதல் குற்றமுடையதாகும் என்பதாம். தீயோர்க்கு நன்மை தீமையே தருமாம்.

65

புலவரைப் போற்றும் உலகு!

குறிஞ்சி கோமான் கபிலரை பாரி என்னும் மன்னன் மிக்க அன்போடு புரந்தான்.அதியமான் ஔவையின் நட்புறவைப் பெற்றவன். கோப்பெருஞ்சோழன் எனும் அரசன் பிசிராந்தையார் எனும் புலவரோடு நட்பு பூண்டார்.சோழப் பரம்பரையின் மூன்று தலைமுறையாக அவைக்களப்புலவராக விளங்கியவர் கவிராட்சசன் ஒட்டக்கூத்தர்.

கம்பரை ஆதரித்த சடையப்ப வள்ளலும் புகழேந்திப் புலவரை ஆதரித்த சந்திரன் சுவர்க்கியும் காளமேகப் புலவரை ஆதரித்த திருமலைராயனும்

திரிகூடராசப்ப கவிராயரை சின்ன நஞ்சா தேவரும் முத்து விசய சொக்கலிங்க நாயக்கரும் ஆதரித்தனர். உமறுப்புலவரை ஆதரித்த செய்யகு அகமது மரைக்காயர் எனும் வள்ளல் சீதக்காதியும் தமிழக அரசவைக் கவிஞர்களாக விளங்கிய நாமக்கல் கவிஞரும் கண்ணதாசனும் முத்துலிங்கமும் புலமைப்பித்தனும் என அரசாட்சியில் உயர்ந்தோர்கள் அறிவில் சிறந்த புலவர் பெருமக்களை அவர்தம் அறிவின் மேன்மைக்காகவும் அவர்கள் கூறும் நல்ல அறிவுரைகளுக்காகவும் தங்களுடனே இருத்தி சிறப்பு செய்தனர். போற்றினர். ஔவையார் பரிசில் கொடுத்துவிட்டால் பிரிந்து சென்றுவிடுவார் எனக் கருதி தம்முடனே இருக்கச் செய்யவே அரசன் பரிசில் கொடுக்காது காலம் தாழ்த்தினானாம்.

புலவர்கள் மன்னருக்கு நிலைத்த அரசாட்சி மரபையும் முறைசெய்து வாழும் வழிகளையும் அஞ்சாது செவியறிஉறூவாய் எடுத்துக்கூறினர். தக்கநேரத்தில் தூதுவராய் சென்று நாட்டை அழிவினின்று காத்திருக்கின்றனர். போர்முறைகளையும் நாடு காக்கும் நல்வழிகளையும் வரிப்பெறுதல் ஈகைசெய்தல் திட்டங்கள் தீட்டுதல் என ஒவ்வொன்றிலும் அறிவில் சிறந்த புலவர்கள் சான்றோர்களின் பங்கு இன்றியமையாததாக இருந்தது. இருக்கிறது.

தம் அறிவாயுதத்தால் நாட்டைக் காத்து தீமைகளை அவ்வறிவினால் மாற்றி நன்மை செய்வதனாலேயே அறிவுடைச்சான்றோர் புகழப்பெறுகின்றனர்.

அறிவியல் அறிஞர்கள் தம் அறிவினால் விளைந்த கண்டுபிடிப்புகள் கருவிகள் சித்தாந்தங்களால் தத்துவங்களால் மக்கள் உலகிற்கு நன்மை செய்வதனாலேயே அவர்கள் பூதவுடலாய் மறைந்தாலும் புகழும்பாய் வாழ்ந்து கொண்டே இருக்கின்றனர். அவர்களை மக்கள் மறப்பதில்லை. அவர்கள் நிலையில் தாழ்ந்தாலும் அவர்களை வெறுப்பதில்லை.

பாடல்:64

"அறிவுளோர் தமக்கு நாளும் அரசரும் தொழுது வாழ்வார்
நிறையொடு புவியில் உள்ளோர் நேசமாய் வணக்கம் செய்வார்
அறிவுளோர் தமக்கு யாதோர் அசடது வருமே ஆகில்
வெறியரென்று இகழார் என்றும் மேதினிஉள்ளோர் தாமே!"

விளக்கம்:

எல்லோர்க்கும் நன்மை பயக்கும் நல்லறிவுடைய சான்றோரை உலகாளும் மன்னர்களும் அவர்களது அறிவை போற்றி மெச்சி தன்னினும் சிறப்புடைய அவரை வணங்கி தன்னோடு சேர்த்து நாடு நன்மை பெறும் ஆட்சி செய்வர். வணங்கி மகிழ்வர்.

தன் அறிவால் உலகினுக்கு நன்மைகளை படைக்கும் அச்சான்றோரை உலகிலுள்ள அனைவருமே சொந்தம் கொண்டாடி வணங்கி மகிழ்வர்.

அச்சான்றோர் பெருமக்களுக்கு துன்பம் நேரினும் அல்லது புகழுக்கு இழுக்கு நேரினும் உலகினர் அவரை வெறுத்து ஒதுக்கமாட்டார்கள். அவர்கள் அன்பு என்றும் மாறாது.அறிவுடை மாந்தர் மன்னர்களால் போற்றி புரக்கப்பட்டு உலகினர் அன்பு பெற்று தளர்விலும் தவிரா அன்புடை மக்களைப் பெற்று இனிது வாழ்வார் என்பதாம்.

66

சொல்லாதே யாரும் கேட்டால்!

பொதுவாக நாட்டு வைத்தியர்கள் நோய்களைத் தீர்க்கும் சில மூலிகைகளை இயற்கை வனங்களில் தேடிப் பறிப்பர். அவற்றை நோயாளிக்குக் கொடுப்பதற்கு முன் கைவிரல்களாலே கசக்கி அடையாளம் தெரியாதபடி கொடுப்பார்கள். என்ன மூலிகை என்றால் உமக்கு எதற்கு? நோய் தீர்ந்ததா? அவ்வளவுதான் என்பார்கள்.

வைணவத்தின் தலைமைப் பீடமாக விளங்கிய ஸ்ரீமத் இராமானுஜரிடம் அவருடைய குரு திருகச்சி நம்பி சுவாமிகள்,நீ வீடுபேறு அடைவதற்கான ஒரு மந்திரம் கூறுகிறேன். ஆனால் ஒரு கட்டுப்பாடு. இதை வேறு யாருக்கும் சொல்லமாட்டேன் என சத்தியம் செய்ய வேண்டும் என்றாராம். இராமானுஜரும் சரி என்று சத்தியம் செய்து பெற்றுவிட்டார். ஆனால் சத்தியத்திற்கு மாறாக ஊரையெல்லாம் அழைத்து அந்த மறை மந்திரத்தை அனைவரும் வீடுபேறு பெறட்டுமே என்ற ஆசையில் கத்தி பிரசங்கம் செய்தாராம்.

இன்று திரைப்பாடல்களில் பெண்களின் அங்கங்களை காதலியோடு பெற்ற இன்பத்தையும் பாடல்களாக பாடுகின்றனர். (ஏதோ உன்னிடம் இருக்கிறது). ஆண்களிடம் வருமானத்தையும் பெண்களிடம் வயதையும் கேட்கக்கூடாது என்பது நாகரீகம்.

இன்றைய காலங்களில் தாம் செய்யும் தர்மத்தை தாமே விளம்பரப் படுத்துகின்றனர். ஒருவேளை தம்மைப்போலவே மற்றவர்களும் அறம்

செய்ய ஊக்குவிக்கும் முகமாக இருப்பின் அது நலமே! ஆனால் வலது கை கொடுப்பதை இடது கை அறியக்கூடாதாம்.

பாடல்:65

"குருஉப தேசம் மாதர் கூடிய இன்பம் தன்பால்
மருவிய நியாயம் கல்வி வயதுதான் செய்த தர்மம்
அரிய மந்திரம் விசாரம் ஆண்மை இங்கிவைகள் எல்லாம்
ஒருவரும் தெரிய ஒண்ணாது உரைத்திடில் அழிந்துபோமே!"

விளக்கம்:

குரு நமக்கு மட்டும் அருளிசெய்ய உபதேசம், பெண்ணோடு கூடிய இன்ப அனுபவம், மாற்றி உரைத்துவிட்ட நியாயம், அரிதின் முயன்று கற்ற கலை (கல்வி), தனது வயது, தான் பிறர்க்கு செய்த தர்மம், தாம் கற்ற மந்திரம், தனது துயரங்கள், தனது வலிமை ஆகிய இவையெல்லாம் மற்ற எவர்க்கும் தெரியக்கூடாது. அவ்வாறு பிறர்க்குத் தெரியும்படி வெளிப்படுத்தினால் அவை அழிந்துபடும் என்பதாம்.

இதில் தான் கற்ற கல்வியும் தன் வயதும் ஆகியவை இன்று பிறர்க்குக் கூறத்தக்கவையாக காலமாற்றாத்தால் மாறியுள்ளன. தனது ஆண்மை தெரியாதவிடத்திற் தான் தற் புகழ்ச்சியாகக் கூறலாம் என்ற விதிவிலக்கு ஏற்பட்டிருக்கிறது.

தனது துயரங்களை பிறரிடம் கூறினால்தானே மனபாரம் குறையும் அல்லது அதற்கு தக்கதொரு தீர்வும் உண்டாகும்?!

மறைக்கப்பட்ட தன்பக்க நியாயத்தை காலம் மாறியும் வெளிப்படுத்தல் உண்டு. ஆனால் அதனால் பயனுண்டோ என்ற கேள்வி எழுகிறது.

திரைப்படங்களில் மறைக்கப்பட்ட மறுக்கப்பட்ட நியாயங்கள் காலமாற்றத்தில் திருப்புமுனையாக வெளிபடுவதும் உண்டு. (சின்னக்கவுண்டர் திரைப்படத்தில் நாயகனின் தந்தை பள்ளிக்கூட வாத்தியார் இல்லை. கையெழுத்து போடத் தெரியாத குஸ்தி வாத்தியார் என தெரிந்து கோவில் நிலம் பொதுவாகிறது).

67

கொடுப்பது அழுக்கறுப்பான்!

சிவபெருமான் பிரம்ம கபாலத்தைத் தாங்கி பிச்சையேற்று உண்கிறார். அதனாலே அவர் 'பிட்சாடனார்' எனப்படுகிறார்.'கலனாப் பலித் தேர்ந்துண்கிறார்' என்கிறார் திருஞானசம்பந்தர். திருப்பதி பெருமாளும் குபேரனிடம் கடன் பெற்றே திருமணம் செய்தாராம். அதை அடைக்கவே இன்றும் நாம் உண்டியலில் பணம் போடுகிறோம்.

கர்ணனிடம் கவச குண்டலங்களை பெற இந்திரன் வறியதோர் முதியனாக வந்து அவற்றைப் பெறுகிறார். கண்ணனும் முதிய அந்தணனாக தோன்றி புண்ணியங்களை பெறுகிறான்.இறைவனாகிலும் பொய் சொல்லியே பிச்சையேற்பாராம். ஆனால் நாம் இன்று ஏன் பிச்சையெடுக்கிறாய் எனத் திட்டுகிறோம்.இல்லையென இரப்பவர்க்கு இயன்றதை ஈவதே சிறப்பு.

"ஈயென இரத்தல் இழிந்தன்று அதனெதிர் ஈயே னென்றல் அதனினும் இழிந்தன்று" என்கிறது புறநானூறு.

ஒருவன் மற்றவர்க்கு கொடுப்பதை பொறாமையால் தடுக்க நினைப்பவர்கள் பாவிகளாவர்.

'கொடுப்ப தழுக்கறுப்பான் சுற்றம் உடுப்பதூஉம்
உண்பதூஉம் இன்றிக் கெடும்!'

என்கிறார் திருவள்ளுவர். நம்மால் இயன்றால் கொடுப்போம். பிறர் ஈவதை தடுக்காமல் நிற்போம்!

பாடல்:66

"இடுக்கினால் வறுமை யாகி வேற்றவர்க்கு இசைந்த செல்வம்
கொடுப்பதே மிகவும் நன்று! குற்றம் இன்றி வாழ்வார்!
தடுத்ததை விலக்கினோர்க்குத் தக்கநோய் பிணிகள் ஆகி
உடுக்கவே உடையும் இன்றி உண்சோறும் வெல்ல மாமே!"

விளக்கம்:

வறுமையினால் வாட்டமுற்று பொருள் வறியவராகி இல்லை என்ற காரணத்தால் யாசித்து நிற்பவருக்கு தன்னால் இயன்ற அளவுக்கேனும் கொடுத்து உதவுதல் நன்றாகும்.அவ்வாறு கொடுப்பதால் ஒரு குறையுமின்றி நன்கு வாழ்வார்.

இல்லாதவர்க்கு இருப்பவர் கொடுப்பதை தடுத்துவிடுபவர்களுக்கு பாவமும் நோய்நொடியும் வந்து துன்புறுவர்.அத்தோடு நில்லாமல் உண்ண உணவும் உடுக்க உடையும் இன்றிப்போகும். எட்டாத கனியாக கிடைத்தற்கரிய வெல்லக்கட்டியாகும் என்பதாம்.

வறுமையில் வாடினால் கொடுப்பதே சிறப்பு! கொடுப்பதைத் தடுப்பது அருவருப்பு!

68

மெய்ஞ்ஞானிகள்!

போலி மதகுருமார்கள் மக்களிடையே பொய்யான சடங்குகளையும் பலி முறைகளையும் போலி கடவுளரையும் வழிபடும்படி கூறி மக்களிடைய பொய்யான பரப்புரைகளை மேற்கொண்டு தாம் கொழித்து கொழுத்து வாழ்ந்தனர். அப்போது இயேசுபெருமானும் நபிகள் நாயகமும் மக்களிடையே போலிகளின் முகத்திரைகளைக் கிழிக்கும் பிரசாரங்களை மேற்கொண்டனர். கடவுள் ஒருவரே! அவர் அன்பு வடிவானவர். சகமனிதரிலும் அவ்விறைவன் நிறைந்திருக்கிறான். மனிதர்களை நேசிக்கவும் உதவவும் தொண்டு செய்யவும் முயல்வதே உண்மையான இறைபக்தி என்றனர். போலிக் கடவுளையும் வழிபாட்டு முறைகளையும் ஒதுக்கி மக்கள் நல்வாழ்வு வாழ அறிவுறித்தினர். அதனால் எதிரிகள் பல இன்னல்களை விளைவித்தனர். எனினும் மக்கள் நற்போதகங்களையேப் போற்றினர். விரும்பினர்.தமது கடவுளராக ஏற்றுக்கொண்டனர். புத்தர் தாம் பெற்ற ஞானத்தையெல்லாம் போதனைகளாக மனிதம் உய்யச் சொல்லிச் சென்றுள்ளார். எண்வகை மார்க்கங்களாக அவை விளங்குகின்றன. மகாவீரரின் திரிரத்தினங்கள் மனிதர்க்கு உயர்ந்த சொத்தல்லவா?

தமிழ் இலக்கியப் பரப்பிலும் எண்ணிறந்த புலவர்கள் தோன்றி தமது பாடல்களை எழுதிச் சென்றனர். பலர் இன்றும் நிலைப்பெற காரணம் அவர்களது உயர்ந்த என்றைக்கும் சிறந்த சிந்தனைகளேயாகும். பொய்யாய் பல கட்டுக்கதைகளை கட்டிவிட்டவர்கள் காலவெள்ளத்தில் காணாமல் போயினர். உலகமும் அவர்களை மறந்துவிட்டது.

பாடல்:67

"மெய்யதைச் சொல்வா ராகில் விளங்கிடும்மேலும் நன்மை!
வையகம் அதனைக் கொள்வார்! மனிதரில் தேவர் ஆவார்!
பொய்யதைச் சொல்வாராகில் போசனம் அற்பமாகும்
நொய்யர்தாம் இவர்கள் என்று நோக்கிடார் அறிவுள்ளாரே!"

விளக்கம்:

உலக மக்களுக்கு இம்மையும் மறுமையும் நன்மை பயக்கக்கூடிய அறங்கள் நிறைந்த கருத்துகளை உண்மையான வாழ்வியல் நெறிகளை கூறுவராகில் அத்தகைய சான்றோர்களை உலகிலுள்ளோர் அனைவரும் மெச்சி பாராட்டுவர். அவரையும் அவர்தம் சிந்தனைகளையும் ஏற்றுக்-கொள்வர். அத்தகு அறச்சிந்தனை எடுத்துரைத்தவர் மனிதராக பிறந்தி-ருப்பினும் மனிதரினும் சிறந்த மேலான தேவராக போற்றி மதிக்கப்படு-வர். உலகிற்கு உதவா மாய்மாலங்களை பொய்களையும் கூறுபவர்களுக்கு உண்ண உணவும் கிட்டுவது அரிதாகும். உலகிலுள்ள அறிவுள்ளோரும் அவரது பொய்முகத்தை அறிந்து அற்பமானவர் என வெறுத்து ஒதுக்கு-வர். அவரை கிஞ்சிற்றும் மதித்தொழுகார். ஏறெடுத்தும் பாரார் என்ப-தாம்.

69

மாதா பிதா குரு தெய்வம்!

தாயிற் சிறந்த கோயிலுமில்லை! தந்தை சொல் மிக்க மந்திரமில்லை இவ்விரண்டையும் ஒரு நேரத்தில் பின்பற்றி நிறைவேற்றியவர் பரசுராமர். தந்தையின் சொல்லுக்காய் தாயின் தலையையே வெட்டி எடுத்தார். அதன் பலனாய் பெற்ற வரத்தினால் அதே தாயை உயிரோடு மீண்டும் பெற்றார். அம்மை ஸ்ரீரேணுகையாக ஆரணி எல்லையாம் படைவீட்டில் கோவில் கொண்டு எழுந்தருள்கிறாள். அவ்வன்னையே நாம் போற்றும் குலதெய்வமாகும்.

ஸ்ரீ ராமானுஜர் தம் குருவாம் திருகச்சி நம்பி சொன்ன இரகசிய மந்திரத்தை குருவின் கட்டளையையும் மீறி உலகத்தாருக்கெல்லாம் கூவியழைத்து கூறினார். இது குரு கட்டளையை மீறியதுதான் எனினும் தாம் பெற்ற வரம் உலக மக்களும் வீடுபேறு பெற உதவட்டுமே என பழியை தாம் ஏற்றாலும் உலக நன்மைக்காகவே மீறினார். இது குருதுரோகம் ஆகாது. நல்வினையே ஆகும். வேதங்கள் ஆகமங்கள் உபநிஷத்துகள் மனுதர்மங்கள் ஆகியவை மனித வாழ்வை செம்மையுறுத்த தோன்றியவையே ஆகும். பகவத் கீதை முதலிய சமய சாத்திரங்களும் மனித வாழ்வியல் செம்மையுற தோன்றியவை. பிற்காலத்தில் நீதிநூல்கள், பழமொழிகள், ஆசார சீல நூல்களும் தோன்றி மனித குலம் சீர்பட கருத்து குவியல்களை கூறாநின்றன! வாழ்க்கை நீரோட்டம் பரந்து கெடாது கரைகளாகவும் வரப்புகளாகவும் நின்று வாழ்வை சீர்படுத்தி

பொருளுள்ள வாழ்க்கை வாழ துணைநிற்கின்றன.

மனம்போன போக்கெல்லாம் போகாமல் நன்னெறிகளைப் பின்பற்றி வாழ்தல் நலமாகும்.

பாடல்:68

"தந்தைஉரை தட்டினவன் தாய்உரை இகழ்ந்தோன்
அந்தமுறு தேசிகர்தம் ஆணையை மறந்தோன்
சந்தமுறு வேதநெறி தாண்டியோன் இந்நால்வர்
செந்தழலின் வாயினிடைச் சேர்வதுமெய் கண்டீர்!"

விளக்கம் :

தந்தையின் சொல்லைக் கேளாது அதை அலட்சியமாக்கியவன், தாயின் நல் அறிவுரைகளை ஏளனமாக கருதி இகழ்ந்தவன், குருவின் நற்போதனையை கட்டளைகளை மறந்தவன், வேதங்களின் வாழ்வியல் நெறிகளை மதிக்காதவன் ஆகிய இவர்கள் வாழ்க்கை நெறிகெட்டு கெடுதியுற்று இறுதியாக அகால மரணத்தில் முடிந்து தீயினுக்கு இரை- யாய் முடிந்துபோகும் என்பதாம்.

தாயும் தந்தையும் குருவும் வேதங்களும் சொல்லும் வாழ்க்கை நெறி- களை மதிப்போம். வாழ்வில் உய்வோம்!

70

நீதிமான்கள்!

'நூறு குற்றவாளிகள் தப்பித்தாலும் ஒரு நிரபராதி தண்டிக்கப்படக்கூடாது' என்பது நீதியின் குரல். ஒரு வழக்கின்போது நடுவுநிலையோடு அவ்வழக்கை கையாள வேண்டும். விருப்பு வெறுப்பு, வேண்டியவர் வேண்டாதவர் என்ற பாகுபாட்டுத்தன்மை மனதில் இருக்கக்கூடாது.

'சமன்செய்து சீர்தூக்கும் கோல்போல் அமைந்துஒருபால்
கோடாமை சான்றோர்க்கு அணி'

என்பது திருவள்ளுவரின் நீதி இலக்கணம். ஒரு வேளை குற்றஞ்சாட்டப்பட்டவர் தம் இரத்த உறவு எனில் அவ்வழக்கிலிருந்து தாம் விலகிக் கொள்ளல் வேண்டும்.

அவ்வாறு இல்லையெனில் நீதியின்பால் உள்ள பற்று நிலைக்காது. 'வாயிற்கடைமணி நடுநா நடுங்க ஆவின் கடைமணி உகுநீர் நெஞ்சுட தான்தம் அரும்பெறற் புதல்வனை ஆழியில் மடித்தோன்' என சிலம்பு புகழும் மனுநீதிச்சோழன் தவறிழைத்தவன் தன் பெறலரும் புதல்வனே ஆயினும் அவனை பசுவின் கன்றினை கொன்றழித்த அதே தேர்க்காலில் இட்டு கொன்று நீதியை நிலைநாட்டினான் என்பதே நம் மண்ணின் நீதி வழங்கும் வரலாறாய் நிற்கிறது. ஒரு வழக்கிற்கு பொய்சாட்சி சொல்வதும் மிகப்பெரும் பாவமாக கருதப்படுகிறது. அத்தகையோர் சதுக்கப்பூதம் புடைத்துண்ணும் என்பது இலக்கியம் காட்டும் நெறி.

நாடிழந்து நகரிழந்து மனைவி மக்களை இழந்தபோது 'வாய்மையிற் கடியதோர் வாளும் இல்லை' என அரிச்சந்திரன் நின்றதும் வாய்மையின்பால் கொண்ட பற்றேயாகும். எப்பொருளையும் மெய்ப்பொருள்

கண்டு ஆராய்ந்து நீதி வழங்குதல் முறையாகும்.

பாடல்:69

"நாரிகள் வழக்கு ஆயினும் நடுஅறிந் துரைப்பார்பார் சுத்தர்
ஏரிபோல் பெருகி மண்மேல் இருகணும் விளங்கிவாழ்வர்
ஓரமே சொல்வா ராகில் ஓங்கிய கிளையும் மாண்டு
தீரவே கண்கள் இரண்டும் தெரியாது போவர் தாமே!"

விளக்கம்:

சொந்தம் பந்தம் சொத்து சுகம் அற்ற ஏழை அபலை பெண்களுக்கும் அவர்தம் வழக்கில் நடுவுநிலையுடனே ஆராய்ந்து தீர்ப்பு வழங்குபவர்கள் உண்மையான நீதிமான்கள். அத்தகையோர் வாழ்வும் அவர்தம் பொருளும் இருகரையும் தொட்டு விளங்கும் ஏரிநீர்போல் பரந்து விரிந்து பெருகி காணப்படும். அனைவருக்கும் பயன்படும். அத்தகு நீதிமான்கள் மக்களுக்கு இருவிழியாக போற்றப்படுவர்.

அவ்வாறான நடுநிலைமை தவறி ஒருதலைபட்சமாக தீர்ப்பினை வழங்குவாராயின் அவர்களது உறவும் சுற்றத்தோடும் கெட்டு முழு பார்வை இழந்த கண்களோடு கலங்கி தவிப்பார்கள் என்பதாம். நீதி வழங்குவதில் செங்கோன்மை செலுத்துதல் நலம் பயக்கும் என்பதை உணர்வோம்! உய்வோம்!

71

கற்பனையென்றாலும் காதல்!

இன்றைய பாடலை நினைக்கும்போது இரண்டு இலக்கியப் பாடல்கள் நினைவுக்கு வருகின்றன. முதல் பாடல் ஒரு போர்க்களம். தலைவன் அப்போர்க்களத்தில் இறுதி முயற்சி வரை போரிடுகிறான். போரில் பகைவனின் கூரிய வேலால் தாக்குண்டு அப்போர்க்களத்திலேயே உயிரை விட்டுவிடுகிறான். போரிலே மாய்வதற்கன்றோ நாம் வீரப் புதல்வர்களை பெறுகிறோம். அவ்வாறு மாய்ந்த அவ்வீரனின் உடலை அவன் மனைவி காண்கிறாள். பெருஞ்சோகம் உடைப்பெடுத்து அழுகிறாள். அவன் உடலை தன் மடிமீது கொண்டு அவனது வீரஞ்செறிந்த முகத்தை கண்ணீர் நிரம்பிய கலங்கல் பார்வையால் உற்றுப்பார்க்கிறாள். இரத்தம் தோய்ந்த தலைக்கேசத்தை நீவி விடுகிறாள். அவனோடு வாழ்ந்த காலங்கள், அவனது குறும்புகள், சீயத்தை ஒத்த அவனது செம்மாந்த தோற்றம் எல்லாம் காட்சிகளாய் திரையிடுகின்றன. காண்போர்க்கு சோகரசம் சொட்ட சொட்ட அழுகிறாள். அவனை இழுத்து ஆரத்தழுவுகிறாள். அவளது மார்பகத்தால் அவனது முகம் தோய அணைக்கிறாள். அவனது உடலை அவளது உடலோடு ஒட்டுவிதைத் தாவரமாய் ஒன்றிணைத்து பிணைக்கிறாள். அணைக்கிறாள். அவள் உயிரும் பிரிந்து ஈருடல் ஈருயிர் பிணைந்து வீழ்ந்தது.'

'முலையால் முயங்கினள் வாண்முகம் சேர்த்தினள் உயங்கினள் அங்கே ஓங்கிற்று உயிர்!'

என்பது புறப்பொருள் வெண்பா மாலையின் அப்பாடல்.

இரண்டாவது பாடல் கலிங்கத்துப் பரணியில் செயங்கொண்டார் பாடியது. போர்ப்பரணியான அக்கலிங்கத்துப் பரணியில் இப்படியொரு அகத்துறை பாடலா என வியக்கும்படி இருக்கிறது அப்பாடல். அதேபோன்று போர்க்களம். தலைவன் பகைவன் வாளில் பட்டுவீழ்கிறான். அவன் மனைவி பார்க்கிறாள். அவன் உடல் மண்ணில் வீழ்வதற்குள் சென்று தன் மடியில் தாங்குகிறாள்.அவனை அணைத்து அவன் உயிரோடு தன் உயிரையும் ஒக்க துறக்கிறாள். இதிலென்ன ஆச்சர்யம் என்கீறீர்களா? இதற்கு கவிஞன் கூறும் காரணம்தான் வியப்பானது. அவன் வாளில்பட்டு கீழே விழும்போது மண்ணில்தானே வீழ்வான். மண்மகளும் ஒரு பெண்தானே?! தன் கணவன் உடலை மண்மகளாயினும் வேறுபெண் தழுவக்கூடாது என எண்ணியே ஓடிப்போய் தன் மடியில் தாங்குகிறாளாம்.சரி உயிரை ஏன் விட்டாள். அவன் உயிர் பிரிந்ததும் விண்ணுலகம் போவான். அங்கே தேவ மகளிர் அவனை வரவேற்று தழுவிக்கொள்வார்களே! விடலாமா? என் புருஷன் எனக்கு மட்டுந்தானே என்ற உரிமையை விட்டுக்கொடுக்காத அன்பினாலே அவ்வாறு அவனோடே உயிரை விட்டு 'விண்ணாட்டு அறமகளிர் அவ்வுயிரைப் புணரா முன்னம் தன் ஆவி ஒக்க விடுவாளை காண்மின்! காண்மின்! ' என்கிறது அப்பாடல். கற்பனைதான் இலக்கியம் என்றாலும் இத்தகு உணர்ச்சிகளில் நெஞ்சம் நெக்குருவது மறுத்தற்கியலா உண்மைகள்!

பாடல்:70

"துப்புறச் சிவந்தவாய் ஊடிய பஞ்சனையின்மீதே
ஒப்புறக் கணவனோடே ஓர்லீலை செய்யும்போது
கற்பகம் சேர்ந்த மார்பில் தன்தனம்இரண்டும் தைத்தே
அப்புறம் உருவிற்று என்றே அங்கையால் தடவிப் பார்த்தாள்!"

விளக்கம்:

செக்கச் சிவந்த வாயினை உடைய தலைவி தன் தலைவனோடு மஞ்சத்தில் கூடிக் களித்து இன்ப விளையாட்டில் இருக்கும்போது கற்பகச்சந்தனம் பூசிய தன் தலைவனின் அகன்ற மார்பகத்தை ஆரத்தழுவி இறுக பற்றி அணைக்கிறாள். அதனால் தம் மார்ப்போ அவன் மார்பில் புதைந்து நுழைத்து பின்புறமாக வெளியேறியதோ என எண்ணி தன் இறுகப் பற்றிய கைகளால் அத்தலைவனின் முதுகுபுறமாக துழாவிப் பார்த்தாளாம்! தூய காதலில் கற்பனையும் அழகுதானே!

72

அற்ற குளத்து அறுநீர் பறவைகள்!

உலகில் பொருள் செல்வம் இருப்பவரையே பலரும் விரும்புவர். நாடிச்-செல்வர். போற்றிப்புகழ்வர். உறவுகொண்டாடுவர். பழுமரம் நாடிச் செல்-லும் பறவைபோல் எப்போதும் கூட்டங் கூட்டமாக நாடிச் சென்று உறவுகொள்வர். இருப்பவர் கொடுக்க வேண்டும். கொடுத்து கொண்டே இருக்க வேண்டும். கொடுப்பதற்கு செல்வம் குறைந்துவிட்டால் கூட்டமும் குறைந்துவிடும். என்றால் அவர்கள் எல்லாம் உண்மை அன்பிற்காக கூடிய கூட்டமா? வெறும் பொருட்பலனை பெறுவதற்கன்றோ கூடினர். உறவுகொண்டாடினர்?!

‘ அற்ற குளத்து அறுநீர் பறவைபோல் ஓட்டி உறுவார் உறவல்லர்’ என்று மூதுரையில் பாடுகிறாள் ஔவைப்பாட்டி.

பணத்திற்காக கூடும் கூட்டம் போலியானது. அது தீர்ந்தவுடன் கலைந்துவிடும். உண்மை அன்பிற்காக கூடும் கூட்டம் ஔவை கூறுவ-தைப் போல கொட்டியும் ஆம்பலும் நெய்தலும் போல வாடி வதங்கினா-லும் அக்குளத்திலேயே அல்லவா வாடிக்கிடக்கும். அதுபோன்ற செல்-வமில்லா காலத்திலும் உறவாடும் உண்மை சொந்தம் கிடைத்தற்கரியது! எவ்வாறாயினும் மானுடமும் மனிதநேயமும் உண்மை பற்றுமே உலகில் உயர்ந்தவை. உணர்வோம்! உய்வோம்!

பாடல்:71

"ஏரிநீர் நிறைந்தபோதுஅங்கு இருந்தபுள் பட்சிஎல்லாம்

மாரிநீர் மறுத்த போதப் பறவைஅங் கிருப்பதுண்டோ?
பாரினை ஆளும் வேந்தன் பட்சமும் மறந்த போதே
யாருமே நிலையில் லாமல் அவரவர் ஏகுவாரே!"

விளக்கம்:

மழைநீரால் நிரம்பிய ஏரியானது நீரால் நிறைந்திருக்கும்போது அங்கு மகிழ்ந்து உறவாடி தன் இருப்பிடமாக வாழ்விடமாக இருந்த பறவைகளும் புள்ளினமும் மழை குறைந்து நீரின்றி ஏரி வற்றிப்போகும்போது அவையெல்லாம் முன்புபோலவே மகிழ்ந்து இருந்து உறவாடி வாழுமோ? வாழாது. வேறு நீர் நிறைந்த இடத்தைத் தேடி அல்லவா பறந்துவிடும்!?

அதைப்போலவே உலகாளும் அரசராக இருந்தாலும் அவரிடம் செல்வமின்றி வறண்டுபோனால் போற்றி புகழ்ந்து காவியம் பாடிய மனிதர்களும் ஏழைகளும் அகதிகளும் என யாருமே அவரை நாடிச் செல்லாமல் தமது கொழித்த செல்வத்தை ஈவார் இருக்கும் திசைநோக்கி ஓடோடிச் செல்வர் என்பதாம். ஏரியாயினும் நீர்வற்றினால் எப்பறவையும் தங்காது. அரசனாகிலும் செல்வமின்றேல் யாவரும் விலகிச்செல்வர். இது உலகியல்பு!

73

எச்சிற் கையாலும்...

'மனம்எனும் தோணிப்பற்றி மதியெனும் கோலையூன்றி
சினமெனும் சரக்கையேற்றி செறிகடல் ஓடும்போது
மதனெனும் பாறைத்தாக்கி மரியும்போது அறிவொண்ணா
உனை எனும் உணர்வை நல்காய் வொற்றியூர் உடைய கோவே'

என்பது நாவுக்கரசர் தேவாரம். உருவக அணிக்கான முழுபாடல் இது. எப்போதுமே மனிதர்களாகிய நமக்கு எல்லாம் இருக்கும்போது அதன் அருமை புரியாது. அதைக்கொண்டு நல்வாழ்வு வாழமாட்டோம். இல்லாதவர்க்கும் வறியவர்க்கும் கொடுத்து உதவ மாட்டோம். நல்வாழ்வு தந்த இறைவனை நினைக்கமாட்டோம். நன்றி சொல்லவும்மாட்டோம் இல்லாத வறிய காலத்திலும் துன்பம் வரும் காலத்திலும் இறைவனை நொந்துகொள்வோம்.

ஏன் எனக்கு மட்டும் இந்த துன்பங்கள் என வருந்துவோம். ஒரு நொடி உக்கார்ந்து சிந்தியுங்கள்! அல்லது விவேக சிந்தாமணியின் இப்பாடலை ஓர்ங்கள்!

பாடல்:72

"மண்ணார்கட்டி கரத்தேந்தி மாநாய் கவ்வும் காலினராய்
அண்ணாந் தேங்கி இருப்பாரை அறிந்தோம்! அறிந்தோம்! அம்மம்மா!
பண்ணார் மொழியார் பால்அடிசில் பைம்பொன் கலத்தில் பரிந்தூட்ட
உண்ணா நின்றபோது ஒருவர்க்கு உதவாமாந்தர் இவர்தாமே!"

விளக்கம்:

முற்பிறவியில் இனிய குரலால் அன்போடு விளிக்கும் தம் துணைவி கையால் பொன்னாலான கலத்தில் பால் கலந்த இன்சுவை அரிசி-சோற்றை இன்முகத்துடன் பரிமாற இனிமையாக உண்டு வாழ்ந்த நற்-பேறு பெற்ற வாழ்வை உடைய காலத்தில் யாசகம் கேட்டு வந்த யாசகர்க்கு மிச்சமீதி உணவையாவது கொடுத்து அவர்தம் பசிபோக்கி உதவா கருமிகள்தாம் இப்பிறவியில் பிச்சைப் பாத்திரம் கையிலேந்தி வீதிகள்-தோறும் சுற்றித்திரிந்து யாசகங்கேட்டுத்திரியும் இவரது கோலத்தைப்-பார்த்து தெருவிலுள்ள நாய்களெல்லாம் கடித்து குரைத்து துரத்த யாரா-வது தம் பசிபோக்க உணவை ஈந்து பசியை போக்கிவிட மாட்டார்களா என ஏங்கி கையில் திருவோடு ஏந்தி வீதிகள்தோறும் யாசித்துத் திரி-பவர்கள் என்பது மெய்மை என அறிந்தோம்! அறிந்தோம்! அம்மம்மா அறிந்தோம் என்பதாம்!

செல்வந்தனாக வாழ்பவர்கள் இல்லாதவர்க்கு ஈந்தால் எப்பிறவியிலும் யாசக வாழ்வு அமையாது என உய்த்துணர்வோம்!

74

பாவச்சொத்து!

பொதுவாக ஒருவர் செய்த பாவம் ஏழு தலைமுறைக்கும் சென்று சேரும் என்கின்றனர். ஏன் இப்படி? அவர் செய்த பாவம் அவரை மட்டுந்தானே பாதிக்க வேண்டும். அவரது தலைமுறைகள் என்ன செய்வார்கள் பாவம்?

அவர்களை ஏன் பாதிக்க வேண்டும்?

ஒருவர் உழைத்தோ வேறு வழிகளிலோ ஈட்டிய பொன்னும் பொருளும் நிலமும் வீடும் அவர் தலைமுறைகள்தானே அனுபவிக்கின்றனர். அப்படியானால் அவர் செய்த பாவமும் அவர்கள்தானே அனுபவிக்க வேண்டும் என்று நியாயம் கற்பிக்கிறது தர்மம்!

திருவள்ளுவர் பெருந்தகையும் முன்வினையாகிய ஊழ்வினை மிகப் பெரிது என்கிறார்.

'ஊழிற் பெருவலி யாவுள மற்றொன்று

சூழினுந் தான்முந் துறும்' என்கிறார்.

நான் நல்வாழ்வுதானே வாழ்கிறேன். எனக்கு ஏன் இத்தகைய துன்பங்கள் சோதனைகள் ஏற்படுகிறது என நாம் கேட்கும் கேள்விக்குத்தான் மற்றொன்று சூழினும் (நல்வினைகள் இருந்தாலும்) ஊழ்வினையே அதை முந்தி வந்து தீமை செய்கிறது என்கிறார். ஊழ்வினை தீரவும் துன்புறுத்தாமலும் இருக்க நாம் என்னதான் செய்யவேண்டும்? நம் இப்பிறவியின் தீமைகள், பாவங்கள் நம் தலைமுறைகளுக்கும் சென்று சேரும் என்பதை உணர்ந்து அவற்றை நீக்கி தூய நல்வாழ்வு வாழ்வது ஒன்றே அதற்கான தீர்வாகும் என்பதை உணர்வோம்!

பாடல்:73

"மண்டலத்தோர் செய்த பாவம் மன்னவரைச் சேரும்
திண்திறல் மன்னர் செய்த தீங்குமந்திரியைச் சேரும்!
தொண்டர்கள் செய்த தோஷம் தொடர்ந்துதம் குருவைச் சேரும்!
கண்டன்ன மொழியாள் செய்த கன்மமும் கணவர்க்காமே!"

விளக்கம்:

நாட்டுமக்கள் செய்த பாவம் அந்நாட்டின் மன்னருக்கேச் சென்றடையும்.

மன்னன் செய்த பாவம் அதன் தீமை மந்திரிமார்களுக்குச் சென்று சேரும்.

தொண்டர்கள் செய்த பாவம் தலைவர்களை சென்றடையும். மனைவி செய்த பாவம் கணவனுக்கு சென்று சேரும் என்பதாம்.

தன் அரசாட்சி கீழுள்ள மக்களை பாவம் செய்யும்படியான நிலையில் முறையற்ற ஆட்சி செய்தவதால் அது மன்னருக்குப் போய்ச்சேர்கிறது. மன்னனை முறைபடுத்தாத அமைச்சர்கள்,தம் தொண்டர்களை முறைபடுத்தாத தலைவன்,மனைவியை நல்வழிபடுத்தாத கணவன் ஆகியோர் அதனதன் காரணமாக தாம் தீங்கு செய்யாவிட்டாலும் அதனதன் பலன்களை அனுபவிக்கின்றனர் என்பது தெளிவு!

75

இன்பவாழ்வு இதோ!

பொதுவாக மனிதர்களாகிய நாம் பிறக்கிறோம். வாழ்கிறோம். விதி முடிந்தால் மடிகிறோம். இவ்வாழ்வினால் நாம் என்ன கண்டோம். 'உழுதவன் கணக்குப் பார்த்தால் உழக்கு கூட மிஞ்சாது' என்பார்கள். உழவு மட்டுமல்ல நம் வாழ்வும் அப்படித்தான். ஆனால் வாழும் போதே சொர்க்கமான வாழ்வு பெற முடியுமா? முடியும்.

சிலருக்கு நல்ல அறுசுவை உணவிருந்தால் போதும். வயிறு நிறைய உண்பர்.அதுவே சொர்க்கம் அவர்க்கு. சிலருக்கு கும்பகர்ண தூக்கம்.

சிலருக்கு மது. சிலருக்கு மாது. சிலருக்கு பணம். சிலருக்குப் புகழ். சிலருக்கு ஊர்சுற்றுவது. சிலருக்கு சும்மா இருப்பதே சொர்க்கம்!

பாரசீக கவிஞன் உமர்கய்யாமின் பாடல்களை மொழிபெயர்த்த கவிமணி தேசிக விநாயகம் பிள்ளை ஒரு பாடலை இப்படி மொழிபெயர்க்கிறார்.

'வெய்யிற்கேற்ற நிழலுண்டு வீசுந்தென்றல் காற்றுண்டு
கையில் கம்பன் கவியுண்டு கலசம் நிறைய மதுவுண்டு
தெய்வ கீதம் பலவுண்டு தெரிந்துபாட நீயுண்டு
வையத் தருஇவ் வனமின்றி வாழும் சொர்க்கம் வேறுண்டோ' என்று

பாடுகிறார். ஆஹா இவ்வுலக வாழ்வுதான் எத்தனை இன்பம். 'உலகம் பிறந்ததும் எனக்காக ஓடும் நதிகளும் எனக்காக!' துள்ளலாகப் பாடலாம். அறவழியில் பொருள் சேர்த்து ஈத்துவக்கும் இன்பம் கொண்டு வீடுபேறு அடைந்தால் அதுவன்றோ சொர்க்கம்!

பாடல்:74

"நற்குணம் உடைய வேந்தை நயந்துசேவித்தல் ஒன்று!
பொற்புடைய மகளிரோடு பொருந்தியே வாழ்தல் ஒன்று!
பற்பல ரோடு நன்னூல் பகர்ந்து வாசித்தல் ஒன்று!
சொற்பெறும் இவைகள் மூன்றும் இம்மையில் சொர்க்கம் தானே!"

விளக்கம்:

தன் குடிகளின் நலனே தன்நலனாய் போற்றி வாழும் அரசனின் நாட்டில் வாழுதலும் அவனை போற்றுதலும் முதல் சொர்க்கம்!

நல்ல குணநலனோடு இனிமைகுணங்களும் இனித்த பேச்சுமாய் (குயில்போல் பேசிடும் மனையாள்) இல்லத்திற்கான இனிய குணநலன்களைக் கொண்ட மனைவியோடு வாழும் பேறுபெற்ற இனிய வாழ்வு ஒரு சொர்க்கம்! கற்க கற்க கற்கண்டாய் இனித்திடும் நல்வாழ்வுக்கு வழிகாட்டிடும் பற்பல இனிய நூல்களை தாம் கற்பதோடு நில்லாமல் பலரோடு அவற்றின் சுவைகளை பேசிப் பகிர்ந்து இலக்கியச் சுவை இன்துய்த்தல் ஒரு சொர்க்கம்! இவை மூன்றுந் தானே வாழும் போதே சொர்க்கம் இவ்வையத்தார்க்கு?!

76

கட்டையில் போகுமட்டும்!

மனித வாழ்வியல் தர்மத்தை இரண்டாகப் பிரித்துள்ளனர். ஒன்று இல்லறம். மற்றொன்று துறவறம். ஆதிசமயங்களாகிய சைவமும் வைணவமும் இல்லற வாழ்வை பெரிதும் போற்றுகின்றன.சிவபெருமான் உமையம்மைக்கு தன் உடம்பின் சரிபாதியைத் தந்து உமையொரு பாகனாக உள்ளார். திருமால் தன் நெஞ்சத்தில் திருமகளை கொண்டு விளங்குகிறார். ஆணும் பெண்ணும் சேர்ந்து இயங்குவதே வாழ்வின் சிறப்பாக இருக்கும். ஆனால் புறசமயங்களான சமணமும் பௌத்தமும் துறவையே பெரிதும் வலியுறுத்துகின்றன. பெண்களுடனான நட்பு, எறும்பு ஊற தேயும் கல்லாய் கெட்டழியும்,வீடுபேறும் கிட்டாது என்கின்றனர்.ஆனால் திருஞானசம்பந்தர் 'மண்ணில் நல்லவண்ணம் வாழலாம்! எண்ணில் நல்லகதிக்கு யாதுமோர் குறையுமில்லை! கண்ணில் நல்லஃதுறும் கழுமல வளநகர் பெண்ணின் நல்லாளொடும் பெருந்தகை இருந்ததே!' என்கிற றார். அன்பினால் இணைந்து மணம்புரிந்து பிள்ளைகள் பெற்று அறவழியில் பொருள் சேர்த்து அறவோர்க்கும் அந்தணர்க்கும் துறவோர்க்கும் தொல்லோர்க்கும் இருந்தோம்பி விருந்தோம்பி ஈத்துவக்கும் இன்பம் பெற்று நால்நிலைக்கடந்து முக்தி பெறுதல் இல்லற இன்பம்.ஆசைகடந்து முற்றும் துறந்து இறைநாமமே செபித்து இறைவனோடு இரண்டறக் கலத்தல் துறவற இன்பம்.செல்லும் வழிகள் வேறானாலும் சென்றடையும் இடம் இறைவனின் திருவடிப் பேறாம் முக்திநிலையே நாடும் மானுடம்!

பாடல்:75

"நிட்டையிலே இருந்துமனத் துறவடைந்த பெரியோர்கள் நிமலன் தாளைக்

கிட்டையிலே தொடுத்து முத்தி பெருமளவும் பெரியசுகம் கிடைக்கும் காம

வெட்டையிலே மதிமயங்கும் சிறுவருக்கு மனம்பேசி விரும்பித் தாலி

கட்டையிலே தொடுத்துநடுக் கட்டையிலே கிடத்துமட்டும் கவலை-தானே!"

விளக்கம்:

பெரிய தவமாகிய நிட்டை நிலையிலே இருந்து தவம் செய்து மனத்-தூய்மை பெற்ற பெரியோர்கள் இறைவனின் திருத்தாள் பற்றி இறைய-ருள் பூரணமாய்ப் பெற்று இறுதிவரை பேரின்ப வெள்ளத்தில் மூழ்கித் திளைப்பர் என்பது திண்ணம்.

ஆசையில் உழன்று மதிமயக்கும் இல்லறத்தில் இறங்கி திருமணம் செய்து பிள்ளைகள் பெற்று அன்பு பாசம் கடமைகள் எனும் துன்பத்தில் உழன்று இறுதியாக எரிமேடையில் கிடத்தும் வரை துன்பம் தரும் கவலையிலேயே உழன்று கொண்டிருப்பார் என்பதாம். துறவறமே இன்-பம். இல்லறமோ கவலைகளுக்கு உறைவிடம் என்கிறார் கவிஞர். இல்-லறமல்லது நல்லறமன்று என்பதே நமது கொள்கையுமாகும்.

77

சிறுக்கி மக!

இன்றைய நாகரிக உலகில் நாம் எத்தனையோ பெண்களை பார்க்கிறோம். பேசுகிறோம். பழகுகிறோம். ஆனால் ஏதோ ஒரு பெண்ணைப் பார்க்கும் போது மட்டும் உள்ளம் கொள்ளைப்போகிறதே! அது ஏன் என யாராவது கண்டறிய முடிகிறதா? நம்பியகப்பொருள் இலக்கணம் முற்பிறவியில் மிகச்சிறந்த தம்பதியராக வாழ்ந்த இருவரும் அடுத்த பிறவியில் காதலர்களாக இயற்கைப் புணர்ச்சியில் சந்திப்பதாக கூறுகிறது. இன்றைய கணவர்களிடம் அடுத்த பிறவியிலும் கணவன் மனைவியாக வாழ விருப்பமா என கேள்வி எழுப்பினால் அடுத்த பிறவியே வேண்டாம் என்று பதிலுரைப்பார்கள். பருவ வயதில் எத்தனையோ பெண்களை கண்டாலும் நமக்கான துணையை காணும்போது மனசுக்குள் ஒரு பூப்பூக்கும்! அந்த தருணமே காதல் பிறக்கிறது. விழியில் விழுந்து இதயம் நுழைந்து உயிரில் கலந்த உறவாகிறது. ஆண் மிக்க வலிமைகொண்டு பெரு வீரனாக பகைவர்க்கு எமனாக விளங்குபவன். உடலைப்போலவே உள்ளமும் திடமானவன். ஆனால் அவன் மனதும் இளகி தீப்பந்தம் போன்றவன், எப்படி தீபமாக மாறுகிறான்? குறுந்தொகையில் கபிலர் கூறுகிறார் "சிறுகுடி பெருந்தோட் குறமகள் நீரோரன்ன சாயல் தீயோரன்ன என் உரன் அவித்தன்றே' என்று வியக்கிறார்! 'கண்ணின் கடைப்பார்வை காதலியர் காட்டிவிட்டால் மண்ணின் குமரர்க்கு மாமலையும் ஒரு கடுகாகிவிடுகிறது' என்கிறார் பாவேந்தர். எரிமலையும் இங்கே பனிமலையாகிறது. அந்த அதிசயம் எவ்வாறு நடைபெறுகிறது?

பாடல்:76

"அன்னம் பழித்த நடை ஆலம்பழித்த விழி
அமுதம் பழித்த மொழிகள்
பொன்னம் பெருத்தமுலை கன்னம் கருத்தகுழல்
சின்னஞ் சிறுத்த இடை பெண்
என்நெஞ்சு உருக்க அவள்தன் நெஞ்சு கற்றகலை
என்னென்று உரைப்பதினி நான்
சின்னஞ்சிறுக்கியவள் வில்லங்கம் இட்டபடி
தெய்வங்களுக்கு அபயமே!"

விளக்கம்:

அன்னப்பறவையை தோற்கடிக்கும் நடையழகு!ஆலகால விடத்தை தோற்கடிக்கும் காண்போரை கொல்லும் விழியழகு!இனிய அமுதத்தை தோற்கடிக்கும் தேனான பேச்சு அழகு! பொன்போல அவளின் முன்தானை அழகு! கருகருவென்ற செறிந்த கூந்தல்! மிகச்சிறிய மெல்லிடை அழகு! இத்தகு வனப்பெல்லாம் ஒருங்கே பெற்ற அவ்வழகியாள் என் மனதை கொள்ளையடித்துவிட்டாள்! இத்தகு மனதை மயக்கும் வித்தையை எங்கு கற்றாளோ?! அதை நான் எப்படி உரைப்பேன்? சின்னஞ்சிறு பெண்ணாண இவள் வினோதமான சுகமான துன்பம் தருவதை அந்த தெய்வங்களுக்கே அறியும் என்பதாம்.

78

அலையலையாய்த் துன்பம்!

துன்பக்கேணி, துன்பக்கடல் என்று துன்பத்தை கேணியாகவும் கடலாகவும் இலக்கியங்களில் உருவகப்படுத்துவர் கவிஞர். ஒரு மனிதனுக்கு ஒரு துன்பம் வரலாம்.துன்பமே தொடர்ந்து வந்தால் என்ன செய்வான் பாவம்? பசியும் துன்பமும் வறுமையும் மனிதனை தளர்ச்சியுற செய்து தன்னம்பிக்கையை இழக்கச் செய்து நொடித்து போகச் செய்துவிடும். அவ்வாறு நொடிந்துவிடாமல் எது காக்கும் துன்பம் ஒரு கரை இன்பம் ஒரு கரை நடுவில் தானே வாழ்க்கை என்பதை உணர்ந்து இரவிருந்தால் பகலிருக்கும் துன்பமிருந்தால் இன்பம் பிறக்கும் என்ற நம்பிக்கையே ஆகும். இன்றும் நம் உலகையே ஆட்டிப்படைக்கும் கொரனா எனும் நோய் அலைகளின் எண்ணிக்கையாய் நீள்கிறது.பூஞ்சைகளின் பரவல் வண்ணங்களில் நீள்கிறது. பறவைக்காய்ச்சல் வேறு பதறச் செய்கிறது. மனித வர்க்கத்தை ஆட்டிப்படைக்கும், அழித்தொழிக்கும் எத்தனை நோய்கள் எத்தனை துன்பங்கள். எனினும் உலகம் நம்பிக்கையிலேயே கண்விழிக்கிறது. புலனடக்கமே புலர்வதற்கான வழி! நம்பிக்கையே நல்மருந்து!

பாடல்:77

ஆஈன மழைபொழிய இல்லம் வீழ
அகத்தடியாள் மெய்நோவ அடிமை சாவ
மாஈரம் போகுதென்று விதைகொண்டோட
வழியிலே கடன்காரர் மறித்துக் கொள்ளக்

கோவேந்தர் உழுதுண்ட கடனைக்கேட்கக்
குருக்கள் வந்து தட்சணைக்குக் குறுக்கே நிற்க
பாவாணார் கவிபாடிப் பரிசில் கேட்கப்
பாவிமகன் படும்துயரம் பார்க்க ஒண்ணாதே!

விளக்கம்:

பசு கன்று ஈனுகிறது. அதற்கு சரியான தீவனம் தரவேண்டும். அது இல்லை.

மழை கொட்டி இயல்பு வாழ்வை பாதிக்கிறது. பெருமழையால் பழைய வீடு இடிந்து விழுகிறது.மனைவி நோய்வாய்ப்பட்டு மெய்சோர்ந்துப்படுத்துக்கிடக்கிறாள்.வேலைக்காரனும் திடீரென இறந்துவிடுகிறான். மழைஈரம் புலர்வதற்குள் இருக்கும் சிறிய நிலத்தை உழுது விதைத்தால்தான் உணவு கிடைக்கும் என விதைகொண்டு விதைக்க ஓடுகிறார். வழியிலே ஏற்கெனவே வாங்கிய கடனை தா என்று கடன்கொடுத்தவன் மறித்து நிற்கிறான்.

அரசர் தன் பணியாட்கள் மூலம் உழுத வரி கேட்கிறார். கோவிலின் குருக்கள் வழிபாடு நிகழ்த்தியமைக்காக தட்சணைப் பணம் கேட்கிறார். பாடல் புனையும் திறன்மிக்க புலவர் பரிசில் தர வேண்டுகிறார்.துன்பங்கள் தொடர்சங்கிலியாய் துரத்த பாவிமகன் படுகின்ற துயரங்கள் கண்ணாலும் பார்க்க முடியவில்லை என்பதாம். துன்பம் ஒரு தூரத்து கானல்நீர். நிச்சயம் விலகும். நம்பிக்கையில் நாளை விடியல் நோக்குவோம்!

79

உடன்கொல்லிகள்!

பத்தாவுக்கேற்ற பதிவிரதை இல்லையென்றால் சொல்லாமல் கொள்ளாமல் சன்யாசம் கொள்' என்பார்கள். நல்ல உறவுகளே நம் வாழ்வின் பொருளாகும். உறவுகளே கொல்லி என்றால் உற்றதென்ன வாழ்வினிலே?

'ஐந்து பெற்றால் அரசனும் ஆண்டியாவான்' என்பதற்கு ஐந்து பிள்ளைகளையோ அல்லது பெண்பிள்ளைகளையோ பெற்றால் ஆண்டியாகிவிடுவான் என்று நாம் தவறாக பொருள் கொள்கிறோம். இப்பழமொழிக்கு சரியான விளக்கம் இதுதான்:

1.ஆடம்பரமாக வாழும் தாய்

2.குடும்ப பொறுப்பற்ற தந்தை

3. ஒழுக்கமில்லாத மனைவி

4.ஏமாற்ற குணமும் துரோகமும் செய்யும் உடன்பிறப்புகள்

5. சொல்பேச்சைக் கேட்காத பிள்ளைகள்

ஆகிய இத்தீய ஐந்து உறவுகளைப் பெற்றவனே ஆண்டியாவான் என்பதே சரியான பொருள். நம்மை சுற்றி இருக்கும் உறவுகள் நற்குணமுடையவர்களாக இல்லையெனில் எல்லாம் இருந்தும் வாழ்வில் வெறுமைதான் மிஞ்சும்.

பாடல்:78

"தாய்பகை பிறர்நட் பாகில் தந்தைகடன்காரன் ஆகில்
மாய்பகை மனைவி யாரும் மாஅழகு உற்றபோது
பேய்பகை பிள்ளை தானும் பெருமைநூல் கல்லா விட்டால்
சேய்பகை ஒருவர்க் காகும் என்றனர் தெளிந்த நூலோர்!"

விளக்கம்:

தன்னிடம் பகைமை பாராட்டுவதும் தன் உடன்பிறந்தார்க்கு சாதக-மாகவும் வாழும் தாய், ஊதாரி வாழ்க்கை வாழ்ந்து கடனாளியாகிவிட்ட தந்தை,அழகு ஆபத்தைத்தரும் எனும்வகையில் கட்டிய கணவன் மட்-டுமின்றி பார்ப்பவர் அனைவரையும் வசீகரிக்கும் அழகு மிக்க மனைவி, நல்ல நீதிநூல்களை கல்லாமல் தீமை பயக்கும் மந்திர தந்திரங்களை கற்று பேயாக குறுக்கு வழியில் வாழும் பிள்ளைகள் ஆகிய இவர்களே ஒருவனின் வாழ்வை பேய்போல ஆட்டிப்படைத்து துன்பம் விளைத்து நிம்மதியை கெடுப்பார்கள் என்பது ஆராய்ந்தறிந்த நூல்வல்லோர் கூற்-றாகும்.

80

உறவா? பகையா? காற்று!

நாம் அன்பாக வளர்க்கும் நாயும் பூனைக்குட்டியும்கூட சிலநேரங்களில் நமக்கே துன்பத்தை ஏற்படுத்திவிடும்.பாகனின் அன்பில் அகப்பட்டு அசையும் யானைகூட மதம்பிடித்தால் அப்பாகனையே மிதித்தும் அழிக்-கும்.நாம் ஓட்டிச்செல்லும் வாகனமே கவனம் சிதறும்போது நமக்கு விபத்தை ஏற்படுத்திவிடுகிறது. நாம் உண்ணும் உணவும் நஞ்சாகி துன்பம் தருவதுண்டு. நாம் பருகும் நீரும்கூட விக்கிக்கொண்டு நமக்கு ஆபத்தை ஏற்படுத்துவதுண்டு. நேரம்காலம் கெட்டுப்போனால் கயிறுகூட பாம்பாகி பழிதீர்க்குமாம். தீவினையும் நம் நிலைதளர்வும் துன்பத்தில் நம்மை ஆழ்த்தும்!

பாடல்:79

"நிலைதளர்ந் திட்டபோது நீள்நிலத்து உறவும் இல்லை!
சலமிருந்து அகன்றபோது தாமரைக்கு அருக்கன்கூற்றம்!
பலவனம் எரியும்போது பற்றுதீக்கு உறவாம் காற்று
மெலிவது விளக்கே ஆகில் மீண்டும்அக் காற்றே கூற்றம்!"

விளக்கம்:

ஒரு குளத்தில் உள்ள தாமரைக்கு அக்குளம் நீர்வற்றிப்போகும்போது தாமரை காதலனாகிய சூரியனே அத்தாமரையை வாட்டி வதைக்கும் எமனாகும்.கிளையோடும் இலையோடும் உறவாடும் காற்று அந்த மரங்-கள் நிறைந்த வனம் தீப்பற்றி எரியும் அத்தீயை மேலும் பெருக்கி

காட்டை அழிக்கத் துணையாகும்.

விளக்கு நன்கு எரிய காற்று தேவை! அவ்விளக்கே தீ மெலிந்து திரி எரியும்போது உதவக்கூடிய காற்றே அவ்விளக்கை அணைத்து அத்-தீபத்திபத்தின் ஒளிர்வுக்கு எமனாகும். எனவே நாம் நன்கு வாழும் போது உறவானவர்கள் எல்லாம் (பணம் புகழ் பெயர் குறைந்துபோனால்) நிலைதளர்ந்திட்டபோது உறவாக இருக்கமாட்டார்கள். இது உலகத்தின் இயல்பு என்பதாம். என்றும் நிலைதாழா வாழ்வே நீடித்த இன்பத்திற்கு வழிவகுக்கும் என்பது புரிதல்!

81

நல்லோர் கெடுவதில்லை!

'தொட்டு கெட்டவன் யார்?

தொடாமல் கெட்டவன் யார்?

சொல்லி கெட்டவன் யார்?

சொல்லாமல் கெட்டவன் யார்? கொடுத்து கெட்டவன் யார்?

கொடாமல் கெட்டவன் யார்?

இது விடுகதை! கிராமங்களில் சிறிய விடுகதை கேள்விகளில் ஆரம்பித்து பெரிய புராண இதிகாசங்களை சொல்லுவார்கள்! சிறிய சூத்திரங்களில் மிகப்பெரிய கணக்குகள் உருவாதலைப் போன்ற திறமை இது. விடுகதைகள் எனும் அகத்தியர் கமண்டலத்தில் மிகப்பெரிய இதி-காச காவிரிகள் அடங்கி விரியும்.இனி விடுகதைக்கான விடைகளை காண்போம்:-

தொட்டு கெட்டவன் - இந்திரன்.

தொடாமல் கெட்டவன் - இராவணன்.

சொல்லி கெட்டவன் - விஸ்வாமித்திரன். சொல்லாமல் கெட்டவன்-அரிச்சந்திரன்.

கொடுத்து கெட்டவன் - கர்ணன்.

கொடாமல் கெட்டவன் - துரியோதனன். விடைகள் ஆச்சர்யமாகவும் அதன் விரிவை அறியும் ஆர்வத்தையும் தூண்டுகிறது அல்லவா? அது-தான் தமிழின் தமிழரின் அறிவுத்திறன்! என்னே வியப்பு!

பாடல்:80

"மடுத்த பாவாணார் தக்கோர் மறையவர் இரப்போர்க்கு எல்லாம்
கொடுத்துயார் வறுமை உற்றார்? கொடாது வாழ்ந்தவர்யார் மண்மேல்
எடுத்து நாடுண்ட நீரும் எடாதகாட் டகத்து நீரும்
அடுத்தகோடைநீர் வற்றி அல்லதில் பெருகும் தானே?

விளக்கம்:

தன்னை நாடிவந்து இசைத்து பாடும் புலவர்களுக்கும், கொடுப்பதற்கு தக்க சான்றோர்க்கும், யாகம் செய்து வேதம் காக்கும் மறையவர்க்கும், இல்லையென்று யாசிக்கும் இரவலர்க்கும் ஆகிய இவர்களுக்கெல்லாம் தம்மிடம் உள்ள பொருளைக் கொடுத்து கெட்டுப்போனவர்கள் யாரும் இல்லை!

யாருக்கும் ஒரு பொருளும் கொடுக்காமல் தாம் மட்டுமே வைத்துக்கொண்டு நன்கு முழுதாய் வாழ்ந்தவர்களும் இப்பூமியில் யாரும் இல்லை!

ஊர்ப்பொதுக்கிணற்றில் எல்லோரும் நீர் எடுத்தாலும் கோடையில் நீர்வற்றுகிறது. யாருக்கும் பயன்படாமல் காட்டில் உள்ள குளத்துநீரும் கோடையில் வற்றித்தான் போகிறது.

மீண்டும் மழை பெய்தால் இரண்டிலும் மீண்டும் நீர் சுரக்கிறது. நிறைகிறது. கொடுத்து கெட்டவனும் இல்லை. கொடாமல் வாழ்ந்தவனும் இல்லை என்பதாம்.

82

அணங்கன்!

பசி தாகம் உடலின்ப விழைவு ஆகிய இம்மூன்றும் உலக உயிர்களுக்கெல்லாம் பொதுவான அடிப்படைத் தேவையாகும். நம் மரபில் ஒவ்வொன்றிற்கும் ஒரு கடவுள் உண்டு. உயிர்கட்கெல்லாம் இன்ப உணர்வை கொடுப்பவன். மன்மதன் எனும் காமக்கடவுள். அணங்கா, மாரன், வசந்தன் போன்ற பல பெயர்கள் அவர்க்குண்டு. சூரபதுமன் உள்ளிட்ட அரக்கர்கள் கடுந்தவமியற்றி இறைவனிடம் வரம் பெற்று அசுர குலத்தை நிலைநிறுத்த தேவர்குலத்தையே அழிக்க முயல்கிறான். சிவனுக்கும் உமையம்மைக்கும் பிறக்கும் மைந்தனாலே (முருகன்) அவர்களை கொன்றழித்து தேவர்களை காக்க முடியும் என உணர்ந்து தேவர்கள் சிவனைத்தேட அவரோ இமயத்தில் கடுந்தவத்தில் மூழ்கிப்போய் இருக்கிறார். தேவர்களும் உமையம்மையும் இறைவனின் தவத்தைக் கலைக்க காமனாலே முடியும் என முடிவுசெய்து காமனை வேண்டுகின்றனர். காமனும் உலகின் நன்மைக்காக தன் மாமனாராகிய சிவபெருமானின் தவத்தைக்கலைக்க காற்றுத்தேரேறி கிளி வாகனத்தை ஓட்டி கரும்பு வில்லெடுத்து அரும்பு நாண்தொடுத்து சிவனின் தவத்தை கலைத்து இன்ப உணர்வை ஏற்படுத்த முயல்கிறார். தவம் கலைந்து விழித்த சிவபெருமான் சினமுற்று நெற்றிக்கண்ணின் கோபாக்கினியால் நக்கீரரை எரித்ததைப் போல சுட்டெரித்தார். காமன் சாம்பலாகிப்போனான். அவரது மகளும் அவனது மனைவியுமான இரதிதேவி அழுது புலம்பி, தேவர்களை காக்கவன்றோ என் கணவர் சிவனின் தவத்தைக் கலைத்தார்? என் கணவன் எனக்கு வேண்டும் என வேண்ட, உன் கணவன்

வசந்தத்தில் தோன்றுவான். உலகோர் கண்ணுக்குத்தெரியாமல் உன் கண்களுக்கு மட்டும் தெரிவான். உலகெங்கும் அவன் இன்ப ஆட்சி இருக்கும். அடுத்த பிறவியில் கண்ணணின் மைந்தனாய் பிறப்பான் என வரம் கொடுத்தார் சிவன்.

வடிவமின்றி வாழ்வதாலே அணங்கா என பெயர் பெற்றான் காமன். காமன் கூத்து நாட்டுப்புறவியலில் உண்டு. எரிந்த கட்சி எரியாத கட்சி என லாவணி (எதிர்பாட்டு) பாடி சொல்லாடலை வளர்க்கின்றனர். தென்றல் வீசும்போது மலர்களின் மணத்தில் வசந்த காலங்களில் குளிர்நிலா ஒளியில் தனித்திருக்கும் ஏகாந்த மோகப் பொழுதுகளில் எங்கிருந்தோ ஒருவன் கரும்பு வில்லெடுத்து அரும்பு கணைத் தொடுப்பான். உங்கள் நரம்புகளில் இன்ப வீணை மீட்டும்போது அவனாட்சி அங்கே நிறைவதை உணர்வீர்கள். (இளமையில் தனிமை கொடிது) சிலம்பிலும் காமவேள் கோட்டம் காட்டப்படுகிறது. ‘மலரினும் மெல்லியது காமம் சிலர் அதன் செவ்வி தலைப் படுவர்’ என்பது வள்ளுவம். முறையாய் இன்பம் துய்ப்போர்க்கு காமன் கடவுள். முறையற்ற வக்கிரம் கொள்வோர்க்கு காமன் பேய்! பேய்மை கொன்று கடவுள் வளர்ப்போம்!

பாடல்:81

"உணங்கி ஒருகால் முடமாகி ஒருகண் இன்றிச் செவி இழந்து
வணங்கு நெடுவால் அறுப்பு உண்டு மன்னுமுதுகில் வயிறு ஒட்டி
அணங்கு நலிய மூப்பெய்தி அகல வாயோடு கழுந்தேந்திச்
சுணங்கென் முடுவல் பின்சென்றால் யாரைக்காமன் துயர் செய்வான்?"

விளக்கம்:

உடல்மெலிந்து ஒருகால் உடைந்து, ஒரு கண் பார்வை இழந்து, செவிப்புலன் குன்றி நீண்டு சுருண்ட வால் அறுந்து, வயிறு முதுகில் ஒட்டும்படி காய்ந்தும்,உடல் தளர முதுமையடைந்தும் ஒரு ஆண் நாய் பெண் நாயைக் கண்டதும் மிக்க காமவயப்பட்டு பின்செல்லும் எனில் மற்ற யாரைத்தான் காமன் விட்டுவைப்பான். காமத்தின் கொடுமை இது என்பதாம். நரை திரை மூப்பு பிணியுற்றாலும் காமப்பேய் ஆட்டிப்படைக்கும். காமத்தில் வீழ்ந்தார் கதிதேற வழியுண்டோ? ஆசை அறுமின்! ஆசை அறுமின்!

83

தனியே எமன் எதற்கு?

இன்றைய பாடலுக்கும் கருத்துக்கும் நான் தனிப்பட்ட முறையில் பொறுப்பல்ல!

உலகம் நன்மையும் தீமையும் கலந்தே உள்ளது. தேவர்களைப் படைத்த இறைவன் அசுரர்களையும் படைத்தான். பசித்தவனை படைத்த இறைவன் கொடுப்பவனையும் படைத்தான். மேட்டையும் பள்ளத்தையும் பாலைவனத்தையும் சோலைவனத்தையும் கோடையையும் கார்காலத்தையும் படைத்திருக்கிறான். மனிதம் என்பது நன்மை செய்யவும் மிருகம் என்பது தீமை செய்யவும் படைத்திருக்கிறான். மனிதனே தீமைகள் செய்தால் மேலும் தீமை செய்ய மிருகங்கள் எதற்கு? ‘இன்னோரு உயிரைக்கொன்று புசிப்பது மிருகமடா. யாருக்கும் தீங்கின்றி வாழ்பவன் மனிதன். ஊருக்கே வாழ்ந்து உயர்ந்தவன் புனிதன்’ என்ற வைரமுத்துவின் பாடலின் பொருள் உணர்வோம். நன்மை செய்து நலம் பெறுவோம்!

பாடல்:82

"கல்மனப் பார்ப்பார் தங்களைப் படைத்துக்
காகத்தை என்செயப் படைத்தாய்?
துன்மதி வணிகர் தங்களைப் படைத்துச்
சோரரை என்செயப் படைத்தாய்?
வன்மன வடுகர் தங்களைப் படைத்து
வானரம் என்செயப் படைத்தாய்?

நன்மனை தோறும் பெண்களைப் படைத்து
நமனையும் என்செயப் படைத்தாயோ?"

விளக்கம்:

கொடுத்து ஈயும் மனமில்லாத சில பார்ப்பர்களைப் படைத்து பசித்த காகத்தையும் ஏன் இறைவன் படைத்தானோ?

இலாப நோக்கத்தையே பெரிதாக எண்ணும் சில துர்மதி வணிகரைப் படைத்து கள்வர்களையும் தனியாக திருட இறைவன் ஏன் படைத்தானோ?

கொடுமனங்கொண்ட சில வடுகரைப்படைத்து வானரங்களையும் ஏன் படைத்தானோ?

வீடுகள்தோறும் தொல்லைதரும் சில பெண்களைப் படைத்து நம்மையெல்லாம் கொல்வதற்கு எமனையும் ஏன் தனியாக படைத்தானோ இறைவன் என்பதாம். மனிதர்கள் எல்லோரும் நல்லவர்களும் தீயோர்களும் இல்லை. நல்லோர் ஒருவர் உளரால் எல்லோர்க்கும் இங்கே மழையும் உலக இயக்கமும் உண்டு என்பது மறுத்தற்கில்லை.

84

அன்னவருக்கே சரண்!

பழங்காலத்தில் ஆண்கள் திருமணமானதிலிருந்து காலில் மெட்டி அணிந்திருப்பார்களாம். பெண்களும் குனிந்த தலை நிமிராமல் நால்வகை குணத்தோடு நடந்து போவார்கள். அவ்வாறு போகும் போது ஆண்களின் மெட்டி தெரிந்தால் அவர் திருமணமானவர் என தெரிந்து மதிப்புடன் நடந்து கொள்வார்களாம்.

அதைப்போலவே ஆண்களும் பெண்களின் நெற்றி குங்குமம் கழுத்தின் தாலி போன்ற அடையாளங்களைக் கண்டு திருமணமான பெண்களை மதித்து ஒழுகுவார்களாம். இன்றைய காலங்களில் திருமணமானதற்கான அடையாளங்கள் ஆண்களுக்கும் தெரிவதில்லை. பெண்களுக்கும் தெரிவதில்லை. அத்துடன் மட்டுமல்லாது பெண்கள் தம் தலைவன் போர்குறித்தோ தூது சொல்லவோ கல்வி கற்கவோ பொருள் ஈட்டவோ தம்மை பிரிந்திருக்கும் காலங்களில் கண்களுக்கு மையும் கூந்தலுக்கு பூக்களும் முகத்திற்கு மஞ்சளும் பூசி தம்மை ஒப்பனை செய்வதில்லையாம். தம் அழகு, தலைவன் துய்க்கவே என்பதால் அவனில்லாத காலங்களில் அவ்வாறு ஒப்பனைகளின்றி இருப்பார்களாம். அவர்களது கோலமே தலைவன் உடனில்லாத நிலையைக் காட்டுமாம். கடற்கரை பரதவர்கள் கடலுக்குச் சென்ற தம் கணவன் திரும்பும்வரை வீட்டில் விளக்கேற்றி பாதுகாப்பார்களாம்.

ஆண்டாள் கூட பாவை நோன்பு நோற்கும் காலத்தில் 'நெய்யுண்ணோம் பாலுண்ணோம் மையிட்டு நாம் எழுதோம் ! மலரிட்டு நாம் முடியோம்!' என்கிறாள். என் கண்ணில் காதலர் இருப்பதால் நான் மையிடுவதில்லை. என் நெஞ்சில் அவர் இருப்பதால் சூடான உணவையும் அருந்துவதில்லை என்றெல்லாம் திருவள்ளுவரும் காதல் உணர்வுக்குச் சுவைக்கூட்டுகிறார். அன்றைய காலம் அவற்றை காதலின் வெளிப்பாடாய்க் கொண்டது. இன்றைய காலம் பெண்ணடிமைத்தனத்தின் வெளிப்பாடுகள் என்கிறது. அவரவர் கொள்கை அவரவர் முடிவு.

பாடல்:83

"உண்ணல் பூச்சூடல் நெஞ்சுஉவத்தல் ஒப்பனை
பண்ணல் எல்லாம் அவர் பார்க்கவே அன்றோ?
அண்ணல்தம் பிரிவினை அறிந்தும் தோழி நீ
மண்ண வந்தனை இது மடமை ஆகுமால்!

விளக்கம்:

தோழீயே! நான் உண்பதும் அவர் விரும்பும் எம் கருங்கூந்தலுக்கு பூச்சூடி வாசமூட்டி மகிழ்வதும் பல்வேறாக ஒப்பனைகளை செய்து மகிழ்வதும் எல்லாம் அவர் நம்மோடு இருந்து அவர் பார்த்து மகிழ்வதற்கன்றோ?! ஆனால் இப்போது அவர் நம்மை பிரிந்திருக்கிறார். அதனால் நாம் வருந்தி ஒப்பனைகளை விரும்பாது இருக்கிறோம். ஆனால் நீ இதை உணராது வழக்கம் போல எமக்கு ஒப்பனை செய்ய முயல்கிறாயே!? இது என்ன உனது மடமை என்பதாம்.

தலைவன் உடனில்லாது காலத்து ஒப்பனைகளை விரும்பாத தலைவியின் காதல் மனம் விளங்குகிறது.

85

விதிவிலக்கு!

இன்றைய நாட்களில் செய்தித்தாட்களில் கைக்குழந்தையுடன் கணவனை தவிக்கவிட்டு வேறொரு ஆடவனோடு ஓட்டம் பிடிக்கும் பெண்களைப் பற்றிய செய்திகள் வெளிவருகின்றன. இல்லறத்திற்குரிய நல்லியல்புகள் பெறாத சில பெண்களின் தீமைகள் சமுதாய அரங்கில் அரங்கேறிக்கொண்டுதான் இருக்கின்றன. கணவன் வேறொருவளோடும் மனைவி வேறொருவனோடும் தீய உறவில் வாழும் குடும்பம் என்ன குடும்பம்? இல்லற ஒழுக்க விதிவிலக்குகள் சமுதாயத்தின் புரையோடிய புண்கள்! எத்தனையோ பெண்கள் தன் கணவன் நோய்வாய்ப்பட்டு வீட்டோடு முடங்கிப்போனாலும் கடினமான பல வேலைகளை செய்தும் கணவனையும் குழந்தைகளையும் காக்கும் கற்புக்கரசிகள் ஏராளமாக இங்கு உண்டு. எமனோடு போராடி தன் கணவன் உயிரை மீட்கும் சாவித்திரிகளும், தொழுநோயுற்று முடமான பின்னும் தன் கணவனின் இச்சையை தீர்ப்பதற்காக கூடையில் சுமந்து சென்ற நளாயினியும் வாழ்ந்த மண்தான் இது. திருமண உறவின் மூலம் இல்லறம் ஏற்று பிள்ளைகளைப் பெற்று உடலின்பத்தை பெரிதென எண்ணாது குடும்ப நலத்தையே பெரிதாக எண்ணி வாழும் நம் குலவிளக்குகள் ஆயிரமாய் உண்டு. புலனடக்கமின்றி கண்டதே காட்சி கொண்டதே கோலமாய் வாழும் ஆண்களும் பெண்களும் எதை பெற்றுவிடப் போகிறார்கள்? வாழ்க்கை நெறிகளை தாய்வழி பெண் கற்று ஒழுகுவதுதான் கற்பு. அன்றி வெறும் உடற்தூய்மை மட்டும் கற்பாகாது. இச்சைப்படியெல்லாம் வாழ்வது மிருகம். ஒருவனுக்கு ஒருத்தியாய் உன்னதமாய் வாழ்வதுதான் மனிதம். மிருகம்

கொன்று கடவுள் வளர்ப்போம்!

பாடல்:84

"கோளரி அடர்ந்த காட்டில் குறங்கில் வைத்து அமுதம் ஊட்டித்
தோளினில் தூக்கி வைத்துச் சுமந்துபேறா வளர்ந்த
ஆளனைக் கிணற்றில்தள்ளி அலகிலா முடவச் சேர்ந்தாள்!
காளநேர்க் கண்ணினாரைக் கனவிலும் நம்பொணாதே!

விளக்கம்:

சமுதாயமென்னும் காட்டில் நரிகளும் சிங்கங்களுமாய் நரவேட்டை-யாட காத்திருக்கும் வேளையிலும் தன் குட்டியை தன் மடியிலேயே வைத்துக்காக்கும் கங்காருவைப்போல தன் கால்கள் மீதே அமரவைத்து ஆராவமுதை ஊட்டி செல்லங்கொஞ்சி சீராட்டி பாராட்டு தம் தோள்கள் மீதே குழந்தைபோல சுமந்து வளர்த்த அன்புமிக்க கணவனை பாழுங்-கிணற்றில் தள்ளிவிட்டதைப் போல் தவிக்கும்படி கைவிட்டு வேறொரு அன்பு அரவணைப்பு ஒருத்தி ஒருவனாய் வாழும் அழகற்ற ஒழுக்கமற்ற முடவனோடு சேர்ந்து வாழ்கின்றாள்.

அத்தகு எமனை ஒத்த பெண்களை கனவில் கூட நம்பக்கூடாது என்பதாம். இது விதிவிலக்காய் வாழும் சில அற்ப பெண்டிருக்கே பொருந்தும்.

கல்லானாலும் கணவன் புல்லானாலும் புருஷன் என வாழ்ந்து ஏழையாய் இருந்தவனை தன் குணத்தாலும் குடும்ப பாங்கினாலும் செல்-வந்தனாக வெற்றியாளனாக மாற்றிச் சாதிக்கும் மங்கையர்க்கு இது பொருந்தாது. குலம்விளங்கச் செய்யும் குணவதியரும் இங்கு உண்டு என்பது மறுத்தற்கியலாது!

86

அவரவா◌ அனுபவம்!

இலக்கியங்கள் பல, தனிநபரின் சிந்தனையாக வேதனையாக கருத்தாக மகிழ்வாக அறிவுரையாக மலர்கிறது. சில தனிநபரின் சிந்தனையாக மலர்ந்து பொதுவானவரின் மனநிலையோடு ஒத்துப்போதலும் உண்டு.

தனிப்பாடல்களில் பல புலவர்களின் போட்டி, பொறாமை, தனித்திறன்கள், கோபங்கள், சொல்விளையாட்டுத் திறன் ஆகியவற்றை வெளிப்படுத்துவதாகவும் இருக்கின்றன.

தன் அனுபவ வெளிப்பாடுகள் பாடற்சுவை பயப்பினும் பொதுவான சமுதாயத்திற்கு ஏற்றவையாக அமையுமா என்பது கேள்விக்கு உரியது. ஒருவன் ஈகையால் நொடிந்துப் போய் இருக்கலாம். உறவுகளை அரவணைத்ததால் நண்பர்களை நம்பியதால் பிள்ளைகளின் உதாசீனத்தால் மனைவியுடனான மாறுபாட்டினால் துன்பப்பட்டிருக்கலாம். இவற்றால் ஈகையும் நட்பும் திருமணமும் பிள்ளைப்பேறும் வேண்டவே வேண்டாம் என எழுதலாமா? அவ்வாறு எழுதினால் அது பொதுவான இலக்கியமாகி நன்மை பயக்குமா? வறுமையில் வாடுகிறோம். நோயினால் துன்பப்படுகிறோம். உலக பந்தத்தில் உழன்று மெலிகிறோம். இவற்றால் மனித வாழ்க்கையே வேண்டாம் எனலாமோ? இவ்வாறு இலக்கியங்கள் படைத்தால் படிக்கலாம். ரசிக்கலாம். சுவைக்கலாம். இலக்கிய சாஸ்வதம் பெறுமா என்பது கேள்விக்குறி. மனித வாழ்வுக்கு இம்மைக்கும் மறுமைக்கும் இன்பம் பயக்கும் இலக்கியமே இங்கு தேவை! உய்த்தறிவோம்!

பாடல்:85

" சேய்கொண்டோரும் கமலச்செம்மலுடனே அரவப்

பாய்கொண்டோரும் பணியும் பட்டீச்சுரத் தாளே!
நோய்கொண் டாலும் கொளலாம்! நூறுவயது ஆமளவும்
பேய்கொண்டாலும் கொளலாம்! பெண்கொளல் ஆகாதே!

விளக்கம்:

செய்யோனாகிய முருகனை ஈன்ற சிவனும் தாமரையில் வீற்றிருக்கும் பிரம்மதேவனும் ஆதிசேடனை பாயலாகக் கொண்ட திருமாலும் வணங்கத்தக்க சிறப்பையுடைய பட்டீச்சுர திருத்தலத்தில் கோயில் கொண்டு எழுந்தருளும் அன்னையளே! நோய் கொண்டு அதன் வருத்தும் துன்பத்தோடே வாழ்ந்துவிடலாம். பீடித்து ஆட்டுவிக்கும் பேயுடனும் நூறு ஆண்டுகள் வாழ்ந்துவிடலாம். ஆனால் ஒரு பெண்ணோடு ஒருமித்த கருத்துடன் அன்புடன் மாறுபாடுகளின்றி சண்டைச் சச்சரவின்றி வாழ்தல் பெரும்பாடாக இருக்கிறது தாயே! நீயே துணை! உன்னை சரணடைகிறேன் என்பதாம். பெண் தெய்வமாகிய பட்டீச்சுரத்தாளிடமே பெண்ணின், மனைவியின் கொடுமைகளை எடுத்து புலம்புவது சரியாகுமா? கண்ணின் இமை போல நகமும் சதைபோல ஈருடல் ஓருயிராய் வாழ்பவர் எத்தனை! எத்தனை! ஆகவே இது தனிநபரின் வேதனை வெளிப்பாடாகவே கொளலாம். பொதுவாக எண்ணி புறந்தள்ள வேண்டாம்.

87

வல்லவனுக்கு வல்லவன்!

திருநெல்வேலிக்கே அல்வாவா? வைத்தியனுக்கே மருந்தா? கொல்லன் தெருவிலேயே ஊசி விற்பதா?

பெரும்புலவனுக்கு இலக்கணம் சொல்வதா? என்றெல்லாம் சொலவடைகள் உண்டு? அக்காலத்தில் பெரும்புலவர்கள் இருந்தனர். அவர்கள் இளம் புலவர்களின் பாடற் பிழைகளை பொறுத்துக்கொள்ள மாட்டார்கள்!

'குட்டுதற்கோ பிள்ளைப் பாண்டிய னிங்கில்லை!
குறும்பியளவாக் காதைக் குடைந்து தோண்டி
எட்டினமட் டறுப்பதற்கோ வில்லியில்லை!
இரண்டொன்றா முடிந்துதலை யிறங்கப் போட்டு
வெட்டுதற்கோ கவியொட்டக் கூத்தனில்லை!
விளையாட்டாக் கவிதைகளை விரைந்துபாடித்
தெட்டுதற்கோ வறிவில்லாத் துரைகளுண்டு
தேசமெங்கும் புலவரெனத் திரியலாமோ?'

என்று பொற்களந்தை படிகாசுப் புலவர் பாடல் ஒன்றில் கண்டிக்கிறார்.

நக்கீரர்,ஒட்டக்கூத்தர் போன்ற பெரும்புலவர்களிடம் கம்பரும் புகழேந்திப் புலவரும் ஔவையாரும் போட்டிப்போட்டு பட்டகதைகளை தனிப்பாடல்கள் உணர்த்தும். தவறான பாடல் எழுத பிள்ளை பாண்டியன்

குட்டுவதும், குறும்பியளவு காதை வில்லி கிள்ளி எடும்பதும், தவறான பாடல் எழுதிய கவிகளிருவரின் கூந்தலை ஒட்டக்கூத்தர் வெட்டுவதும் புலமை போட்டி பொறாமையால் அன்று. தமிழ்மொழி சிறுமைபட்டுவிடக் கூடாது என்ற பெரும் அக்கறையினால்தான். அதுவன்றி தனிப்பட்ட காரணங்கள் இல்லை. அப்படி இருந்தால் நெற்றிக்கண் உடைய சிவபெ-ருமானையே ‘ முற்றும்நீர் கண்ணானாலும் மொழிந்தநும் பாடல் குற்றமே குற்றமே’ என வாதாட முடியுமா?

எவ்வாறாகினும் போட்டி இருக்கலாம்! பொறாமையால் அழிக்க கரு-தக்கூடாது.

கிராமத்தில் இருப்பவர்கள் அதிகம் படிக்காதவர்கள் என்பதால் அவர்களிடம் நம் திறமையைக்காட்டினால் அவர்களின் நீதிநெறி பாடல்-களும் மகாபாரதம், இராமாயணம், நாட்டுப்புற பாடல், விடுகதைகள், பழமொழிகள், மனன கணக்குகள் ஆகியவை நம்மைத் திணறடித்துவி-டும். வல்லவனுக்கும் வல்லவன் வையகத்தில் உண்டு!

பாடல்:86

"நானம்என்பது மணம்கமழ் பொருளது
நாவில் உண்பதுவோ சொல்?
ஊன் உணங்குவோய் மடந்தையர் அணிவதே
உயர்முலைத் தலைக்கோட்டில்
ஆனது அங்கது பூசினால் வீங்கவது
அமையுமோ? எனக் கேட்கக்
கான வேட்டுவர் சேரிவிட்டு அகன்றனர்
கடிகமழ் விலை வாணர்!"

விளக்கம்:

ஒரு வணிகக் கூட்டத்தார் வேடுவர்களின் ஊரில் சென்று‘ அய்யா இது வாசனை மிக்க புனுகு! இதை வாங்கி உடலில் பூசினால் மிக்க நறுமணம் கிடைக்கும். இதனால் வேட்டையாடுவதால் வீசும் மாம்ச துர்-நாற்றம் நீங்கும், பெண்கள் தம் மார்பில் பூசினால் முன்னழகு மேலும் கூடும்’ என்றனர்.

புனுகு கிடைப்பதோ வேடர்கள் வேட்டையாடும் புனுகுப்பூனையினி-டமிருந்துதான். அவர்களிடமே அதை பற்றிக் கூறினால் எப்படி?

வேடர்கள், வணிகரே இது வாசம் மிக்க பொருள் என்ற உணவில் சேர்த்தால் நாவில் இனிக்குமோ?

மேலும் பெண்களின் மார்பில் பூச மார்பு பெருக்காது. மாறாக சிறுத்துவிடும்' என்றனர் மிக விவரமாக!

இவ்வளவு விவரமிக்க இவர்களிடம் நம்மால் புனுகு விற்கமுடியாது என்று தெளிந்து அவ்வேடர்களின் ஊரைவிட்டு வணிகர்கள் தெறித்து ஓடினர் என்பதாம்.

ஆளைப்பார்த்து எடைபோடக்கூடாது என்பது தெளிவு!

88

இருட்டில் தேடும் இன்பம்!

நாம் அனைவரும் மனிதர்களாகப் பிறக்கிறோம். வாழ்கிறோம். எதை எதையோ தேடி அலைகிறோம். எல்லாவற்றிலும் இன்பமே தேடி வாழ்கிறோம். இன்பம் கிட்டுகிறதா?

‘துன்பக்கடலில் இன்ப முத்தைத்தேடி துன்பக்கடல் நீரில் முற்றும் நனைவதே முழுவாழ்வின் மிச்சம்! தெரிந்துதான் முயன்றேன் தாயின் கருவறையில் கைகால்களை அசைத்து பிறவியினின்று பிழைத்துக்கொள்ள என் முயற்சிக்கோ முழுதோல்வி!

என் தோல்வியின் வெளிப்பாடுதான் என் முதல் அழுகை!’ என புதுக்கவிதையாக நான் எழுதியது இங்கு பொருந்துகிறது. துன்பமின்றி இன்பமில்லை. அனைத்தையும் ஏற்றுக்கொண்டு பக்குவமடையும் மனம்தான் வாழ்வை உணர்ந்துகொள்ளும். அன்றி நொந்து நொந்து வாழும்போதே சாவதில் என்ன பயன்? சிந்திப்போம்!

பாடல்: 87

"கொண்டு விண்படர் கருடன்வாய்க் கொடுவரி நாகம்
விண்ட நாகத்தின் வாயினில் வெகுண்ட வன்தேரை
மண்டு தேரையின் வாயினில் அகப்படு வண்டு
வண்டு தேன்நுகர் இன்பமே மானிடர் இன்பம்!"

விளக்கம்:

ஒரு கருடன் கொடிய விடமுடைய பாம்பை வாயில் பிடித்துக்கொண்டு வானத்தில் பறக்கிறது. அந்த நாகத்தின் வாயில் அகப்பட்டு கதறியபடி செல்கிறது ஒரு தவளை. அந்த தவளையின் வயிற்றில் அகப்பட்டிருக்கிறது ஒரு வண்டு.அந்த வண்டு தேன் உண்ண ஆசைப்படுதலைப் போன்றது இம்மனித வாழ்வில் இன்பம் பெற விழைவது ஆகும். இருட்டில் தேடும் இன்பமே மனித வாழ்வு என்பதாம்.

89

மூடருக்கு அறிவுரை!

"இயேசுவே! என் பகைவரை எத்தனை முறை நான் மன்னிக்க வேண்டும்?" என்ற கேள்விக்கு இயேசு பெருமான் 'உன் பகைவர் உன்னை எத்தனை முறை மன்னிக்க வேண்டும் என நீ நினைப்பாயோ அத்தனை முறை நீ உன் பகைவரை மன்னிக்க வேண்டும் என்றாராம். சில மூடர்களை அவர்களின் தவறுகளின்போது நாம் மன்னிப்பதும் பெரும் பிழையாகிவிடுகிறது. ஏனெனில் அவர்கள் திருந்துவதில்லை. மனம் வருந்துவதில்லை. மீண்டும் சமயம் வாய்க்கும்போது தாம் முன்பு செய்த தவறுகளையே தயங்காமல் மீண்டும் செய்யத்துணிகின்றனர். துரியோதனன் பெற்றோர் குருமார்கள் நண்பர்கள் ஏன் பகைவர்களும் எத்தனையோ அறிவுரைகளைக் கூறியும் திருந்தினானா? மனம் மாறினானா? பங்காளிகளும் வாழட்டும் என எண்ணினானா? அவர்கள் கொடியோடும் குலத்தோடும் அழிந்துவிட அன்றோ பெரு முயற்சிகளை செய்தான். இறுதியில் தன் குலத்தையன்றோ அழித்துக்கொண்டான். மூடருக்கு அறிவுரை மூளும் துன்பமாகவே அமைகிறது.

பாடல்:88

"கற்பூரப் பாத்திட்டிக் கஸ்தூரி எருப்போட்டுக்
கமழ்நீர் பாய்ச்சிப்
பொற்பூர உள்ளினை விதைத்தாலும் அதன் குணத்தைப்
பொருந்தக் காட்டும்
சொற்பேதையருக்கு அறிவுஇங்கு இனிதாக வருமெனவே
சொல்லி னாலும்

நற்போதம் வாராது அங்கு அவர்குணமே மேலாக
நடக்குந் தானே!"

விளக்கம்:

நறுமணமிகு பச்சைகற்பூரம் அத்துடன் வாசமிகு புனுகு கஸ்தூரி பன்னீர் ஊற்றி ஆகியவை சேர்த்து பாத்திக்கட்டி வெள்ளைப்பூண்டினை விதைத்து வளர்த்தாலும் அதன் விளைச்சல் வெள்ளைப் பூண்டாகத்தான் இருக்கும். வாசமும் வெள்ளைப்பூண்டின் வாசமே மிகும். அன்றி கஸ்தூரி முதலான நறுமணம் வீசாது. அதைப்போலவே அறிவில்லாத மூடர்க்குப் புத்திமதிக் கூறினாலும் நல்லறிவு வந்துவிடாது. இழிந்த குணமே மேலோங்கி நிற்கும் என்பதாம். மூடர்க்கு அறிவுரை முற்றிலும் வீணாகும் என்பதாம்.

90

கெண்டை மீன்கள்!

ஒரு சேறும் நீரும் நிறைந்த பொய்கை. செவ்வாம்பல் மலர் மலர்ந்து அதன் செந்நிறம் நீரெல்லாம் படர்ந்து அப்பொய்கையே தீப்பிடித்ததுவோ என அஞ்சி அன்னப்பறவைகள் தம் குஞ்சுகளை தம் சிறகாகிய கைகளால் ஒடுக்கிக் காக்கிற இயற்கை அழகை நாம் முத்தொள்ளாயிரம் வழி அறிந்திருக்கிறோம் அல்லவா?

'அள்ளற் பழனத் தரகாம்பல் வாயவிழ
வெள்ளந்தீ பட்டதென வெரீஇப் - புள்ளினந்தம்
கைச்சிறகால் பார்ப் பொடுக்கும் கௌவை உடைத்தரோ
நச்சிலை வேல் கோக்கோதை நாடு"

என்பது அப்பாடல்.

பாடல்:89

தண்டுலாவிய தாமரைப் பொய்கையில்
மொண்டு நீரை முகத்தருகு ஏந்தினாள்
கெண்டை கெண்டை எனக்கரை ஏறினாள்
கெண்டை காண்கிலள் நின்று தயங்கினாள்!

விளக்கம்:

கொடிகள் சூழ்ந்த தாமரைக்குளம் அதில் ஒரு பெண் மூழ்கித்திளைத்தால் அதிலுள்ள நீரை கைகளால் மொண்டு முகத்தருகே கொண்டு வந்தாள். ஆகா! இதோ என் கையோடு இரு கெண்டைகள் வந்துவிட்டதே என வியந்தாள்! உண்மையில் அவை கெண்டைகள் அல்ல.அவளது இரு கண்களே ஆகும் என்பதாம்!

91

கர்வமான தோழமை!

எதையும் ஏன் எதற்கு என்ற கேள்வியோடு ஆராய்தல் பகுத்தறிவின் முதல் படியாக உள்ளது.

எல்லாவற்றையும் சந்தேகப்படு என்பது ஒரு கொள்கையாக உள்ளது.

ஆனால் குடும்பவாழ்க்கையில்' சந்தேக கோடு அது சந்தோஷக்-கேடு' என்கின்றனர். பொதுவாக குடும்பவாழ்வில் ஆண்பெண் உறவா-னது தெளிவான புரிதலோடும் வெளிப்படைத் தன்மையோடும் இருத்தல் நலம் தரும். நட்பிலும் தான் என்ற கர்வம் ஒழித்தல் நலம் பயக்கும்.

பாடல்:90

"மருவு சந்தனக் குழம்பொடு நறுஞ்சுவை
நலம்பெற அணிந்தாலும்
சருவ சந்தேகமனம் உள்ள மாதரைத்
தழுவலும் ஆகாதே!
பருவதங்கள் போல் பலபல நவமணிப்
பைம்பொனை ஈந்தாலும்
கெருவம் மிஞ்சிய மானிடர் தோழமை
கிட்டலும் ஆகாதே!"

விளக்கம்:

நறுமணமிக்க சந்தனம் முதலிய வாசனைப் பொருட்களைப் பூசி விரும்புதற்கேற்ற மணம்மிக்க மாதாராயினும் எல்லாவற்றிற்கும் சந்தேக குணம் கொண்ட பெண்களை கூடி இன்பம்பெற விரும்பக்கூடாது.

தன்னிடம் மலையளவு நவமணிகளும் பொன்னும் உடையவனாக இருந்தாலும் தான் என்ற அகந்தையை கொண்ட மனிதனின் தோழமை (நட்பு) ஆகாது. தீமை தரும் என்பதாம்.

92

கற்பனையென்றாலும்!

இலக்கியங்களில் வர்ணனைத் திறன் என்பது மிகச்சிறப்பான கூறாக உள்ளது. இயற்கை வர்ணனை மாந்தர்கள் வர்ணனை, நிகழ்ச்சி வர்ணனை என நீண்டுக்கொண்டே செல்லும் வர்ணனையின் வகைமைகள்!

வர்ணனைக்கு கற்பனைத்திறனே காரணியாக உள்ளது. நதிகளெல்லாம் மண்மகளின் ஆபரணம் என்கிறார் ஒரு கவிஞர். ஐம்பெரும் காப்பி யங்களையும் தமிழன்னை அணிகலனாக அணிந்திருக்கிறாள் என்கிறார் கவியோகி சுந்தானந்த பாரதி. காவிரியை 'சான்றோர் கவியெனக் கிடந்ததாக' கம்பர் வர்ணிக்கிறார். கண்ணகியை இலக்குமி தேவியாக வர்ணிக்கிறார் இளங்கோவடிகள். இராமனின் வடிவழகை வர்ணித்து வர்ணித்து முடியாமல் போன கம்பர் இறுதியாக 'ஐயோ'! இவன் வடிவென்பதோர் அழியா அழகு உடையான்'என்று வர்ணிக்க கையற்றுப் போகிறார். கற்பனையால் முகிழ்க்கும் இந்த வர்ணனைத்திறன் இலக்கியத்தின் சுவையை மேலும் மெருகூட்டி நவில்தோறும் இலக்கிய ரசனை மேம்படச்செய்கிறது என்பது உண்மை.

பாடல்:91

"நிலைத்தலை நீரில்மூழ்கி நின்றவள் தன்னை நேரே
குலைத்தலை மஞ்ஞைகண்டு 'கூ' எனக் காவில் ஏக
முலைத்தலை அதனைக் கண்டு மும்மதக் கரிவந்துள்ள
தலைத்தலைச் சிங்கம்என்று களிறுகண்டு எகிறிற்றம்மா!"

விளக்கம்:

பொய்கைநீரில் மூழ்கி கரையில் எழுந்தாள் ஒரு பெண்.அவளது தலைமுடி விரிந்து கிடந்ததைக்கண்ட மயில்கள் கார்மேகம் சூழ்கிறது. மழைவரலாம் என எண்ணி கூ என கூரலெழுப்பியவாறு காட்டிற்குள் பறந்து சென்றன.

மார்பக அழகைக் கண்ட யானைகள் அது மத்தகமுடைய தம் இனமான யானை என கருதி நெருங்கியது. பின் அது தன் இனமல்ல சிங்கம் என அஞ்சி பயந்து ஓடியது என்பதாம்.

அவளின் கூந்தலை கருமேகமாகவும் மார்பின் அழகை யானையின் மத்தகமாகவும் கற்பனை செய்து இறுதியில் அவளை ஒரு சிங்கம் என வர்ணித்திருப்பது இலக்கிய கற்பனைத் திறனின் உச்சம்!

93

உணவுச் சங்கிலி

பொதுவாக 'எருதின் வருத்தம் காக்கைக்குத்தெரியாது' என்பார்கள். ஒருவரது வீழ்ச்சி இன்னொருவருக்கு வாழ்வாக இருக்கிறது. உலக நாடுகள் பலவும் தன் நாடு பொருளாதாரம் தொழில்துறை முதலியவற்றில் முன்னேற மற்ற நாடுகளின் வளர்ச்சியை தடுத்து தான் மட்டும் முன்னேறவே துடிக்கின்றன. 'தான் வாழ பிறரை கெடு' என்பதையே தாரக மந்திரமாகக் கொண்டிருக்கின்றனர். வல்லரசு நாடுகள் பலவும் வளரும் நாடுகள் தம் வளர்ச்சிக்கு கீழ்நிலையிலேயே இருக்கவேண்டும் என ஆதிக்க மனபான்மையினையே பெற்றிருக்கின்றன. தனது கட்டுக்குள் அடங்காத நாடுகள் மீது பொருளாதார தடைவிதிப்பது வாணிக ஒப்பந்தங்களை தவிர்ப்பது அதிகபட்சமாக அந்நாட்டின் மீது போர்தொடுத்து அந்நாட்டின் வளர்ச்சி முற்றிலும் சீரழிப்பது என தன் ஆதிக்க சக்தியின் கோர முகத்தை காட்டத்தயங்குவதில்லை. 'வாழு! வாழவிடு!' என்ற கொள்கைதான் இங்கு தேவை. சமத்துவம்- சமாதானம்- சகவாழ்வு தத்துவங்கள் என்றைக்கும் தேவையானவைகளாக கொள்ளல் சிறப்பு!

பாடல்:92

"கரிஒரு திங்கள் ஆறு கானவன் மூன்று நாளும்
இரிதலைப் புற்றில் நாகம் இன்றுஉணும் இரை ஈதென்று
விரிதலை வேடன் கையில் விலகுகை நரம்பைக் கவ்வி
நரியனார் பட்ட பாடு நாளையே படுவர் மாதோ!"

விளக்கம்:

ஒரு வேடன் யானையை ஒன்றை தன் வில்லால் வீழ்த்தினான். அந்நேரம் அருகிருந்த பாம்பு ஒன்று அவனைக்கடித்தது. விடமேறி மயங்கி அப்பாம்பின் மீதே விழுந்தான். அப்பாம்பும் நசுங்கிச் செத்தது. மூவரும் வீழ்ந்துக்கிடப்பதைக் கண்ட நரியொன்று ஆஹா.. யானையை ஆறுமாதம் தின்னலாம். வேடனை மூன்று நாள் தின்னலாம். பாம்பை இன்று ஒரு நாள் உணவாகக் கொள்ளலாம் என துள்ளிக்குதித்தது. வேடன் கையிலிருந்த வில்லினை அடிப்பாகத்தை அதிலிருந்த ஊணுக்-காக கடிக்க அதன் நரம்பு அறுந்து நரியைத் தாக்க நரியும் மாய்ந்தது. வல்லவனுக்கு வல்லவன் வையகத்தில் உண்டு. மற்றவர் அழிவை நாம் தீர்மானித்தால் நம் அழிவை காலம் தீர்மானிக்கும்.

94

அரிது அரிது...

'அரிது அரிது மானிடராய்ப் பிறத்தல் அரிது' என்பது ஔவைப் பாட்டியின் வாய்மொழி. எறும்புகடை எண்ணாயிரம் ஜீவன்கள் மண்ணில் வாழ்கின்றன. புல்லாகி பூடாகி மனிதராய் தேவராய் பிறக்கிறோம். மற்ற உயிர்களெல்லாம் பிறந்து தன் ஜீவ வளர்ச்சியொன்றையே பெரிதென எண்ணி வாழ்ந்து இனவிருத்தி செய்து இறுதியில் மடிகின்றன. மனிதன் இதிலிருந்து வேறுபட்டவன். பிறவிப்பலனை முழுதாய் துய்த்து தானும் சிறந்து விளங்கி எந்நாளும்நிலைக்கும் தன் புகழ்நிறுவி தான் மாய்ந்தாலும் தன் அரும் பெரும் செயல்களால் வாழ்ந்துகொண்டிருப்பவன் மனிதன்.

சில தலைமுறைக்கு முன் வாழ்ந்த உயிரினங்களுக்கு வரலாறு இல்லை. ஆனால் மனித வர்க்கத்திற்கு தலைமுறை தலைமுறையான வரலாறு உண்டு. அத்தகு உயர்ந்த சிறந்த மானிடப்பிறவியை நாம் பெற்றிருக்கிறோம். அப்பெறற்கரிய பிறவி பெற்ற நாம் அன்பு, கருணை, பக்தி, ஈகை, நீதிநெறி, பண்பட்ட வாழ்வு, தியாகம் பொதுநலம் ஆகிய நல்ல இயல்புகளைக் கொண்டு வாழவேண்டும். அவ்வாறு வாழாதவர் அவ்வுயரிய மனித பிறவி பெற்றும் பயனில்லை.

பாடல்:93

"பூதலத்தில் மானிடராய்ப் பிறப்பது அரிதெனப்
புகல்வர் பிறந்தோர் தாமும்
ஆதி மறைநூலின் மறைஅருள் கீர்த்தியாம்
தலங்கள் அன்பாய்ச் சென்று

நீதிவழுவாத வகை வழக்குரைத்த
நல்லோரை நேசம் கொண்டு
காதவழி பேரில்லார் கழுதை எனப்
பாரில் உள்ளோர் கருது வாரே!"

விளக்கம்:

புவியுலகில் பெறற்கரிய மானிடப்பிறவி எடுத்தல் அரிதானது என சான்றோர் கூறுவர். மானிடப் பிறவி பெற்றவர்கள் மறைநீதி நூல்களை கற்க வேண்டும்.

பேரும் புகழும் பெற்று வாழ வேண்டும்.மற்றவர்களையும் வாழ வைக்கவேண்டும். நீதிநெறி வழுவாது, பிறர் துன்பந்தீர்த்து, பெரியோர் நட்பு கொண்டு, சுற்றுவட்டாரத்தார் அறியும்படியும் அவர்கள் போற்றும்-படியும் வாழ வேண்டும். அப்படி வாழாதார் மனித பிறவி எடுத்தும் கழு-தையாக வாழ்ந்தார் என்றே கொள்ளவேண்டும்.

மனித பிறவி மாண்பான வரம். வாழ்வாங்கு வாழ்தல் அதன் நலம் என்பதாம்.

95

ஓரஞ்சொல்லேல்!

நீதி, நடுநிலைத் தன்மை ஆகியவை மனித வர்க்கத்துக்கு மிக தேவையான உயர்வான ஓர் அறமாக பின்பற்றப்பட்டு வந்திருக்கின்றன. எதிரெதிர் நியாயங்கள் முரண்பாடுகளாகி தற்காலிகமாக தீராது வழக்காகிவிடுகிறது. தங்களுக்குள் முடிவு காண முடியாதபோது அதை தீர்க்க நீதிமான்கள் சபைக்கு வழக்காகி வந்துவிடுகிறது. நீதிமான்கள் நீதிநெறி கற்றவர்களாகவும் அறம் வழுவாதவர்களாகவும் 'சமன்செய்து சீர்தூக்கும் துலாக்கோல்'போல் விருப்பு வெறுப்பற்ற நடுநிலைத்தன்மை உடையவராகவும் இருத்தல் நியதி. மனுநீதிச் சோழன், சிபிசக்கரவர்த்தி, விதுரன் போன்றோர் அத்தகு நீதிமான்களாக வாழ்ந்துகாட்டியவர்கள். 'கர்த்தருடைய கண்களும் செவிகளும் நீதிமான் மேல் இருக்கிறது!' என்கிறது விவிலியம்.

நீதிமான்களுக்கு துன்பமும் நெருக்கடிகளும் நிச்சியம் உண்டு. அத்துன்ப நெருக்கடி நெருப்பில் வெந்தால்தான் நீதித் தங்கம் சுடர்விட முடியும். தன்வாழ்வையே மாபெரும் சத்தியசோதனை பயிற்சியாக கொண்டு அதில் வெற்றியும் பெற்றவர் மகாத்மா காந்தியடிகள்.

நீதி வழங்கும் நிலையிலிருக்கும் நீதிமான்கள் அதற்குரிய இலக்கணத்தோடு நடந்துகொள்ளல் நலம் பயக்கும்.

பாடல்:94

"ஆரம் பூண்ட மணிமார்பா அயோத்தி அரசே! அண்ணா கேள்!
ஈரம் இருக்க மரம்இருக்க இலைகள் உதிர்ந்த வாரேது?
வாரம் கொண்டு வழக்குரைத்து மண்மேல் நின்று வலிபேசி

ஓரம் சொன்ன குடியதுபோல் உதிர்ந்து கிடக்கும் தம்பியரே!"

விளக்கம்:

இலட்சுமணன் கேள்வி:

ஆரங்களும் மணிமாலைகளும் அணிந்த அழகிய மார்பை உடைய அயோத்தி அரசனே! என் அன்புக்குரிய அண்ணனே! ஸ்ரீஇராமா! இம்மரத்தின் அடியிலும் நீரால் நிறைந்த ஈரம் இருக்கிறது. மரமும் பட்டுப்போகாமல் பசுமையாகத்தான் இருக்கிறது. ஆனால் இலைகள் முழுதும் பழுத்து உதிர்ந்து போய் வெறும் மரமாய் நிற்கிறதே! இது ஏன் என்பதே என் கேள்வி?

இராமனின் பதில்:

என் அன்புக்குரிய தம்பியே! இலக்குமணா! ஒரு வழக்கை ஆய்ந்து தீர்ப்பு வழங்கும போது தனக்கிருக்கும் செல்வாக்கைப் பயன்படுத்தி, ஒரு சாராரிடம் பணம் பெற்றுக்கொண்டு தன் சொல்லாடும் திறனைப் பயன்படுத்தி, இவ்வுலகின் உள்ள அத்தனை செல்வாக்கையும் பயன்படுத்தி, தன் வலிமைக்காட்டி நீதிக்கு மாறான ஒருதலைச்சார்பாய் பேசி, நீதியை பொய்த்துப் போக செய்தவர் குடிகெட்டு நிற்பதுபோல் எல்லாமிருந்தும் இம்மரமும் கெட்டு நிற்கிறது! இதுதான் காரணம் என்றார்.

இலையுதிர் காலத்தில் இலைகள் உதிர்வதும் வசந்தத்தில் துளிர்ப்பதும் இயல்பு எனினும் நீதியை விலைபேசி விற்றுவிடும் ஓரவஞ்சனைக்காரர்கள் அடிஈரமும் மரத்திண்மை கொண்ட மரம்போல் நின்றாலும் மொட்டை மரமாய் வாழ்க்கை நிற்கும் என்ற நீதி போதிக்கப்பட்டது.

96

பண்பறிந்து ஆற்றாக்கடை!

'நன்றாற்ற ளுள்ளும் தவறுண்டு அவரவர்
பண்பறிந் தாற்றா கடை'

என்கிறார் திருவள்ளுவர். கர்ணன் இந்திரனுக்கு கவச குண்டலங்களை அளித்தான். முதியவனாக வந்த கண்ணனிடம் தன் உயிரைக்காத்த புண்ணியங்களை எல்லாம் ஈந்தான். நாககணையை ஒரு முறைக்கு மேல் பயன்படுத்தேன் என்று தாயாகிய குந்திக்கு வரம் கொடுத்தான். இவையெல்லாம் அவன் செய்த நன்மைகள்தான். ஆனால் இவையெல்லாம் தன் வலிமையைக் குறைத்து தன்னை அழித்துவிடவே என்று எண்ணியே செய்தான். செஞ்சோற்று கடன் தீர்க்கவே கர்ணனும் கும்பகர்ணனும் உயிர் விட்டனர்.

இயேசு பேருமான் தன் முடிவை முன்பே தெரிந்திருந்தார். எவ்வளவு கொடுமைகளை அவர்கள் செய்தபோதும் அவர்களை மன்னியும் என்று தந்தையிடம் வேண்டினார்.

'நானிருக்கும் நிலையில் உன்னை என்ன கேட்பேன்? தினம் நன்மை செய்து துன்பம் வாங்கும் உள்ளம் கேட்டேன்' என்ற கவியரசரசரின் வரிகள்தான் எத்தனை கணம்!

நாம் சிறுமைப்படாமல் எந்த ஒரு சிறு நன்மையும் யாருக்கும் செய்துவிட முடியாது. ஆனால் அந்த நன்மையே நமக்கு தீமையாகி விடாது பார்த்துகொள்ளல் நன்றாம்.

பாடல்:95

"வல்லியம் தனைக்கண்டுஅஞ்சி மரம்தனில் ஏறும் வேடன்
கொல்லிய பசியைத் தீர்த்து இரட்சித்த குரங்கைக் கொன்றான்!
நல்லவன் தனக்குச் செய்த நலமது மிக்க தாகும்!
புல்லர்கள் தமக்குச் செய்தால் உயிர்தனைப் போக்குவாரே!"

விளக்கம்:

கொடிய புலிக்கு அஞ்சி மரத்தில் ஏறி பதுங்கினான் வேடன். மரத்தில் வெகு நேரம் இருந்ததால் பசியெடுத்தது. பசி போக்க வழியின்றி இருந்த வேடனுக்கு அம்மரத்திலிருந்த ஒரு குரங்கு பழம் பறித்துப் போட்டது.பசியைப் போக்கிக்கொண்ட பின் வேடன் கை சும்மா இராது பழம்பறித்துதவிய அக்குரங்கையே கொன்றான் எனில்

நல்லவர்க்கு செய்யும் உதவி நன்மை கெடுக்கும். தீயவர்க்கு செய்யும் உதவி நம் உயிரையேப் போக்கும் என்ற நீதி பெறப்படுகிறது.

97

சிபிகள்!

மனிதன் மனிதன்! எவன்தான் மனிதன்?

தன்மானம் காக்கவும் பெண்மானம் காக்கவும்

துடிப்பவன் எவனடா அவனே மனிதன்!

என்ற வைரமுத்து பாடல்வரிகள் கேட்டுருப்போம்.

வாரி வாரி வழங்கும்போது வள்ளலாகலாம். வாழை போல தன்னைத் தந்து தியாகியாகலாம். உருகியோடும் மெழுகைபோல ஒளியைக் காண-லாம்! என்ற கண்ணதாசன் வரிகளும் இங்கு பொருத்தமாகிறது. ஒரு அரசன் தன்னையும் தன் சேர்ந்தோரையும் தன் குடிகளையெல்லாம் தன்னுயிராகக் கருதி போற்றவேண்டும். மக்களையே மன்னனின் உயிரா-கவும் கருதி போற்றவேண்டும் என்பதை நம் இலக்கியங்கள் காலந்தோ-றும் வலியுறுத்தி வருகின்றன.

பாடல்:96

"தன்மானம் குலமானம் தன்னைவந்து
அடைந்த உயிர் தங்கள் மானம்
என்மானம் ஆகில் என்ன எல்லவரும்
சரிஎனவே எண்ணும் போது
நன்மானம் வைத்து எந்த நாளுமவர்
தங்களுக்கு நன்மை செய்வோர்
மன்மானி அடைந்தோரை காக்கின்ற
வள்ளல்என வழுத்த லாமே!"

விளக்கம்:

தனது தன்மானம் ,தன்னை சார்ந்த குலத்தின் மானம்,தங்களை நம்பி வந்தவர்களின் மானம் மற்ற எல்லோருடைய மானத்தையும் தனதைப் போலக்கருதி காப்பவன் சிறந்த மனிதாபிமானியாகக் கொள்ளலாம். வள்-ளல் பெருமான் என அவரை வாழ்த்தவும் செய்யலாம் என்பதாகும்.

98

கசடர் ஜவா◌!

‘தற்புகழ்ச்சி என்பது இக்காலங்களில் மக்களிடையே மிகுதியாகவே காணப்படுகிறது. தான் செய்யும் நல்ல செயல்களால் ஈர்க்கப்பட்டு அதனை கண்டு கேட்டு அதனால் பயனடைந்த பிறர் நம்மை புகழ்ந்தால் அதுவே உண்மையான புகழ்ச்சியாக இருக்கும். அதுவன்றி தாமே பலவகையிலும் கைக்காசை செலவு செய்து தனக்கு தானே புகழை வாங்கிக்கொள்ளல் இழுக்காகும். ’உழைப்பெல்லாம் பொருள் தேட! இருப்பதெல்லாம் ஈவதற்கே!’ என்று நாம் கொள்கை வகுத்துக்கொண்டு வாழ்தல் வேண்டும். மனைவியை நேசி மற்றவளை நெருங்க யோசி! என்பதே தற்போதைய நிலையாக இருக்க வேண்டும்.

தாய் தந்தை தெய்வம்! இவன் தந்தை எந்தநோற்றான் கொல் என பார்ப்பவர் வியந்து போற்றும்படி நமது சொல் செயல் ஆகியவை அமைதல் நலம் பயக்கும்.

பாடல்:97

"தன்னைத்தான் புகழ்வோரும் தன்குலமே பெரிதெனவே
தான் சொல்வோரும்
பொன்னைத்தான் தேடிஅறம் புரியாமல் அவைகாத்துப்
பொன்றி னோரும்
மின்னல்போல் மனையாளை வீட்டில் வைத்து
வேசிசுகம் விரும்புவோரும்
அன்னைபிதா பாவலரைப் பகைப்போரும் அறிவில்லாத
கசடர் ஆமே!"

விளக்கம்:

தன்னைத்தானே புகழ்ந்து தற்புகழ்ச்சி செய்துகொள்வோரும்,

தான் பிறந்த குலமே பெரிது என வாதிடுவோரும்,

பொன்னும் பொருளும் சேர்த்து வைத்து ஒருவருக்கும் அதை ஈந்திடாமல் சுயநலமே பெரிதென எண்ணி வாழ்ந்திடுவோரும்,

நற்குணமுடைய மனைவி வீட்டில் இருக்க வேசிசுகம் தேடியலைவோரும்,

பெற்ற தாய்தந்தையரையும் மிக்க குணமுடைய சான்றோர்களையும் அவர்கள் விரும்பாதவண்ணம் சொல்லும் செயலும் கொண்டு அதிருப்தி மனநிலையை உருவாக்குபவரும்

ஆகிய இவர்கள் எல்லாம் மனித வாழ்க்கையின் எஞ்சிய கசடு போன்ற அழுக்கு மனிதர்களாக கொள்ளப்படுவர் என்பதாம்.

99

கெடுமதியாளா◌!

பிறந்தார் எல்லாம் வாழ்ந்தார் என்று கூறமுடியுமா?

மனிதர்கள் எல்லாம் மனிதர்கள்தானா?

யார் எதைக்கூறினாலும் அதன் மெய்ப்பொருளை அறிதல் வேண்டும். உண்மையாய் உழைத்து பொருளீட்டி தேடிய செல்வத்தை தக்கார்க்கு ஈந்து அன்பாய் வீடும் மனையும் சுற்றமும் நட்பும் சூழ வாழ்ந்து புகழ்பெறுமாறு நாட்டுக்கும் வீட்டுக்கும் நற்செயல்கள் பலசெய்து வாழ்தல் வேண்டும். தன் வாழ்நாளுக்குப் பிறகும் தன் பெயர் நிலைக்குமாறு பல நற்காரியங்களை ஆற்ற வேண்டும். பழி பாவங்களுக்கு அஞ்சி வாழ்தல் வேண்டும். அறம்பல செய்து நலம்பல நாடி நற்பேருடைய வாழ்வே வாழ்தல் சிறப்பு. அன்றி மனித பிறவியில் விலங்கு வாழ்க்கையே வாழ்ந்தார் எனலாம்.

பாடல்:98

"பெண்டுகள் சொல் கேட்கின்ற பேயரெனும்
குணமூடி பேடி லோபர்
முண்டைகளும் இடையிலா முனைவீரர்
புருடரென மொழியொணாதே!
உண்டுலகம் உடுபொருள் கீர்த்தி யறம்
இன்னதென உணர்வே இல்லார்
அண்டினவர் தமைக் கெடுப்பார் அழிவழிக்கே
செல்லுமவர் அறிவு தானே?"

விளக்கம்:

பெண்கள் சிலர் கூறுகின்ற தீய அறிவுரைகளை கேட்டு அதை ஆராயாமல் நம்பி அதன்படி செயல்படுபவர், கண்டதே காட்சி கொண்டதே கோலம் என்ற பிடிவாத குணமுடைய குணக்கேடர்கள்,வீரத்தின் வழி நில்லாத பேடிகள், எச்சில் கையாலும் ஈயாத கருமிகள்,கணவனோடு அன்பு செலுத்தி வாழாது அவனை இழந்து நிற்கும் பெண்கள், பகைவர்க்கு பயந்து படையில் நில்லாத வீரமற்ற படைவீரர் ஆகியோர் ஒரு மனித இயல்போடு வாழும் மனிதர்களாக கொள்ளமுடியாது!

ஏதோ மனிதர்களைப்போலவே உண்டு உடுத்தி வாழ்வார்கள். அன்றி அறம் புகழ் இன்னதென்று அறியாத மூடர்களாக இருப்பர். தன்னை நம்பியவர்களையும் வஞ்சனை செய்து கெடுப்பர். இவர்களின் அறிவும் அழிவுபாதையிலே செல்லும் என்பதாம்.

100

கல்வியா? செல்வமா?

உலகில் நல்லோரும் பொல்லாரும் எல்லோரும்தானே வாழ்கிறார்கள். பிறந்து வளர்ந்து பொருள்தேடி இன்பம்நாடி வாழ்கிறார்கள். நல்லோர் செல்வம் நாளும் வளர்பிறையாய் வளர்கிறது. தீயோர் செல்வம் முதி-யோர் ஆசைகள் போல் உடல்தளர்வினால் பயன்படாமல் போகும். இறைவன் எல்லோர்க்கும்தான் பொதுவாக வானும் மண்ணும் காற்றும் கடலும் படைத்தான்.ஆனால் வைத்து வாழ்தலில்தானே வேறுபாடுகள் உள்ளன. கண்ணனை ஒரே நேரத்தில் அழைத்த துரியோதனன் அர்ச்-சுனன் இருவருக்கும் சம்மதம் தெரிவித்த கண்ணன் 'நான் வரும்போது வீடு நிறைந்திருக்க வேண்டும்'என்றார்.

துரியன் வைக்கோலால் நிறைத்தான். அர்ச்சுனன் அறிவால் நடுவீட்-டில் சிறுதீபம் ஏற்றி வீடு முழுதும் நல்லொளியால் நிறைத்தான். கல் சிற்பி கையில் சிலையாகும். கொத்து போடுபவன் கையில் அம்மியா-கும். எல்லோர் கையிலும் வாழ்க்கை! 'சொர்க்கமும் நரகமும் நம் வசமே! நான் சொல்வதை உன் மனம் நினைக்கட்டுமே!'...

பாடல்:99

"பொல்லார்க்கும் கல்விவரில் கருவம் உண்டாம்!
அதனொடு பொருளும் சேர்ந்தால்
சொல்லாததும் சொல்லவைக்கும் சொல்சென்றால்
குடிகெடுக்கத் துணிவர் கண்டாய்!
நல்லோர்க்கு இம்மூன்றுகுணம் உண்டாகில் வளரும்
அருளதிக ஞானம் உண்டாம்!

எல்லார்க்கும் உபகார ராய்இருந்து பரகதியைத்
தம்வாழ்வில் எய்து வாரே!"

விளக்கம்:

நல்லவர்களிடம் கல்வி அறிவு,செல்வம்,செல்வாக்கு ஆகிய இம்மூன்றும் இருந்தால் அவர்களிடம் பிறர்மீது அன்பு பெருகும்.நல்லறிவு வளரும். தம்மிடம் இருக்கும் செல்வத்தை அனைவருக்கும் பகிர்தளித்து வாழ்வர்.

நற்பேறுடைய வாழ்வு வாழ்ந்து வீடுபேற்றினை அடைவர்.

ஆனால் தீயோரிடம் அம்மூன்றும் கிட்டின் கல்வியால் தேவையற்ற கர்வமிகுதி கொள்வர். செல்வ மிகுதியால் மற்றவர் மீது பழி பாவங்களை சுமத்துவர். தன் செல்வாக்கை பயன்படுத்தி அடுத்தவர் குடியை கெடுப்பார்கள். கர்வமிகுதி பழிச்சொல் பிறர்நலன் கெடுப்பவர் நல்லகதியையா அடைவர்?. நரகம்தான்தானே நாடுவர் ?! என்பதாம்.

101

சுட்டும் விழிச்சுடரே!

இலக்கியங்கள் வெறும் கற்பனைகளை மட்டும் எழுதிச்செல்லவில்லை. கற்பனைகளூடே மண்ணியல் விண்ணியல் கடலியல் என பஞ்சபூதங்களின் தன்மைகளையும் செயல்களையும் கற்பனையின் மூலம் சொல்லிச் சென்றிருக்கின்றன. இலக்கியம் அறிவியல், சித்தர்ஞானம்,உடல் உளப்பிணி மருத்துவம் எனச் சொல்லிச்சென்றவை இன்று கண்டுகூடாக நிறைவேறுவதைக் காண்கிறோம். 'காசிநகர்ப் புலவர் பேசும் உரைதான் காஞ்சியில் கேட்பதற்கோர் கருவி செய்குவோம்' என்ற மகாகவி பாரதியின் கற்பனை இன்று வானொலி முதலிய தொலைத்தொடர்பு சாதனங்களாக ஊடகங்களாக மலர்ந்திருப்பதை கண்கூடாகக் காண்கிறோம். மழை உண்டாதலை, அமாவாசை பவுர்ணமி சூர்ய சந்திர கிரகணங்கள் ஆகியவற்றை இலக்கியங்களும் ஓவியம் சிற்பம் முதலிய கலைகளும் வெளிக்காட்டி நிற்பது அதிசயம். கோவிலின் மேற்புற விதானங்களில் பாம்பு சந்திரனை விழுங்குதல் போன்ற சிற்பங்களைக் காணமுடிகிறது. பழந்தமிழர்க்கு இருந்த சந்திர கிரகண விஞ்ஞானத்தின் அறிவுச் சாட்சியங்களாக அச்சிற்பங்கள் விளங்குகின்றன. ஆழிப்பேரலைகளையும் ஊழிக்காலத்தையும் கடற்கோள்களையும் புவிவெடிப்பையும் புவிவெப்பமயமாதலையும் பெருமழை பேரழிவுகளையும் கூட இலக்கியங்கள் பதிவு செய்திருக்கின்றன. வாழ்வியல் அனுபவங்களிலிருந்து முகிழ்க்கும் இலக்கியங்கள் கற்பனைகளில் இடையே அளப்பரிய விஞ்ஞான அறிவுகளையும் பொதித்துத் சென்றிருப்பது வியப்புக்குரியது!

பாடல்:100

"உந்திச்சுழியின் கீழ்சேரும் ரோமம் கரியநாகம்தான்
சந்திரன் எனவே எண்ணித் தையலாள் முகத்தை நோக்க
மந்திர கிரிகள் விம்மி வழிமறித் திடுதல் கண்டு
சிந்துரக் கயற்கண் ணோடிச் செவிதனக்கு உரைத்த தம்மா!

விளக்கம்:

அழகுடைய மங்கையின் உந்திச் சுழியின் கீழ் வளரும் ரோமம் கருநாகம். அந்நாகம் அவள் நெற்றியை சந்திரன் எனக்கருதி விழுங்க நினைக்க இடையில் உள்ள முன்னழகோ மேருமலையாய் தடுக்கின்றன என்ற செய்தியை அழகான கண்கள் ஓடி செவிகளில் உரைத்ததாம். கண்கள் செவிவரை நீண்டுள்ளதாய் கற்பனை செய்கிறார். முகச்சந்திரன் பாம்பு விழுங்க நினைக்கிறது என சந்திர கிரகணம் நினைவூட்டப்பட்டுள்ளது.

102

அணங்குகொல்! ஆய்மயில்கொல்லோ!

தமிழ் இலக்கியப் புலவர்கள் சூரியனையும் சந்திரனையும் விண்மீன்களையும் நவகோள்களையும் காற்றையும் கடலையும் விண்ணையும் மண்ணையும் ஐம்பூத ஆற்றல்களையும் இயற்கை வர்ணணைகளாகவும் இயற்கை வழிபாடாகவும் மாந்தர்களின் உருவங்களோடு மங்கையின் உடலுறுப்புகளோடும் ஒப்புமைப்படுத்தியும் கற்பனை வளத்தினால் அவ்விலக்கியங்களை செழுமைப்படுத்தியுள்ளனர்.

நவகோள்களின் சிறப்புகளை திருஞானசம்பந்தர் தம் கோளறு பதிகத்தில் சிறப்பித்துப் பாடியுள்ளார். நவகோள்களின் இயக்கமே உலக இயக்கமாகவும் மனிதர்களின் நன்மை தீமைகளுக்கு காரணமாகவும் காட்டப்படுகிறது. 'நாளும் கோளும் நலிந்தோர்க்கில்லை' என்பார்கள். ஒவ்வொரு மனிதனும் பிறந்தது முதல் அவனது இறப்புவரை கோள்களின் இயக்கம் அவன் வாழ்வில் தாக்கத்தை ஏற்படுத்துவதை இன்றைய விஞ்ஞானமும் ஏற்றுக்கொண்டுள்ளது. இலக்கியங்கள் விஞ்ஞானத்தின் தீர்க்க தரிசனமாக எழுதிச்சென்றவை இன்று நிலைத்த பேருண்மைகளாக உள்ளன.

பாடல்:101

மாகமா மேடை மீதில் மங்கைநின்று உலவக் கண்டு
ஏகமா மதிஎன் றெண்ணி இராகுவந் துற்ற போது
பாகுசேர் மொழியி னாளும் பற்றியே பாதம் வாங்கத்

தோகை மயில்என் றெண்ணித் தொடர்ந்த ரா மீண்டதன்றே!"

விளக்கம்:

ஓர் உயர்ந்தோங்கிய மாடமாளிகையில் அவ்வழகிய மங்கை உலவு-கிறாள். அவளது முகத்தை முழுநிலா என்று எண்ணிய இராகுஎனும் பாம்பு முழுநிலவு என அதை நினைத்து விழுங்க முற்படுகிறது. தன்னை விழுங்க முற்படும் பாம்பைக்கண்டு அஞ்சி அவ்விடத்திலிருந்து நகர முற்படுகிறாள் அம்மங்கை.

அவள் நகர்வதைக் கண்டு இராகு எனும் பாம்பு நிலவு நடக்கிறதே என வியந்து இது நிலவு அல்ல ஒரு தோகைமயில்தானோ என்றஞ்சி அப்பாம்பு திரும்பிபோய்விட்டதாம்!

முதற்கண் ஒளிமுகத்தை நிலவு என நினைத்து விழுங்க நினைப்ப-தும்,அதை கண்டு அப்பெண் அஞ்சிவதும் அவளது நகர்ச்சியால் அது தோகைமயில் என பாம்பு அஞ்சுவதுமாக கற்பனை நீள்கிறது.

103

இளங்கவிகள் வாழ்க!

நான் எழுதும் விவேக சிந்தாமணித் தொடரைப் பாராட்டி பேரா வ.மு.சே ஆண்டவர், பேரா வேல.நெடுஞ்செழியன், பேராசிரியை க.சிவகாமி,பேரா ந.குப்புசாமி வெண்பா வேந்தர் இராம. வேதநாயகம், மேல்பள்ளிப்பட்டு வெ. கிருஷ்ணமூர்த்தி ஐயா, செஞ்சி அ.சிவநாதன் அவர்கள் ஓய்வு பெற்ற தலைமையாசிரியர் பொன். லோகானாந்தம் அவர்கள் கல்வியாளர் மாணிக்கம் ஐயா போன்ற வயதிலும் அனுபவத்திலும் திறனிலும் மிக்கோர் பலரும் எளியேன் செய்யும் இச்சிறுபணியைப் பாராட்டி ஊக்கப்படுத்திவருகின்றனர். மேலும் பல்வேறு புலனக்குழு நண்பர்கள் பேராசிரியர்கள் பள்ளி ஆசிரியர்கள் தமிழ்ச் சுவைஞர்களும் பாராட்டி ஊக்கப்படுத்தி வருகின்றனர். அவர்களுக்கெல்லாம் நன்றி என்ற ஒற்றை வார்த்தையினையே என்னால் பதிலளிக்க முடிகிறது. அக்காலத்தில் நக்கீரர் ஒட்டக்கூத்தர் போன்ற பெரும்புலவர்களிடம் கம்பர் புகழேந்திப்புலவர் போன்றோர் சிக்கிச் சின்னாப்பின்னப்பட்டதை வரலாறுகள் வழி அறிகிறோம்.இன்றும் சிலர் தாம் மட்டுமே பெரிய புலவர்களாக அறிஞர்களாக இருக்கவேண்டும் என நினைக்கின்றனர்.விருதுகளும் பாராட்டுகளும் அவர்களுக்கே சென்று சேருகின்றன.இளம்தலைமுறை கவிஞர்களையும் அறிஞர்களையும் பாராட்டவும் ஊக்குவிக்கவும் செய்தால் மேலும் அவர்கள் வளர்வார்கள்; வாழ்வார்கள்.

“அணைகளில் திறந்துவிடப்படும் நீர்

பள்ளங்களை மறந்துவிட்டு

மேட்டைநோக்கியேப் பாய்கின்றன!”

என்ற கவிக்கோ அப்துல் ரகுமானின் கவிதை இங்குப் பொருந்துகிறது. மரபு அழியாமலும் காக்கவேண்டும்.புதுமைகளை ஏற்றுக்கொள்ளும் பக்குவமும் பெரும்புலவர்களுக்கு வளரவேண்டும். எவ்வகையிலும் தமிழ் தொய்வடையாது வளர பாடுபடுவோமாக!

பாடல்:102

சலதாரை வீழ்நீரும் சாகரம் தன்னைச் சார்ந்தால்
குலம்என்றே கொள்வதல்லால் குரைகடல் வெறுத்ததுண்டோ?
புலவர்கள் சபையில் கூடிப் புன்கவி யாளர் சார்ந்தால்
நலமென்றே கொள்வ தல்லால் நவில்வரோ பெரியோர் குற்றம்?

பொருள்:

கடல்நீரில் ஆற்றுநீர் போன்ற நன்னீரும் கலக்கிறது. சாக்கடை தொழிற்சாலைகளின் கழிவு நீரும் கலக்கின்றன.கடல் அவற்றை ஏற்றுக்கொண்டு ஓடுகிறது. அதை வெறுத்து ஒதுக்குவதில்லை.அதுபோல பெரும்புலவர்கள் இளம்கவிஞர்களை ஏற்றுக்கொள்ளத்தான் வேண்டும். அவ்வாறில்லாமல் அவர்களை வளரவிடாமல் நசுக்கக்கூடாது. குற்றங்குறை கூறியே இளந்தளிரிலேயே ஒடிந்துப்போகும்படிச் செய்யக்கூடாது என்பதாம்.

104

கூந்தல் முதல் பாதம் வரை!

மனிதர்களாகிய நமக்கெல்லாம் பசி, தாகம், புலனின்ப விழைவு ஆகியவை அடிப்படைத்தேவைகளாக உள்ளன. திருவள்ளுவர் முப்பாலாம் மூன்றாம் பாலை அளவாக இலக்கணம் வகுத்தார். 'கண்டு கேட்டு உண்டுயிர்த்து உற்றறியும் ஐம்புலனும் ஒண்தொடி கண்ணே உள' என்று காதற் மங்கையின் எச்சிற் சுவையினையும் அவளோடு ஊடலும் ஊடலுக்குப்பின் அழகான கூடலுமாக வாழ்க்கை இன்பத்தை வர்ணித்துப் பாடியிருக்கிறார். எல்லா இலக்கியங்களும், சிற்பம், ஓவியம் நடனம், நாட்டியம் போன்ற கலைகள் அனைத்துமே இன்பத்துப்பாலை இலைமறை காய்மறையாகச் சொல்லிச் சென்றிருக்கின்றன.

'எல்லா உயிர்க்கும் இன்பம் என்பது தாமமர்ந்து வரும் மேவற்றதாகும்' என்கிறது தொல்காப்பியம்.

அன்றையத் திரைப்படங்களில் காதல் சரச சல்லாபக் காட்சிகளை பூவில் வண்டு தேன்குடிப்பது போலவும் பூவும் பூவும் உரசிக்கொள்வதாகவும் பூடகமாக காட்சிகளை அமைத்தனர். ஒரு வேளை கற்பழிப்புக்காட்சிகளையும் மிருக வேட்டையாக சித்தரித்தனர். ஆனால் இன்றைய நாட்களில் அனைத்து வயதினரும் காண்கின்றனர் என்றில்லாமல் மிக விரசமாக காட்சிகளை அமைக்கின்றன.விரகதாபத்தில் உருகி ஓடும் காட்சிகள் மிக எளிதாக திரையிடப்படுகின்றன. அவர்களைக்கேட்டால் இலக்கியங்களில் சொல்லாததையா நாங்கள் காட்டிவிட்டோம் என்-

கின்றனர். எவ்வாறாயினும் நாசூக்காக இன்பச்சுவைகளையும் கலைகள் யாவும் வெளிப்படுத்த வேண்டும். அன்றி திருத்தக்கதேவர் போல் நரிவி-ருத்தம் பாடித்தான் நற்பெயரைப் பெற வேண்டி வரும்.

பாடல்:103

" கார்எனும் குழல்கள் தப்பிக் கடுஞ்சிலை வாளிதப்பி
மேருஎன வளர்ந்து நின்றவேழத்தின் கோடு தப்பித்
தாருறு கரியரோமச் சங்கிலி வழியேச் சென்று
சீரிய தெனவளர்ந்த செல்வன் அல்குலில் கைவைத்தானே!"

விளக்கம்:

பள்ளியறை விளையாட்டில் தலைவன் முதலில் கார்குழலைத்தட-வினான். பின் கொடுவில்லும் அம்பும் போன்ற புருவத்தையும் கண்க-ளையும் தழுவினான். பின் முன்னழகையும் பெண்ணழகையும் தொட்டுத் துய்த்தான். எனக்கு பேரின்பம் தந்தான் அச்செல்வன் என்பதாம். ஒரு செல்வந்தனால்தான் வாரி வழங்க முடியும் என்பதால் செல்வன் என்ற சொல்லால் குறிக்கப்பட்டான் என்பது உய்த்துணர்வு.

105

பொள்ளற்குடம்!

மனிதர்களாகிய நாம் பிறக்கும்போது உடலும் உயிருமாய்ப் பிறக்கிறோம். தாய் தன் இரத்தைப் பாலாக்கி தந்து நம்மை வளர்க்கிறாள். பின்னரும் நாம் பலவகையாகிய உணவையும் பட்சணங்களையும் தின்று உடலை வளர்க்கிறோம். பற்றூய்மை, உடல் தூய்மை செய்கிறோம். நல்லெண்-ணெய் தேய்க்கிறோம். பலவிதமான ஒப்பனைகளை செய்துகொள்கிறோம். ஆடை அணிகலன்களால் அலங்கரித்துக்கொள்கிறோம். உடற்பயிற்சிகள் யோகப் பயிற்கள் செய்கிறோம். பலவகையான உயர்ந்த உணவு, தங்-கபட்பம் மருந்துகள் போன்றவற்றின் மூலம் போற்றிப் பாதுகாக்கிறோம். உறுப்புக்கு ஒரு மருத்துவராக இன்று மருத்துவத்துறை பிணியுற்றபோது காக்கிறது.

திருமூலர் போன்றோர் 'உயிரை வளர்க்கும் உபாயம் அறிந்தே உடம்பை வளர்த்தேன். உயிரை வளர்த்தேனே' என்கிறார்.

மேலும் சில சித்தர்கள் இவ்வுடலை 'காயமே இது பொய்யடா! வெறும் காற்றடைத்த பையடா' என்கின்றனர்.

நீர்க்குமிழிப் போன்றது வாழ்க்கை என்கின்றனர். 'ஊத்தை குழிதனில் மண்ணையெடுத்து உதிரப்புனலிலே உண்டைச் சேர்த்தே வாய்த்த குய-வனார் பண்ணு பாண்டம் இது வரவோட்டுக் காகாதென்றே ஆடு பாம்பே! என்கிறார் பாம்பாட்டியார்.

ஓட்டைப் பாண்டம் ஒன்பது வாசல்' என்கின்றனர். இப்பொள்ளற் குடத்தில் தங்கும் உயிரை அதிசயிக்கின்றனர். உயிர் பிரியும்போதும் இந்-நவத் துவாரங்களின் ஒன்றின் வழியேதான் பிரியுமாம்.

‘என் தந்தையார் திரு அரங்கநாதன் அவர்கள் கூட்டு வழிபாட்டுப் பாடலை(பஜனை) பாடும்போது ’ நான் ஏன் எடுத்தேன் தேகம்! நாளை இது வீணாய் அழிந்துபோகும்.எண்சாண் உடம்பு நாளை ஓர் பிடி வெண்சாம்பல் ஆகும் வேளை! செத்தவுடன் பிணத்தைச் சுடுகாடெரிதல் என்பார்! அத்தா உனக்கு இனி ஆளாய் இல்லேன் என்றேன்!‘ என்று உடலுயிர் நிலையாமையை வாழ்க்கை நிலையாமைப் பாடி இறைவனிடம் சரணடைவதாகப் பாடுவார். ’நிலையற்றதனை நிலையாக எண்ணி வாழும் கண்மூடி பழக்கமெல்லாம் மண்மூடிப்போக’ என்கிறார் இராம-லிங்க வள்ளலார். உடலும் உயிரும் வாழ்வும் நிலையில்லாத் தன்மையை உணர்ந்து வாழும்போதே பொருளுள்ள வாழ்க்கையை வாழ்ந்துய்வோம்!

பாடல்:104

"உண்டதை ஒழிக்கும் வாசல் உவரிநீர் ஒழிந்து மேலே
வண்டலும் அழுக்கும் சேரும் உதிரமும் மாறா வாசல்
உண்டதன் இருப்பைக் கண்டு பெருங்களி உள்ளம் கொண்டு
கண்டனர் இளைஞர் எல்லாம் கதிஎனக் கருதுவாறே!

விளக்கம்:

நாம் உண்ணும் உணவும் சீரணித்து மலக்குடல் வழியாக வெளியே-றுகிறது. நம் உடலுக்குள் நடக்கும் இரத்த ஓட்டம் வேதி மாற்றம் உடல் இயக்கம் ஆகியவற்றால் வியர்வை சிறுநீர் போன்றவற்றின் மூலம் பலவி-தமான யூரியா யூரிக் அமிலம் பல்வேறு இராசயனக் கழிவுகள் வெளியே-றுவதைக் கண்கூடாகப் பார்க்கிறோம். அறிகிறோம். இவ்வாறு போக்கும் வரவும் உள்ள உடலியக்கத்தை கண்டும் இதுபோன்றே உடம்பில் இருக்-கும் உயிரும் உடம்பை விட்டுப் பிரியக்கூடும் என்ற நிலையாமையை உணராது வாழ்வை நிலையெனக் கொண்டு குதியாட்டம் போடுகின்-றனரே?! என்னே இது விந்தை! என்னே ஓர் அறியாமை! என்று இறை-வனும் நகுகிறான் என்பதாம். இப்பிறவியின் நிலையாமையை உணர்ந்து உடல்பலமும் மனநலமும் இருக்கும் போதே அறம் செய்து உய்வோம் என்றுணர்வோம்!

106

எல்லாம் அவன் செயல்!

தன்னினத்தை தானே அழிப்பது மிருகங்களில் கூட கிடையாது. ஆனால் மனிதர்கள் சக மனிதர்களின் வாழ்வை, வளர்ச்சியை, புகழைக் கெடுப்பதற்கு பலவகையினும் துணிந்து நிற்கின்றனர். ஆனால் உண்மையும் நேர்மையும் இறையருளும் பெற்ற மனிதர்களை எவ்வளவு சதித்திட்டங்கள் தீட்டினாலும் வாழ்வை கெடுத்திட முயன்றாலும் நடவாது. நல்லவர்கள் வாழ்வார்கள். சோதனைகளையும் சாதனைகளாக்கிக் காட்டுவார்கள். கெடுமதிக்காரனே கெட்டழிவான். கெடுவான் கேடு நினைப்பான். நமக்கும் மேலே ஒருவன் இருக்கிறான். அவன் நம் நன்மைத் தீமைக்கு ஏற்பவே நற்பலனைத் தருகிறான். அனைத்தும் அறிந்தவன் சிலகாலம் விதி விளையாட்டை இரசிக்கிறான். ஆனால் அனைத்தையும் முடித்து வைப்பவன் இறைவன்தான்.

தானே பெரியவன். தன்னால் எல்லாம் நடக்கும். தன்னை பகைத்தால் யாரும் பிழைக்கமுடியாது என தப்புக்கணக்குப் போட்டால் அவன் கணக்கிலிருந்து தப்ப முடியாது. ஆழ்வார்களும் அடியார்களும் ஆன்மீகப் பெரியோர்களும் பாப புண்ணியங்களை இறைவன் மீது சார்த்திவிட்டு நம் கடமைகளை மட்டும் செய்துவந்தால் போதும். அதனதன் நன்மை தீமைகளை அவனே தீர்மானிப்பான். அவனே வழிநடத்துவான். அவனே பலன் கொடுப்பான். மனிதர்கள் வெறும் அவன் ஆட்டுவிக்கும் பொம்மைகள்தான் என்றுரைப்பதை உணர்வோம்.

பாடல்:105

"கரந்தொருவன் கணைத்தொடுக்க மேல்பறக்கும்ராசாளி
கருத்தும் கண்டே
உரைந்துசிறு கானகத்தில் உயிர்ப்புறாவும்
பேடுதனக்கு உரைக்கும் காலை
விரைந்துவிடம் தீண்ட உயிர் விடும்வேடன்
கணையால் வல்லூறும் வீழ்ந்த
தரன்செயலே ஆவதல்லால் தன்செயலால்
ஆவதுண்டோ அறிவுள் ளோரே!"

விளக்கம்:

ஒரு வேடன் இரு இணைப்புறாக்களை தம் கையிலுள்ள வில்லில் அம்பு பூட்டி வீழ்த்தி இரையாக்கப் பார்த்தான். அவனைப்போலவே ஒரு பருந்தும் அப்புறாக்களை வேட்டையாட காத்திருந்தது. இதனைக்-கண்ட இணைப்புறாக்கள் பறந்து தப்பிக்க வழியைத் தேடின. வேடன் குறிவைக்கும்போது அவன் காலை கொடிய நாகம் ஒன்று கடிக்க அவன் செத்துவீழ்ந்தான். அவன் வில்லிலிருந்து தப்பிய அம்பு குறிதவறி பருந்தை வீழ்த்தி அழித்தது. இணைப்புறாக்கள் இறையருளால் தப்பிப் பிழைத்தன. நாம் நினைத்திருப்போம் வேடன் பருந்து இருவகையில் ஒன்றிலாவது இணைப்புறாக்கள் மடிவது உறுதியென! ஆனால் இறை-வன் சித்தம் என்ன ஆயிற்றுப் பார்த்தீர்களா? நடப்பவை யாவும் இறை-வனின் செயலே அன்றி நம் செயல் ஏதுமில்லை.

நாம் ஒன்று நினைக்க தெய்வம் வேறாய் நினைக்கிறது.

107

எடுக்கவோ கோர்க்கவோ!

தமிழ் இலக்கியங்களில் பெண்களின் உடலுறுப்புகளை நிலவோடும் மலரோடும் அமுதத்தோடும் இணைத்து கற்பனையில் ஒப்புமைப்படுத்தி வருணித்து அழகியல் சுவைக் கூட்டியுள்ளனர்.

கபிலன் வைரமுத்து போன்ற இளங்கவிஞர்கள் இதுவரை இலக்கி-யங்களிலும் திரைப்படப் பாடல்களிலும் என்னென உவமை உருவகம் கற்பனைகள் வர்ணணைகள் ஆகியவை செய்யப்பட்டிருக்கிறது என்ப-தையெல்லாம் தொகுத்து புதிய கணினி மென்பொருள் ஒன்றை உரு-வாக்கியிருக்கிறார்களாம்.

'கைக்காந்தள் வாய்க்குமுதம் கண்நெய்தல்'
காரிகையீர் மெய்வார் தளிர்; கொங்கை மென்கோங்கம்
இவ்வனைத்தும் வன்மைசேர்ந்து ஆவி வருத்துவது
மாதவம் ஒன்று இன்மையே அன்றோ எமக்கு' என்று தண்டியலங்-கார சமாதான உருவகத்தில் தண்டி முனிவர் பெண்களின் உடலுறுப்பு-களை ஒவ்வொரு பூக்களாக உருவகப்படுத்தி கூறுகிறார்.

பெண்களின் கூந்தலை கருமேகத்தோடும் மயிற்தோகையோடும் ஒப்-புமை செய்கின்றனர். நெற்றி பிறைநிலா,நாசி எள்ளுப்பூ,இதழ்கள் முரு-கம்பூ கோவைப்பழம் எனவும் முகத்தை நிலவோடு கைகளை காந்தள் மலரோடு இடை உடுக்கை தொடை வாழை நடை அன்னம் மொழி கிள்ளை என புதிதுபுதிதாய் ஒப்புமையும் உருவகமும் கற்பனையும் வர்-

ணணையும் செய்து பாடிப்பாடி பரவசம் கொள்கின்றனர்.

பெண்ணழகைப் பாடாத கவிஞனில்லை. பெண் அழகை பாடாதது இலக்கியமுமில்லை.

பாடல்:106

"கொல்உலை வேல்கயல்கண் கொவ்வையாம் கனிவாய் மாதே!
நல்லணி மெய்யில் பூண்டு நாசிகா பரண மீதில்
சொல்லதிற் குன்றி தேடிச் சூடியது என்னோ என்றான்
மெல்லியல் கண்ணும் வாயும் புகைத்தனள் வெண்முத் தென்றாள்!"

விளக்கம்:

கொல்லன் உலையில் வடிக்கப்பட்ட வேல்கண்ணாளே! கயற்கண்ணியே! கோவைப்பழ உதட்டழகியே! உம் உடல்முழுதும் அழகான சிறந்தபல அணிகலன்களை அணிந்து மூக்கின் மீது மட்டும் குன்றிமணியை அணிந்தது ஏனோ? என வினவுகிறான் தலைவன்.

அதற்கு அவள் அவளது கண்களும் உதடுகளும் விரியச் சிரித்தாள். பற்கள் தெரிந்தன. அஃது குன்றிமணி அல்ல. வெண்முத்துப் பற்களே என்பதை சிரித்தே உணர்த்தினாள்.

108

மாஞ்சோலை கிளிதானோ!

பண்டைய திணை வாழ்க்கையில் வேட்டை முதலிய தொழில்களுக்காக தலைவனும், திணைப்புனம் காத்தல் முதலியவற்றிற்காக தலைவியும் செல்லும்போது ஒருவரையொருவர் சந்திக்கக்கூடிய வாய்ப்பு ஏற்படுகிறது.

முதன் முதலாக தலைவியைச் சந்திக்கும் தலைவன் தலைவியைக் கண்டு, இவள் பெண்தானா? அல்லது தேவலோக மங்கையா? என ஐயுறுகிறான். அவளும் முதன்முதலாக ஓர் ஆடவனைக்கண்டதும் மெய்ம்மறந்து நிற்கிறாள்! தலைவனின் ஐயுறவு சிறிது நேரம் தொடர்கிறது. தோற்றம், நாற்றம் சூடியிருக்கும் பூ வாடல், இமைகளின் அசைவு,அவளது உடலசைவு, அணிந்துள்ள ஆடை ஆபரணங்கள் இவை யாவும் மனித பெண்ணுக்குரியவையாகவே இருப்பதை அறிந்து தெளிகிறான். திருவள்ளுவர் பெருந்தகையும் 'அணங்குகொல் ஆய்மயில் கொல்லோ கணங்குழை மாதர்கொல் மாளும் என் நெஞ்சு' என்று அவள் நிற்கின்ற நிலைகண்டு இவள் தெய்வமகளோ அழகிய மயிலோ இல்லை அழகான குழை எனும் காதணி அணிந்த பெண்தானோ என்று என் மனமானது மயக்கம் கொள்கிறதே' என அலமரல் கொள்வதாகப் பாடுகிறார். அகப்பொருள் இலக்கணமான நம்பியகப்பொருளில் கைக்கிளை புணர்ச்சி ஏற்படுவதற்கான காரணிகளை கூறும்போது

'காட்சி ஐயம் துணிவுகுறிப்பு அறிவென
மாட்சி நான்கு வகைத்தே கைக்கிளை'

என இலக்கணம் வகுத்துள்ளார் நாற்கவிராச நம்பி. முதலில் காண்கிறான். பின்னர் 'இந்திரையோ இவள் சுந்தரியோ தெய்வ அரம்பையர் மோகினியோ?' என மனம் ஐயுறுகிறது. இறுதியாக இவள் மானுடப் பெண்தான் என துணிபு ஏற்படுகிறது. அவளும் தன்னை விரும்புகிறாளா என்று சில குறிப்புகள் மூலம் உணர்கிறான். ஒருதலையாய் காதல் கொள்கிறான் என முடிக்கின்றனர்.தலைவியைக் கண்டு அவள் தோற்றத்தில் வியந்து பின் தெளிவுப் பெற்று வியக்கிறான்.காதலில் விழுகிறான்.

பாடல்:107

"அருகில் இவளருகில் இவளருகில் வரஉருகும்
கரியகுடில் மேனியவள் கானமயில் சாயல்
பெரியதனம் இடைசிறிது பேதை எனும் ஐயோ
தெருவில் இவள் நின்றநிலை தெய்வம் என லாமே!"

விளக்கம்:

அவளுக்கருகில் நான் சென்றாலும், என் அருகில் அவள் வந்தாலும் என் மனமோ காதலில் உருகித்திளைக்கிறது. மெய்சிலிர்ப்பு ஏற்படுகிறது. கரிய கூந்தலையே தன் மேனிக்கு குடிசையாக கொண்டவள் கானமயிலினை ஒத்த மென்சாயலை உடையவள். பெரிய முன்னழகும் சிறிய இடையழகும் உடைய இவள் தெருவில் நிற்கும்போது இவள் தெய்வலோகப் பெண்ணோ தேவதைதானோ தெய்வமே நேரில் வந்ததோ என என் மனம் குழம்பித் தவிக்கிறது. அத்தகைய பேரழகுடையவள் அப்பெண் என்பதாம்.

109

மாரனும் வீழ்ந்தான்!

தமிழின் முதற்காப்பியம் முத்தமிழ்க்காப்பியம் தேசியகாப்பியம் கலைக்காப்பியம் என பலவாறாகப் புகழப்படுவது தூய்த்தமிழ்க் காப்பியமாம் சிலப்பதிகாரம்! மலைநில மக்கள் நிகழ்வுச் சொல்ல சீத்தலைச் சாத்தனார் குறித்துரைத்து 'அடிகள் நீரே அருளுக!'என வேண்டுகோள் விடுக்க மும்மணியாய் மூன்றறம் விளங்க 'நாட்டுதும் யாமோர் பாட்டுடைச் செய்யுள் என இளங்கோவடிகள் சொற்கோயிலும் சேரன் செங்குட்டுவன் கற்கோயிலும் அமைத்து உரைசால் பத்தினியை உயர்ந்தோராய் ஏத்தினர்.கோவலனுக்கும் மாதவிக்கும் பிறந்த தவச்செல்வி மணிமேகலையும் அழகும் கலைத்திறனும் மிக்கவளாய் வளர்ந்தால் தன் தந்தைக்கும் தாய்க்கும் நிகழ்ந்த ஊழ்வினை செயல்களை அறிந்து வருத்தமுற்ற அவள் உலக வாழ்வில் பற்றில்லாமல் துறவு வாழ்வில் நாட்டம் கொண்டாள். அழகும் இளமையும் மிக்க மணிமேகலை புத்தத் துறவியாக மாறியதைக்கண்டு மன்மதன் தன் பயனற்ற அம்புகளை மண்ணில் எறிந்து கையற்று நின்றானாம். தன்னை விரும்பிய அரசக்குமாரன் உதயணனையும் வெறுத்து துறவு பூண்டாள். புத்த பிக்குணியாக பசியும் பிணியும் போக்கி உயர்ந்த பௌத்தத்தின் சாரத்தை உலகெங்கும் பரப்பி அழியாப் புகழ்ப் பெற்றாள். சிலப்பதிகாரத்தின் தொடர்ச்சியாய் சீத்தலைச்சாத்தனார் மணிமேகலை காப்பியம் படைத்தார். முதல் சமயக்காப்பியமாகவும் பெண்ணொருத்தியை தலைவியாகக் கொண்ட புரட்சிக்காப்பியமாகவும் மணிமேகலை திகழ்கிறது. சிலம்பும் மேகலையும் இரட்டைக்காப்பியமாய் இன்தமிழில் இலங்குகிறது. நாளும் ஒரு நூலறிந்து நாமும் நல்வாழ்வு

பெறுவோமாக!

பாடல்:108

"அலகு வாள்விழி ஆயிழை தன் நுதல்
திலகம் கொண்டெதிர் செஞ்சிலை மாரனும்
கலகமே செயும் கண்இது வாம் என
மலர் அம்பு ஐந்தையும் வைத்து வணங்கினான்!"

விளக்கம்:

ஓர் அழகான மங்கை.அவளது வளைந்த புருவமும் வாள் போன்ற கூர்மையான கண்களும், நெற்றியில் அணிந்த அழகிய குங்குமமும் கண்டு மன்மதன் இவள் கண்கள் நம்மையும் மனக்கலக்கம் செய்துவிடும் என அஞ்சி தன்கையில் இருக்கும் ஐந்து மலரம்புகளையும் அவள் காலடியில் வைத்து வணங்குகின்றான் என்பதாம்.

110

மின்னுவதெல்லாம் பொன்னல்ல!

முறையாக ஒரு கலையைக் கற்று பயிற்சி, அனுபவம் ஆகியவைகளைப் பெற்றவரை அத்துறையில் சான்றோராக வல்லுநராக நாம் ஏற்றுப் போற்றுகிறோம். அவருடைய அறிவு, திறன், சான்றாண்மை, ஆளுமைத்திறன் ஆகியவற்றிற்கு ஏற்ப பணம், பதவி, பரிசு பாராட்டு உயர்வு போன்றவைக் கிடைக்கின்றன. ஆனால் சிலர் பூக்காமலே காய்க்க எண்ணி, குறுக்கு வழிகளில் சிலவற்றை விரைவாக அடைகின்றனர். தன்னையும் அத்துறைபோகிய சான்றோராக நினைத்துக்கொண்டு தனக்கும் பதவி பாராட்டு முதலியவை கிடைக்க வேண்டும் என எண்ணுகின்றனர். இது அறிவின்மையாகும்.

'கான மயிலாடக் கண்டிருந்த வான்கோழி தானும் அதுவாகப் பாவித்து தானும் தன் பொல்லாச் சிறகை விரித்தாடினார் போலுமே கல்லாதான் கற்ற கவி!' என்று ஔவையார் தன் மூதுரையில் கூறியுள்ளதைப் போன்றது இத்தகைய அறிவில்லார் செயல்.

போலிகள் உண்மைகளைவிட மிகக் கவர்ச்சியானவை. அவற்றை நம்பவும்கூடாது.

இயேசு பெருமான் மலைச்சொற்பொழிவைக் கேட்டவர்கள் 'இவர் அதிகாரத்துடனே போதிக்கிறார்'என்று கூறினர். உண்மை ஞானம் உள்ளவர்கள் அவ்வாறுதானே போதிப்பார்கள். போலிகளுக்கு அத்தகைய கம்பீரமும் அதிகாரத்தன்மையும் ஏது?

பாடல்:109

"குரங்கு நின்று கூத்தாடிய கோலத்தைக் கண்டே
அரங்கு முன்நாய் ஆடிக்கொண் டாடியதுபோல்
கரங்கள் நீட்டியே பேசிய காடரைக் கண்டு
சிரங்கள் ஆட்டியே மெச்சிடும் அறிவார் செய்கை!"

விளக்கம்:

ஒரு குரங்காட்டி குரங்கிற்கு பயிற்சிக்கொடுத்து மேடைமீது ஆடவைப்பதைக் கண்டவர்கள் கைத்தட்டி ஆரவாரித்தனர். இதனைக்-கண்ட ஒரு நாய் தானும் அப்பாராட்டைப் பெற கருதி மேடைமீது ஏறி ஆடியதாம்.

அதைப்போன்று கல்விவல்லார் அதிகாரத்துடன் கைகளை வீசி பாவனையோடு பேசுவதைக்கண்ட மூடர், தக்க அறிவில்லாத போதும் தானும் கைகளை வீசி பேசுவதைக்கண்ட அவரையொத்த அறிவில்லா-தவர்கள் பாராட்டித் தலையாட்டி போற்றுவார்களாம்.

உண்மை அறிவை மெச்சுதல் ஞானம். போலிகளை புகழ்தல் அறி-வின்மையன்றி வேறென்ன?

111

புலிப்பதுங்குவது...

‘யானை அசந்து நின்றால் எலியும் ஆட்டங்காட்டுமாம்’ என்பார்கள்.

‘ஏமாந்த காலத்தில் ஏற்றம்கொண்டோன் புலிவேஷம் போடுகின்றான்.
புல்லளவு மதிப்பேனும் தருகின்றானா?’

என்று சந்தடிச் சாக்கில் உயர்வுபெற்று ஆட்டம்போடுபவர்களைக் கண்டிக்கிறார் பாவேந்தர் பாரதிதாசன்.

பாம்பு படுத்திருந்தால் பல்லில் விடம் இல்லாதுபோகாது. எரிமலை உறங்கிப்போனால் அதன்மீது ஏறிநின்று பார்க்கக்கூடாது. விடம் அழகான குடுவையில் அடைக்கப்பட்டிருந்தால் அதன் கவர்ச்சிக்காக அள்ளிப்பருக முடியாது. பெரியோரின் பொறுமையை ஏமாளித்தனம் என்றெண்ணினால் அவர்கள் சினந்தெழும்போது சிதைந்துபோவது சிறியோர்தான்.

பாடல்:110

"வில்லது வளைந்த தென்றும் வேழமது உரங்கிற் றென்னும்
வல்லியம் பதுங்கிற் றென்றும் வளர்கிடா பிந்திற் றென்றும்
புல்லர்தம் சொல்லுக்கு அஞ்சிப் பொருந்தினர் பெரியோர் என்று
நல்லதென் றிருக்கவேண்டாம் நஞ்செனக் கருதலாமே!"

விளக்கம்:

வில் வளைந்ததாலும்,யானை உறங்கிக்கொண்டிருந்தாலும், புலி பதுங்குகிறது என்றாலும், ஆட்டுக்கிடாய் பின்வாங்குவதாலும் இதுவெல்லாம் அவ்வற்றிற்கான தோல்வி என்றும் அவை பயந்துவிட்டன, பின்வாங்கிவிட்டன என எண்ணுதல் அறிவின்மையாகும். அதுபோலவே

கீழ்மக்கள் ஏளனம் செய்யும்போது பெரியோர்கள் எதிர்வினையாற்றாது அமைதி காத்தல் தோல்வி என எண்ணி எல்லை மீறினால் அது மிகக் கொடிய விடமாகக் ஏளனப்படுத்துபவரைக் கொள்ளும் என்பதாம்.

112

ஊழையும் உப்பக்கம் காண்பர்!

விதியை மதியால் வெல்லமுடியுமா? இந்த கேள்விக்கு பலரும் பலவித-மான பதில்களைத் தருகின்றனர்.

திருவள்ளுவர் பெருந்தகை,

"ஊழிற் பெருவலி யாவுள? என வியந்து பின் அவரே "ஊழையும் உப்பக்கம் காண்பர்

உலைவின்றித் தாழாது உஞற்று பவர்"

என்று சோதனைகளில் சோர்ந்துவிடாமல் தொடர்ந்து தம் கடமை-களை செய்துகொண்டிருப்பவர்,தொடர்ந்து உழைத்துக்கொண்டிருப்பவர் விதியையயும் வெல்லமுடியும் என்கிறார். தெய்வத்தாலும் கூடாத-வற்றை முயற்சியோடு உடல்வருந்தி உழைத்தால் பெறலாம் என்பது அவரின் வாக்கு.

இறந்து சாம்பலான பூம்பாவையை திருஞான சம்பந்தர் உயிர்பித்தார். அப்பூதியடிகளின் மகன் நாகம் தீண்டி இறக்க, திருநாவுக்கரசர் பெரு-மான் சிவனை வேண்டி உயிர்பித்தார். இயேசு பெருமானும் இறந்தவரை தேவன் மீதான விசுவாசத்தால் உயிர்பிக்கச்செய்தார். நபிகள் நாயகம் தன் தோழர் அபூபக்கரின் விடத்தை தன் எச்சிற் மருந்தால் விடம்நீக்கி உயிர்மீட்டார். ஆனால் புத்தபெருமான் இறந்த மகனை உயிர்பிக்க கேட்-டபோது மரணமே நிகழாவீட்டில் கடுகுப்பெற்றுவரச்சொல்லி, பிறந்தவர் இறப்பது இயற்கை என மரணத்தின் மறுக்க முடியா உண்மையை

நிலைநிறுத்தினார். கற்பரசி சாவித்திரி தன் கணவன் சத்தியவானின் உயிரை எமனோடும் போராடி மீட்டாள். எல்லாம் விதிப்படியே ஊழ்வினைப்படியே நடக்கும். எதையும் மனிதர்களாகிய நம்மால் மாற்ற இயலாது என்ற கொள்கை ஒருபுறம் இருந்தாலும் தீராத முயற்சி, உழைப்பு, நம்பிக்கை, கடவுள்பக்தி, கடினமான போராட்டம் ஆகியவற்றால் ஊழையும் உப்பக்கம் காணலாம் என்ற மறுக்கவொண்ணா உண்மை நிலைநிறுத்தினாள் அக்கற்பரசி சாவித்திரி.

பாடல்:111

"சலந்தனில் கிடக்கும் ஆமை சலத்தைவிட்டு அகன்றபோது
கொலைபுரி வேடன் கண்டு கூரையில் கொண்டு செல்ல
வலுவினால் அவளை வெல்ல வகைஒன்றும் இல்லை என்று
கலைஎலி காகம் செய்த கதைஎன விளம்பு வோமே!"

விளக்கம்:

தண்ணீரை விட்டு தரைக்கு வந்த ஆமையை வேடன் கைப்பற்றி தன் வலையில் போட்டான். அவ்வளவுதான் ஆமையின் விதி முடிந்து வேடனுக்கு உணவாகத்தான் போகிறது என்பது விதி!

அவ்விதியை மாற்ற அதனைக்கண்ட மான், எலி, காகம் ஆகிய நண்பர்கள் கூட்டுமுயற்சி செய்தன.

மான் தான் இறந்து கிடப்பதைப் போல வேடன் வழியில் படுத்தது. அதனைக்கண்ட வேடன், ஆமை இருந்த வலையை கீழேப் போட்டுவிட்டு அதைவிட பெரிய மான் இறைச்சி கிடைத்ததென மகிழ்ந்து ஓடினான். அவன் வரவைக்கண்டு இறந்ததைப்போல் நடித்த மான் எழுந்து ஓடியது. எலி வலையைக்கடித்து ஆமையை மீட்டது. காகம் ஆமையைச் சுமந்துச் சென்று மீண்டும் தண்ணீரில் விட்டது. கதையாக இருந்தாலும் விதியை மதியால் வெல்லலாம் என்ற பேருண்மைக்கு நட்பின், உற்ற காலத்தின் உதவியின் பெருமையை விளங்கச்செய்கிறது.

113

கோடரிக்காம்பு!

பொதுவாக கிராமங்களில் ஒரு வீட்டினரைக்குறிக்க அவர்களுடைய பரம்பரையினரின் புகழைச் சொல்லி அடையாளப்படுத்துவார்கள். பொன்கொடுத்தான் வீடு என்றால் அந்தகாலத்திலேயே ஒரு ஏழைப்பெண்ணின் திருமணம் தாலிக்கு தங்கம் இல்லாமல் நிற்கும்போது ஒரு ஏழை பெண்ணின் வாழ்வு மலர்வதற்காக தன்னிடமிருந்த தங்கத்தைக் கொடுத்து வாழவைத்தவர்கள்.அந்த புகழே அவர் பரம்பரைக்கும் பெயரும் புகழும் பெற்றுத்தருகிறது. அதைப்போலவே ஒருவர் அவர் பரம்பரையில் கொலை செய்திருந்தால் அந்த பரம்பரையையே கொலைக்காரன் வீடு எனப் பல தலைமுறைக்கும் இழிவுத் தொடர்கிறது. பாட்டன் சொத்து மட்டுமல்ல பழிச்சொற்களும் பரம்பரைக்கே உரித்தாகிறது. சிலப்பதிகாரத்தில் கண்ணகி வழக்குரைக் காதையில் புறாவுக்காகத் தன் தசை அறிந்து ஈந்த சிபிச்சக்கரவர்த்தியும் கன்றை இழந்த பசுவின் துயர்போக்க தன் அரும்பெறற் புதல்வனை ஆழியில் மடித்த மனுநீதிச்சோழனையும் தன்பரம்பரையினர் எனப் பெருமையாக'ஏசாச் சிறப்பின் இசைவிளங்கு பெருங்குடி' என்று எடுத்துரைக்கிறாள்.

அதே சிலப்பதிகாரத்தில் கோவலன் மாதவியோடு வாழ்ந்து 'சலபுணர் கொள்கை சலதியோடாடி குலந்தரு வான்பொருள் குன்றம் தொலைத்த இலம்பாடு நாணுந்தகும்' என பரம்பரையாகச் சேர்த்துவைத்த வானாளவிய செல்வத்தை, புகழை இழந்துவிட்டு நிற்பது ஆண்மகனாகிய எனக்கு நாணத்தைத் தருகிறது என வெட்கித் தலைகுனிகிறான். ஆனால் கணவனின் பெருமையைக் காக்க வேண்டியது மனைவியின் கடமை

என உணர்ந்து 'சிலம்புள கொண்மின்' எனக்கூறி என் சிலம்பில் ஒன்றை விற்று இழந்த செல்வத்தை மீட்டுவிடலாம். கவலைக்கொள்ளாதே என கணவன் சோரும்போது அவனை மேலும் தன் அவச்சொல்லால் குன்றிப்போகச் செய்யாமல் அவனை தேற்றி ஊக்கமூட்டி வாழ வழிசெய்கிறாள். இன்றைய பெண்கள் இதை உணர்ந்துய்தல் நலம்பயக்கும்!

பாடல்:112

"நிலமதில் குணவான் தோன்றில் நீள்குடித் தனரும் வாழ்வர்!
தலமெலாம் வாசம் தோன்றும் சந்தன மரத்திற்கு ஒப்பாம்!
நலமிலாக் கயவன் தோன்றில் குடித்தனம் தேசம் பாழாம்!
குலமெலாம் பழுதுசெய்யும் கோடாரிக் காம்பு நேராம்!

விளக்கம்:

சான்றாண்மைக் குணமிக்க ஒரு குடியில் பிறந்தால் அவரால் அந்த குலத்திற்கே பெருமைக் கிடைக்கிறது.அது வாசம்மிக்க சந்தனமரம் தாம் இருக்கும் இடத்தைச் சுற்றிலும் நறுமணத்தோடு வைத்திருப்பதைப் போன்றது.

நற்குணமில்லாத கயவர்களால் அவர் அவர்களின் குடும்பமும் நாடும் பாழாகிவிடுகிறது. அது குலத்தை அழிக்க வந்த கோடாரிக்காம்பை ஒத்ததாகும்.

114

எனக்கொரு காதலன்!

கணவன் மனைவி அல்லது காதலன் காதலி இடையே ஒருவருக்கொருவர் தனக்கு மட்டுமே சொந்தமென வாழ வேண்டும் என்கிற பொசசிவ்னஸ் என்ற தன்உரிமை எண்ணம் மிகுதல் உண்டு.என் புருஷன்தான் எனக்கு மட்டும்தான் என்பது எழுதப்படாத விதியாக உள்ளது. கலிங்கத்துப்பரணி பாடல் 'தரைமகள் தன்கொழுநன் உடலம்தன்னை. எனும்பாடலிலும் போரில் இறந்துவிழும் கணவன் உடலை மண்மகளும் தழுவக்கூடாது. விண்ணர மகளிரும் அவனைப் புணரக்கூடாது' என உணர்த்தும் பாடல் அத்தகு தன்உரிமை உணர்வின் மிகுதியே ஆகும்.

சிலம்பில் கோவலன் கானல்வரியில் காவிரியை பெண்ணாகப்பாடுகிறான். பதிலுக்கு மாதவி ஆணாக உருவகித்துப்பாடுகிறாள். அதனாலே கோவலன் அவளைப் பிரிகிறான். திரைப்படங்களில் இழுபறியாக இருக்கும் காதலை உறுதிசெய்ய வேறொரு பெண்ணுடன் காதல்கொள்வதுபோல் நடிப்பது தன்உரிமை உணர்வினால் விரைந்த பலனை தருகிறது.

ஒரு திரைப்படப்பாடலில் 'எனக்கு முதல்காதலி உண்டெனப் பாடுகிறான். அதற்கு அவள் உன்னை நல்லவன் என நம்பி ஏமாந்தேன் என்கிறாள். அவன் அந்த காதலி இசைதான்' என்கிறான். தான் செய்யும் தொழிலே தன் முதல் மனைவி என பெண்டாட்டியை உசுப்பேத்துபவர்களும் உண்டு. குறுந்தொகையில் தலைவி தன் மகனை காதலன் என்று குறிப்பிடுகிறாள்.

அன்புகொண்ட இருநெஞ்சங்கள் இப்படி விளையாடிக்கொள்வது உண்டு. விளையாட்டு வினையாகிவிடாமல் காத்தல் நலம்பயக்கும்.

பாடல்:113

"உயிரனை யானுடன் கலந்த வுளவறிந்
தீண் டெனை மணந்தோ னுடன்றிச் செய்கை
செயலென வென்றிலை மறை காயெனத்
தணவாதவ் விருவகையுந் தீதென்
றயிலவிழியாய் மயிற்பொது வூழ்வலித்தினும்
பெண்மதி யெனது வூழின்
இயலென வள்ளுவ ருரைத்தார்ச் சான்று
நீயெனப் புகன்றே னின்புற் றாளே!"

விளக்கம்:

இந்த பாடலுக்குப் பல உரையாசிரிகள் மனைவி சோரம் போனதை அறிந்து வினவ அதற்கு அவள் ஊழ்வினையும் பெண்புத்தியும் காரணம் எனக்கூறி நீயும் சோரம்போனாய் அல்லவா எனக்கூறுவதாக விளக்குகின்றனர். இது எங்ஙனம் தகும். என் பார்வையில் காதலன் கேட்கிறான்: உனக்கு வேறொரு இலைமறைக்காயாக காதலன் இருக்கின்றானா? இது என்ன நியாயம்? இது என்ன கொடுமை ? ஊழ்வினையா? பெண்ணின் சிறுமதி என்பதா என வினவ அந்த காதலன் வேறு யாருமல்ல நீயே என் காதலனும் கணவனும் ஆவாய் என விளையாடினாள். அவன் தன் அறியாமையை எண்ணிச் சிரித்தான் என முடிக்கிறேன். நல்லதை நீங்களே தேர்ந்தெடுங்கள்!

115

பாவத்தின் பலன்!

நல்ல நட்புக்கு இலக்கணமாக கண்ணன் குசேலன் நட்பையும் துரியோ-தனன் கர்ணன் நட்பையும் இராமன் குகன், பிசிராந்தையார் கோப்-பெருஞ்சோழன் ஆகியோர் நட்பை கொள்கிறோம். உதட்டில் புன்னகை உள்மனதுள் வஞ்சகம் செய்வோர் நல்லநட்புக்கு இலக்கணமாக மாட்டார்.

திருவாரூர் தங்கராசு அவர்கள் எழுதிய ‘இரத்தக்கண்ணீர்’ நாடகம் ஒரு நொண்டி நாடக வகையைச்சேர்ந்தது.நொண்டி நாடகம் என்பது வேசையர் மோகம் கொண்ட ஒருவன் தொழுநோயுற்று துன்பப்பட்டு ஒரு கால் இழந்து நொண்டி நொண்டி மெக்காவுக்குச் சென்று இறைவனிடம் சரணடைந்ததாக எழுதப்பட்ட இஸ்லாமிய நாடக வகை அது. நடிகவேள் எம்.ஆர் இராதா அவர்களால் மேடை நாடகமாகவும் திரைப்படமாகவும் உருவாக்கப்பட்டு மிகப்பெரிய வெற்றிப்பெற்றது. அருணகிரி பெருமானை ஆடி அடங்கிய அருணகிரி என்றனர்.

பிறன்மனை விரும்பா பேராண்மையை திருவள்ளுவரும் பிற புலவர்-களும் வலியுறுத்திப் பாடியுள்ளனர். சான்றோர் விலக்கிய இழிசெயல்-களை செய்து பகைவர்க்கும் வரக்கூடாத தொழுநோய் போன்ற நரகத்-தில் உழலவேண்டாம்.

பாடல்:114

"நட்பிடைக் குய்யம் வைத்தார்! பிறன்மனை நலத்தைச் சேர்வார்
கட்புடை காமத தீயார்! கன்னியை விலக்கி னோரும்
அட்டுடன் அஞ்சுகின்றோர்! ஆயுளும் கொண்டு நின்று
குட்டநோய் நரகில் வீழ்ந்து குளிப்பவர் இவர்கள் கண்டீர்!"

விளக்கம்:

நல்ல நட்புக்கு வஞ்சனை செய்பவர்கள்,பிறருடைய மனைவியை அடைய நினைப்பவர்கள்,கற்புடைய மனைவி இருந்தும் காமமிகுதியால் பிற பெண்களை நாடிச்செல்வோர்,தன் மனைவியை விலக்கி வைத்து கொடுமை செய்வோர் ஆகிய இவர்கள் எல்லாம் நோய்நொடி பகை போன்ற காரணங்களால் தினம்தினம் எப்போது உயிர்போய்விடுமோ என அஞ்சி அஞ்சி சாவார்.குறை ஆயுளே பெற்று தொழுநோயுற்று நரகத்தில் வீழ்ந்து அதிலேயே உழன்றுக்கிடப்பர் என்பதை உணருங்கள்!

நட்பில் வஞ்சனை வேண்டாம். வேசையர் மோகம் வேண்டாம். மனைவிக்கு துரோகம் வேண்டாம். நட்பிலும் கற்பிலும் நாளும் சிறப்போம்!

116

வினை விதைத்தால்...

'இருட்டறையில் உள்ளதடா உலகம்!- சாதி இருக்கின்ற தென்பானும் இருக்கின்றனானே?

மருட்டுகின்ற மதத்தலைவரும் வாழ்கின்றாரே!'என்று பகுத்தறிவைப் பறைச்சாற்றுகிறார் நம் பாவேந்தர் பாரதிதாசன்.

தன் சுயலாபத்திற்காக பொய்புரட்டைச்சொல்லி பணம் சம்பாதிப்பவர்கள் ஏராளம் உண்டு. ஜோதிடம் ஒரு சாஸ்த்திரம். அது உண்மை. அது ஒரு கலை. ஆனால் அதை சரியாக கணித்துக்கூறும் ஆற்றல் உள்ளவர்கள் மிகக்குறைவு. அரைகுறை அறிவோடு பொய்யும் புரட்டும் சொல்லி தோஷம் பரிகாரம் என்று கயிறுகளைக்கட்டியும் கற்களை விற்றும் தன் செல்வாக்கை உயர்த்திக்கொள்ளும் போலிகளே இங்கு அதிகம்.

முற்பிறவியிலும் இப்பிறவியிலும் நாம் செய்யும் நன்மை தீமைக்கேற்பவே நன்மை தீமை விளைகிறது. துன்பங்களில் துவளும்போது இறைவனின் திருவடிகளைப் பற்றுதலே அத்துன்பத்திலிருந்து நம்மை விடுவிக்கும்.

மாறாக மந்திர தந்திரங்களில் எதுவும் மாறிவிடாது. இயேசுபெருமினும் நபிகள் நாயகமும் தந்தைப் பெரியாரும் ஏன் சித்தர்களும் கூட போலி ஆன்மீகத்தைத்தான் வெறுத்தார்கள். எதிர்த்தார்கள்.

உண்மையும் உழைப்பும் தொண்டும் இறைவனை சரணடைதலுமே நம் பாவக்கணக்கைத் தீர்த்து நன்மையைக் கொடுக்கும்.

பாடல்:115

"மதியிலா மறையோன் மன்னர் மடந்தையை வேட்கை யாலே
ருதுவது காலம் தன்னில் தோஷம் என்று உரைத்தே ஆற்றில்
பதுமையாய் எடுத்தபோது பெட்டியில் புலிவா யாலே
அதிருடன் கூடியுண்டு அன்றே கடியுண்டு அன்றே அருநரகு அடைந்தான் மாதோ!"

விளக்கம்:

ஒரு பேராசைபிடித்த மறையவன் அரசனின் மகளாகிய இளவரசியை மணக்க விரும்பி,இளவரசிக்கு ருதுஜாதகத்தில் தோஷம் உள்ளது. எனவே அவளை ஒரு பெட்டியில் வைத்து ஆற்றில் விட்டுவிடுவதே நல்லது.இல்லையேல் அரசன் உயிருக்கே ஆபத்தாய் முடியும் எனப் பொய் கணிப்பு கூறினான். அரசனும் அதை நம்பி அவ்வாறே செய்-தான். இளவரசி பெட்டியில் அனுப்பி அக்கரையில் அவளை மீட்டு அவளை மணந்துவிடலாம் என்று தப்புக்கணக்குப் போட்டான். பெட்டி-யும் வந்தது. பெட்டியைத்திறந்தான் ஒரு புலி ஒன்று அவனை அடித்-துக்கொன்றது. அவன் அதன்கடிப்பட்டு நரகத்துயரடைந்து மாண்டான். இது எப்படி நடந்தது?

வழியில் ஒரு இளவரசன் வேட்டைக்குச் சென்றிருந்தபோது பெட்டி வருவதைக் கண்டு இளவரசியை மீட்டான். மறையவன் சூழ்ச்சி அறிந்து தான் வேட்டையாடிய புலியை அப்பெட்டியில் வைத்து அனுப்பினான். இளவரசியை இளவரசன் அடைந்தான். மறையவன் நரகத்தை அடைந்-தான். வினை விதைத்தவன் வினை அறுப்பான்! தினை

விதைத்தவன் தினை அறுத்தான்!

117

இட்டார்க்கு இட்டபலன்!

வரலாறுகளிலும் இலக்கியங்களிலும் உயர்பதவியில் இருப்பவர்களுக்கு அடுத்த நிலையில் இருப்பவர்கள் அந்த பதவியை தாம் பெறுவதற்கான முயற்சியாக சூழ்ச்சியும் வஞ்சனையும் புறஞ்சூழ்ந்து அழித்தலும் தொடர்ந்து செய்யப்பட்டு வரும் துரோகத்தினை நாம் படித்து வருகி-றோம்.

ஐம்பெருங்காப்பியங்களில் ஒன்றான சீவகசிந்தாமணி திருத்தக்க தேவரால் இயற்றப்பட்டது. ஏமாங்கத நாட்டின் இராசமாபுரத்தை ஆளும் மன்னன் சீவகன். அரசி விசயை. அமைச்சன் கட்டியங்காரன் அரசனை வீழ்த்தி அரசாட்சியை பெற சமயம்பார்த்து காத்திருக்கிறான். கட்டியங்-காரன் புறஞ்சூழ இருப்பதை அறிந்து நிறைமாத கர்ப்பிணியான விசயை-யினை மயிற்பொறி ஒன்றில் வைத்து தப்பிக்கச் செய்கிறான். அமைச்-சனின் சூழ்ச்சியால் மன்னன் வீழ்கிறான். விசயை சுடுகாட்டில் சீவகனை பெற்றெடுக்கிறாள். அச்சணந்தியடிகள் கலைபல பயிற்றுவித்து வீரனாக்-குகிறார். சீவகன் பலவிடங்களில் பலவீரங்காட்டி எட்டு பெண்களை மணந்து,தன் தாயை கண்டடைந்து படைகளை திரட்டிச்சென்று சூழ்ச்-சியால் வென்ற கட்டியங்காரனை வென்று மீண்டும் தன்நாட்டில் தனது ஆட்சியை நிலைநிறுத்துகிறான். சூழ்ச்சி சூழ்ச்சியாலே வெல்லப்படுகிறது.

பாடல்:116

"மையது வல்லியம்வாழ் மலைக்குகை தனில் புகுந்தே

ஐயமும் புலிக்குக் காட்டி அடவியில் துரத்தும் காலை
பையவே நரிகோளாலே படுபொருள் உணரப்பட்ட
வெய்யஅம் மிருகம் தானே வென்றிட வீழ்ந்த தன்றே!"

விளக்கம்:

ஒரு புலி குகையில் தங்கியிருந்தது. ஒரு ஆடு அதை கொடிய மிருகத்தின் குரலெழுப்பி விரட்ட எண்ணியது. அதன் சதியை ஒரு நரி புலிக்கு உணர்த்தியது. ஆட்டின் சதியை உணர்ந்த புலி அவ்வாட்டை அடித்துக் கொன்றது. சூழ்ச்சி சூழ்ச்சியால் வீழ்ந்தது.

118

இந்திரன் கெட்டதும்...

ஒரு குடும்பம் என்பது ஆணும் பெண்ணும் ஒருமித்த எண்ணத்தோடு நல்லெண்ணம், நல்லிணக்கம்,ஒத்திசைவோடு கூடிய இயக்கமாக அமைதல் நலம் பயக்கும். அதுவன்றி தன் குடும்ப நலனுக்கு தீமைபயக்கும் என்றறிந்தும் தம் சுயநலத்திற்காக சில சிக்கல்களில் குடும்ப உறுப்பினர்களுக்கு சிக்க வைத்து அதனால் தம் குடும்பத்தையே துன்பத்துள் ஆழ்த்துதல் தீது!

பாடல்:117

"மங்கை கைகேயி சொல்கேட்டு மன்னர் புகழ்
தசரதனும் மரணம் ஆனான்!
செங்கமலச் சீதைசொல்லை ஸ்ரீராமன் கேட்டவுடன்
சென்றானே மானின் பின்னால்
தங்கையவள் சொல்கேட்டே ராவணனும் ஒவ்வொன்றாய்க்
கிளைகளோடு தானும் மாண்டான்
நங்கையர்சொல் கேட்பதெல்லாம் கேடுதரும்
பேருலகோர் நகைப்பர் தாமே!"

விளக்கம்:

தன் மனைவியாகிய கைகேயியின் சொல்லைக்கேட்டு இராமனுக்கு வனவாசம் தந்து புத்திரபாசத்தாலே தசரத மன்னன் உயிர்த்துறந்தான்.

சீதையின் ஆசையை நிறைவேற்ற மாயமானாக வந்த மாரீசன் பின் செல்ல இராவணனால் துன்பப்பட்டனர்.

இராவணனும் தங்கை சூர்ப்பநகை தன் சொல்கேட்டு தம் கிளையி-னரோடு தானும் மாண்டான்.

இவர்களைப் போல சில தீய வழிகாட்டிடும் பெண்களின் சொல்லைக் கேட்பதனால் அவ்வாறு கேட்டவர்கள் உலகோரால் நகைப்புக்குள்ளாகி தீங்கு பெற்றனர் என்பதை உணரவேண்டும். தம் நுண்ணிய மதிநுட்பத்-தால் குடும்பத்தை விளங்கச் செய்யும் நற்பாவையருக்கு இது பொருந்-தாது. இது சிறுபான்மை மகளிரின் தீக்குண இயல்பே என உணர்க.

119

துரோகம்...

நட்பும் கற்பும் உண்மைத்தன்மையிலும் ஒருவர் மீது ஒருவருக்கிருக்கும் நம்பிக்கையிலும்தான் அதன் சிறப்பும் பெருமையும் உள்ளது. நட்பில் ஏற்படும் விரிசல் உடைந்த கண்ணாடி ஒட்டுவதைப் போன்றும் உமி பிரிந்த நெல் ஒட்டுவதைப் போன்றும் பழைய உண்மை உறவு தொடராது.

துரியோதனன் மனைவி பானுமதியோடு கர்ணன் விளையாடிக்-கொண்டிருக்கும்போது துரியோதனன் வருவதைக்கண்டு அவள் எழ அவளை விளையாட்டிலிருந்து தப்புவதாக கருதி அமரவைக்கும் முயற்-சியாக கையைப்பற்ற முயற்சிக்க அவள் மேகலை அறுந்து விழுந்து ஓடுகிறது. கர்ணன் துரியோதனன் வந்துவிட்டதை அறிந்து ஏதேச்சையாக நடந்த விபரீதத்தினால் அஞ்சுகிறான். துரியோதனன் மிக எளிதாக அறுந்த முத்துக்களை 'எடுக்கவோ கோர்க்கவோ' என்று கேட்கிறான். தன் நண்பன் மீதும் தம் மனைவி மீது அவர்களுக்குள் இருக்கும் சகோ-தரன் சகோதரி உறவின் மீதான அசைக்க முடியாத நம்பிக்கையினால் அவ்வாறு எளிதாக கூறமுடிந்தது. அதுதான் உண்மைநட்பு.

மெய்ப்பொருள் நாயனார் புராணத்தில் முத்தநாதன் பொய்வேடம் பூண்டு மெய்ப்பொருளைக் கூறுவதாய் நம்பிக்கைக்கொள்ளச் செய்து கொல்கிறான். அவனை கொல்ல துணிந்த தத்தனை 'தத்தா நமர்' எனத் தடுக்கிறார். அவன் வஞ்சகத்தால் துரோகம் செய்தாலும் அவன் அவனைக் கொல்ல வேண்டாம் எனத் தடுத்த நட்பு, நம்பிக்கைப் பெரிது! நட்பின் கற்பை போற்றுவோம்!

பாடல்:118

"ஆதியாம் இருவர் நட்புக்கு அவமதிப்புற்று அவர்க்குள்
சூதினால் கபடம் செய்து துணைபிரிந்திடுவர் என்றால்
வேதியன் பவளவாயில் வேசைதாய் பச்சை நாவி
ஊதிய கதைபோ லாகி உறுநரகு எய்துவாரே!"

விளக்கம்:

ஆதிநாள் முதல் தூய்மையான நட்புகொண்டு பின்பு இவரில் ஒருவரின் சூழ்ச்சி மதியினால் வஞ்சகம் செய்து அதனால் அந்த நட்பு அவமானசெயலால் பிரிந்துவிட்டால் அது உண்மை அன்பில்லாதது எனக்கொள்ளலாம்.

ஆணும் பெண்ணும் கூடிக்களித்து அந்த அன்பும் உறவும் பொய்யானது, துரோகம் காத்திருக்கிறது என அறிந்து அப்பெண்ணின் தாய் கூடிக்களித்த ஆடவனை பச்சைநாவி எனும் கொடும்விடத்தை கொடுத்து கொன்று நரகத்தை அவன் அடைந்தது போன்ற கதையாம்.

நட்பில் உறுதி வேண்டும். கற்பில் கண்ணியம் வேண்டும்!

120

கர்ணனும் சகுனியும்!

ஒரு பிறவியில் அன்பான புரிதலுடன் கூடிய நல்வாழ்வு வாழ்ந்த ஆணும் பெண்ணும் அடுத்த பிறவியிலும் கணவன் மனைவியாக வாழும் பேறு பெறுகின்றனர்.

திருமாலின் பாயலான ஆதிசேடன் இராமாவதாரத்திலே கண்ணிமைக்காது உடனிருந்து காத்த இலட்சுமணனாகப் பிறவிபெற்று அண்ணன் தம்பி உறவுக்கோர் நற்சான்றானான்.சங்கு பரதனாகவும் சக்கரப்படை சத்துருக்கனனாகவும் பிறப்பெடுத்தனர்.

கர்ணன் எத்தனையோ தானம் செய்தும் அன்னதானம் செய்யவில்லை. அன்னதான கூடத்தை ஆட்காட்டி விரலால் சுட்டிமட்டும் வழிகாட்டினான். எனவே அன்னதான கொடையை செய்யவே அடுத்தப் பிறவியில் சிறுதொண்ட நாயனாராகப் பிறந்து நாளும் சிவனடியார்களுக்கு உணவு திருவமுது படையல் செய்து உய்தார் என்பார்.

உலகிலுள்ளோர் நட்புக்கும் உறவுக்கும் துரோகமும் வஞ்சனையும் சூழ்ச்சியும் செய்வாராகில் பேராசை பித்து பிடித்த பேயாகவன்றே பிறந்து அலைந்து திரிவர்!?

பாடல்:119

"அருமையும் பெருமையும் தான் அறிந்துடன் படுவர் தம்மால்
இருமையும் ஒருமையாகி இன்புறற்கு ஏது உண்டாம்!
பரிவுஇலாச் சகுனி போலப் பண்புகெட் டவர்கள் தம்பால்
ஒருமையில் நரகம் எய்தும்! உறுதுயர்உயரும் மணணே!

விளக்கம்:

ஒருவருடைய உண்மையான அருமை பெருமைகளை உணர்ந்து அதனால் ஈர்க்கப்பட்டு உண்மையான நட்புக்கொள்ளும் இருவரது நட்பு அடுத்தடுத்த பிறவிகளிலும் சந்தித்து நட்புக்கொள்ளும் நற்பேறு நல்வாழ்வு உண்டு.

நற்குணமிலாது பலவகையிலும் சூழ்ச்சியே மிகுந்த சகுனி போன்றோருடன் கொள்ளும் தீநட்பு நாளும் தீமையே பயக்கும். நற்பேறும் கிட்டாது. எனவே மனம் ஒன்றியே நட்பே சிறந்தது. தீயோர் நட்பு தீமையே பயக்கும்!

121

எனக்குள் ஒருவன்!

எண்ணிறந்த மனிதர்கள் இப்புவியில் பிறந்தனர். வாழ்ந்தனர். இன்பந்துய்த்தனர். மாண்டனர். ஆனால் ஒரு சிலரே இன்றும் நினைவு கூறப்படுகின்றனர். அதற்குக் காரணம் என்ன?

வாழுங்காலம் முழுதும் உணவும் இன்பமாகிய புலனின்ப விழைவிலேயே வாழ்ந்துமுடிந்தனர். அதனால் அவர்தம் பெயர்நிலைக்க ஏதும் செய்திலர்.

'மன்னா உலகத்து மன்னுதல் குறித்தோர் தம்புகழ்நிறீஇ தாம்மாய்ந்தனரே!'

என்கிறது புறநானூறு.'வாழ்ந்தவர் கோடி மறைந்தவர் கோடி! மக்களின் மனதில் நிற்பவர் யார்? மாபெரும் வீரர்.மானம் காப்போர் மக்களின் மனதில் நிற்கின்றார்!' என்ற கண்ணதாசனின் பாடல் வரிகள் அத்தகைய சிந்தனையினையே போற்றி நிற்கின்றது.

தன்னலத்துடன் பொதுநலமும் போற்றி வாழ புகழுடம்பு அடையலாம். உதாரண புருஷர்கள் உங்கள் மனங்களில் நீளுவதை எண்ணுங்கள்!

பாடல்:120

"ஒருவனே இரண்டு யாக்கை ஊன்பொதி யான நாற்றம்
உருவமும் புகழும் ஆகும்! அதற்குள்நீ இன்ப முற்று
மருவிய யாக்கை இங்கே மாற்றிடு மாற்றி யாக்கை
திருவுடன் உலகம் ஏந்தச் சிறந்துபின் நிற்கு மன்றே!"

விளக்கம்:

ஒவ்வொரு மனிதருக்கும் இரண்டு உடம்பு உண்டு. ஒன்று ஊனுடம்பு. மற்றது புகழுடம்பு.

முதலாவது இரத்தமும் சதையும் கலந்த நாற்றம் உள்ள பொய் உடம்பு. அது உலக இன்பங்களை துய்த்து மடியும்.

புகழுடம்பு வாழுங்காலத்தில் புகழும் நற்பெயரும் மாண்டபின்பும் புகழாய் நிலைத்துநிற்கும்.

ஊனுடம்பு போற்றதலோடு புகழும் பெற்று நிலைத்த பெருவாழ்வு வாழ்வோம்.

122

அசட்டுத் துணிச்சல்!

ஒரு அரசன் தம் குடிமக்களை தாயாகவும் தந்தையாகவும் கடவுளாகவும் காக்கும் கடமையுடையவன். அத்தகு பொறுப்புடைய அரசன் தன் குடிகளுக்கு தீங்கு ஏற்படும் எனத்தெரிந்தும் தவறான முடிவை துணிந்து எடுக்கும்போது அதை தக்க அறிவுரைக் கூறி அத்தகு தவறான முடிவைத்தடுக்க வேண்டிய கடமை புலவர்களுக்கு உண்டு. ஔவையார் கோவூர்கிழார் உள்ளிட்ட புலவர்கள் இவ்வாறு செயல்பட்டிருக்கின்றனர். செவியறிவுத்துறை புலவர்கள் அரசர்க்கு தக்க நல்வழி கூறியதைக் குறிக்கிறது. அரசனும் 'மடுத்து எழுந்த மறவேந்தர்க்கு கொடுத்து அளித்து குடியோம்பின்று'என புறப்பொருள் வெண்பாமாலை கூறும் இலக்கணம் நிச்சயம் போரால் தோல்வியும் தன்குடிமக்கள் அழிவும் ஏற்படுமெனில் அசட்டு துணிச்சலில் அவ்வழிவை ஏற்படுத்தாது எதிர்ப்படை மன்னனுக்கு பணிந்து வரிதந்து தன் குடிமக்களை காத்தலும் அரசனின் வீரமேயாகும். அன்றி அழிவு நேரும், குடிகள் நலிவர் எனத் தெரிந்தும் அரசன் எடுக்கும் அசட்டுத்துணிச்சல் முடிவை எப்படித்தடுப்பது? இப்படி கூறுவதைவிட!

பாடல்:121

"வேலியானது பயிர்தனை மேய்ந்திட விதித்தாற்
காலானானவன் உயிர்தனைக் கவர்ந்திட நினைத்தால்
ஆலம் அன்னையர் பாலர்கர்க்கு அருத்து வராயின்
மோலிதோர்ந்துடன் யார்கொலோ விலக்குவர் வேந்தே!"

விளக்கம்:

அரசனே! வேலியே பயிரை மேய்ந்திடுமாயின், எமன் உயிர்களை கவர்ந்திட நினைத்தால்,பெற்ற அன்னையே தம்மகவுக்கு ஆலகால விடத்தை அருத்துவளாயின் விதியின் விளையாட்டை யாரால் தடுக்கவியலும் கூறுங்கள்!

காக்கவேண்டிய வேலி பயிரை மேய்வதுபோலவும் எவ்வகையிலும் காத்து வளர்க்க வேண்டிய தாயே ஆலகால விடத்தை கொடுத்து கொள்வதாகவும் கூறி வேந்தன் எடுத்த தவறான முடிவை சுட்டுவதற்கு ஒப்புமையாகக் கூறப்பட்டது.

123

மீளாவொண்ணா நரகம்!

நம் தாத்தாக்கள் காலத்தில் பலதார மணம் என்பது சாதாரணமானதாக இருந்தது. மன்னர்களும் பலபெண்களை திருமணம் செய்துகொண்டு வாழ்ந்தனர். காரணம் என்ன என வினவும்போது பெண்கள் அதிகம் ஆண்கள் குறைவு என்று கூறப்படுகிறது.

சங்க திணை வாழ்க்கையில் புறத்தொழுக்கம் இருந்திருக்கிறது. ஆனால் தலைவி தோழி முதலியோரால் அவ்வொழுக்கம் வெறுத்து ஒதுக்கப்பட்டுள்ளது.

புறத்தொழுக்கத்தால் குடும்பநலம், வளர்ச்சி, பண்பாடு ஆகியவற்றிற்கு இழுக்கும் தீமையும் ஏற்படுவதை உணர்ந்தனர். எனவே நல்அறிவுரைகளை கூறி இத்தீயொழுக்கத்தை நீக்க வேண்டிய கடமையும் பொறுப்புணர்வும் புலவர்களுக்கு ஏற்பட்டது. திருவள்ளுவர் போன்றோரும் 'பிறனில்விழையாமை' எனும் ஒரு அதிகாரமே வகுத்துப் பாடினார்.

'இன்னொரு உயிரை தன்னுடன் சேர்த்தால் என்றும் தொல்லையடா' என திரைக்கவிஞரும் பாடினார். பிறன்மனையை விரும்புதல் படமெடுத்தாடும் கொடும்விட பாம்பினை முத்தமிடுவதற்குச் சமம் என்கின்றனர்.

"பிறன்மனை விரும்பா பேராண்மை சான்றோர்க்கு

அரணன்றோ ஆன்ற ஒழுகு!"என்று பிறனில் விழையாமையை பேராண்மையாகக் அறிவுறுத்துகிறார் திருவள்ளுவர். உடல்நலம், மனநலம், குடும்பநலம் கெடுக்கும் வேசையர் மோகம் ஒழிப்போம். யயாதி

பெற்ற மனத்தெளிவு பெறுவோம். வாழ்வில் உய்வோம்!

பாடல்:122

"அறம்கெடும் நிதியும் குன்றும் ஆவியும் மாயும் கால
நிறம்கெடும் மதியும் போகி நீண்டதோர் நரகில் சேர்க்கும்
மறம்கெடும் மறையோர் மன்னர் வணிகர்நல் உழவோரென்னும்
குலம்கெடும்! வேசைமாதர் குணங்களை விரும்பினோர்க்கே!"

விளக்கம்:

பிறமாதரை விரும்பி தீயொழுக்க வாழ்வு வாழ்பவர்க்கு

1. தாம் இதுவரை செய்துவந்த அறம்கெடும்.

2. பொருள் வளம் குன்றும்.

3. பல சிக்கல் மற்றும் மன உளைச்சலால் உயிரே போகும் துன்பம் ஏற்படும்.

4. சரியான உணவு, ஓய்வு, உடற்பராமரிப்பு இன்றி உடல்நலமும் மனநலமும் குன்றி அழகு கெடும்.

5. அறிவுத்திறன் குன்றிப்போகும்.

6. கொடிய நரகத்தில் சேர்க்கும்

7. மனதிடமும் வீரமும் குன்றிப்போகும்.

8. நால்வகையினும் குலப்பெருமை கெட்டுப்போகும்.

எனவே மேற்காணும் நல்லியல்புகளையும் நற்பேறுகளையும் இழக்க விரும்பாதவர்கள் தன்மனைவியைத் தவிர்த்த பிறமாதரை விரும்பாதீர்!

124

எருமை! குரங்கு!

தமிழ்மொழி சொல்வளம் மிக்கது.அத்தீந்தமிழ் சொற்கள் யாவும் பொருளாழம் மிக்கவை. வைதாலும் செந்தமிழில் பழுதின்றி வைவாரே' என்று புலவர்களை இரங்கற்பா பாடும்போதும் திட்டுவதையும் தூயத்தமிழால் திட்டுவார்களே என வியப்பார்கள். ஔவையாருக்கும் கம்பருக்குமான வசைபாடுதல் புதிர் விடையாக அமைந்து சொல்விளையாட்டை காட்டுவதை அறிவோம். 'ஒருகாலடி நாலிலை பந்தலடி' என்ற புதிருக்கு 'ஆரையடா சொன்னாயடா'என டி க்கு டா பதிலாகவும், ஒருகால் நாலிலைப்பந்தலுக்கு ஆரைக்கீரையையும் பதிலாக குறித்தது.

எவ்வாறாகினும் தமிழ் பாடலாக வாழ்ந்தது. வளர்ந்தது.

பள்ளு சிற்றிலக்கியத்தில் பள்ளனின் இருமனைவியரில் ஒருவள் சைவம். மற்றவள் வைணவம். சக்களத்திச் சண்டையிலும் ஒருவர் மற்றவர் கடவுளைப் பழிக்க மற்றவள் தன் கடவுளின் அச்செயலே மிகப்பெரிய நன்மை ஈந்தது என பதில் கூறி சொல்விளையாட்டையும் தன் செல்வாக்கையும் நிலைநிறுத்துகின்றனர்.மாணிக்கவாசகர் திருச்சாழலில் 'கோயில் சுடுகாடு கொல்புலி தோல் நல்லாடை'என்று என்னடி உன் இறைவனுக்கு சுடுகாடா கோயில்? முடைநாற்றம் வீசும் புலித்தோலா ஆடை? பிச்சையேற்றா வாழ்வது? தாய்தந்தை இல்லாதவனா உன் இறைவன்? என இழித்துக்கூற அவன் தன்னிலை எதுவாயினும் பக்தர்க்கு அருள்வதில் வள்ளல் உலகைப் புரப்பவன்.உலக மக்களுக்கு ஆனந்தம் அளிப்பவன் என ஒருவள் புகழ்கிறாள். கபிலர் பாடிய பாரியின் மீதான வஞ்சப்புகழ்ச்சியணிப்பாடல் அனைவரும் அறிந்ததே 'பாரி

பாரி என்று பலர்ஏத்தி ஒருவர் புகழ்வர் செந்நாப்புலவர் பாரி ஒருவனும் அல்லன் மாரியும் உண்டீண்டு உலகுபுரப்பதுவே' என்பது அப்பாடல்.தமிழ்ப்புலவர்களின் சொல்லாற்றலை விளக்கும் பல பாடல்களை நினைந்து இன்புறுங்கள்!

பாடல்:123

"அரவிந்த நண்பன்சுதன் தம்பிமைத்துனன் அண்ணன்கையில்
வரமுந்தி ஆயுதம் பூண்டவன் காணுமற்று அங்கவனோ
பரமன் திகிரியை ஏந்திய மைந்தன் பகைவன் வெற்பை
பரமன் றெடுத்தவன் மாற்றான்தன் சேவகன் ஒண்தொடியே!"

விளக்கம்:

1 .தாமரைப் பூவிற்கு நண்பன் சூரியன்.

2. சூரியனின் மைந்தன் கர்ணன்.

3. கர்ணனின் தம்பி அர்ச்சுனன்.

4. அர்ச்சுனனின் மைத்துனன் கண்ணன்

5. கண்ணனின் அண்ணன் பலராமன். அவன் வரத்தினால் பெற்றது கலப்பை.

6. பலராமன் கையில் உள்ள கலப்பையைச் சுமந்திருக்கும் எருமைமாடுதான் என் கணவன் என ஒருத்தி வஞ்சபுகழ்ச்சியாக தன் கணவனை இகழ்கிறாள்.

அதைக்கேட்ட தோழி தன்கணவனையும் அதே வஞ்சப்புகழ்ச்சியால்

1. சிவபெருமானின் கயிலாய மலையை பெயர்த்தவன் இராவணன். அவன் பகைவன் இராமன்.

2. அந்த இராமன் மலைகளையும் பெயர்த்தெடுக்கும் வலிமை மிக்கவன்.

3. அந்த இராமனின் தூதன் சஞ்சீவி மலையை ஏந்திய அனுமன் எனக்கூறி தன் கணவனை வஞ்சப்புகழ்ச்சியாக குரங்கு (அனுமன்) என பழிக்கிறாள்.

இருவரும் கிண்டலாகத் தன் கணவன்மார்களை உரிமையோடு எள்ளி நகையாடுகின்றனர்.

125

கழுதை! நாய்!

இலக்கியங்களில் தன் உறவுகளை எள்ளி நகையாடல் வகையிலான பாடல்களும் உள்ளன. இவை சொல்விளையாட்டு, பூடகமாய் திட்டுதல், மறைமுகமாய் நையாண்டி செய்தல் போன்ற திறன்களை வெளிப்படுத்து-கின்றன. நாட்டுப்புறவியலிலும் இம்மரபு முறைக்காரர்களை நையாண்டி கிண்டல் செய்யும் தொனியில் பழமொழிகளாகப் பாடல்களாக இடம்-பெற்றுள்ளன.

நந்திகலம்பகத்தில் தலைவன் புறத்தொழுக்கத்தில் ஈடுபடுகிறான். அதனை கண்டிக்க வேண்டிய பாணன் அதைவிடுத்து அவன் இருக்கும் பரத்தை வீட்டிலும் சென்று பாடி பரிசிலை பெறுகிறான். தலைவன் தலைவியோடு கூடி இருக்கும்போது பாடி பரிசில் பெறலாம். பரத்தை-யோடு இருக்கும்போது அதை கண்டித்திருக்கவேண்டும். ஆனால் பரிசி-லையே பெரிதென எண்ணி அங்கும் சென்று பாடி பரிசில் பெற்றானே என்பதை அறிந்த தலைவியும் தோழியும் அவனது செயலை இழித்து-ரைக்கின்றனர்.

'ஈட்டுபுகழ் நந்தி பாண! நீ எங்கையர்தம்
வீட்டிருந்து பாட விடிவளவும்- காட்டிலழும்
பேயென்றாள் அன்னை பிறர்நரியென் றார்தோழி
நாயென்றாள் நீஎன்றேன் நான்!'

பொருளே பெரிதென எண்ணும் பாணனே! நீ எம்முடைய தலை-வனால் விரும்பப்படும் பரத்தையாகிய எம் தங்கையர் வீட்டில் சென்று விடியவிடிய பாடியதை எம் அன்னை காட்டில் பேய் அழுகிறதோ என்-

றாள். மற்றோர் இது நரியின் ஊளைச்சத்தம் என்றனர். தோழி நாய்தான் குரைக்கிறது என்றாள். நான்,இல்லை! இல்லை! அது பாணனின் பாடும் ஓசை எனக் கூறினேன் என்கிறாள்.

பரத்தை ஒழுக்கத்தை கண்டிக்காத பொருளை பெரிதென கருதும் பாணனின் பாடல் பேயழுகை நரியூளை நாய்க்குரைப்பு என இழித்துரைக்கின்றனர்.

பாடல்:123

"சங்கரன்தேவி தமையனின் மனைவி தனக்கு மூத்தாள்
அங்கவள் ஏறிய வாகனம் காணிவள் மற்றுஅங் கவளோ
கொங்கைகள் ஈரைந்து உடையவளாய்க் குவலயத்தில்
எங்கு திரியும் பைரவமூர்த்தி என்றே நினையே!"

விளக்கம்:

இரு நண்பர்கள் தம் மனைவியர்களைப் பற்றி பேசிக்கொள்கின்றனர்:-

ஒருவன் சொல்கிறான்:

சிவபெருமானின் மனைவியான பார்வதிதேவியின் அண்ணன் திருமால்! திருமாலின் தேவி மகாலட்சுமி! மகாலட்சுமியின் மூத்தவள்(அக்கா) மூதேவி. மூதேவியின் வாகனம் கழுதை. அக்கழுதையே என் மனைவி என்றான்.

மற்றொருவன் தன் மனைவியைப்பற்றிக்கூறுகிறான்:-

பத்து மார்புகள் உடையவள்,ஊரெல்லாம் சுற்றி வருபவள். பைரவரின் வாகனம் என்றான். அது நாயல்லவா?

ஆம் அந்நாயே என் மனைவி என்றான்.

இருவரும் தனியாகப் பேசி தன் மனபாரத்தை குறைத்துக்கொண்டனர்.

அவரவர் மனைவி இதை கேட்டிருந்தால் என்ன கதியோ பாவம்!

126

நல்லவை தேய!

'அந்தணர் என்போர் அறவோர் எவ்வுயிர்க்கும் செந்தண்மை பூண்டொழுக லான்' என்கிறார் திருவள்ளுவர்.பிறப்பின் அடிப்படையிலன்றி தொழிலான் அமைந்த நால்வருணத்தாரும் அவரவர் தம் கடமைகளை முன்னோர் வகுத்தவாறு செய்து வருதல் வேண்டும். கடமைகளைத் தவறுதல் வாழ்வின் பொருளை பிழையாக்கும்.கடமைதவறாத மன்னருக்கும் மக்களும் பெய்யும் மழை,

யாகநெருப்பை அணையாமல் காக்கின்ற அந்தணர்க்கு என்று ஒரு மழையுமாக மாதம் மும்மாரி பெய்யுமாம்.

நால்வகை வேதங்களில் யசூர் வேதம் யாகங்களை வளர்க்கும் முறைகளை எடுத்தியம்புகிறது.

இறைவர்க்கு யாகம் நடத்தி யாகப் பொருட்களை ஆகுதியாக கொடுக்க அதிலிருந்து வரும் புகை ஆகியவற்றை பெறுகின்ற தேவர்கள் மகிழ்ந்து மண்ணை மழை முதலிய செல்வங்களைத் தந்து வளமோடு வாழ வைப்பர் என்பது நம்பிக்கை.ஆனால் பிற்காலத்திலும் தற்காலத்திலும் யாகம் வளர்ப்பதினும் ஏழைகளின் பசிதீர்த்தல் அவருக்கு பொன்னும் பொருளும் தந்து வாழவைத்தல் முதலிய நற்செயல்கள் மூலமே இறைவனின் அருளைப் பெற முடியும் என்கின்றனர். 'ஏழையின் சிரிப்பினில் இறைவனைக் காணலாம்'என்பது தற்கால மந்திரமாக ஒலிக்கிறது. பொதுவாழ்விலும் தனிவாழ்விலும் அறம், வாய்மை, நேர்மை, தூய்மை, அர்பணிப்பு ஆகிய நற்பண்புகளுடன் வாழ்தல் யாகம் செய்தலினும் மேன்மையான வாழ்வாகக் கருதப்படுகிறது. தனிமனித ஒழுக்-

கத்துடன் வாழும் மனிதர்க்கு'நல்லார் ஒருவர் உளரேல் அவர்பொருட்டு எல்லார்க்கும் பெய்யும் மழை' என மழைவளம் மட்டுமின்றி செல்வங்கள் யாவும் கிட்டிடும். சீர்மிகு வாழ்வுமாகும். நல்லறம் பேணி வாழ்தல் நால்வகை மனிதர்க்கும் கடமை! நானிலம் முழுமைக்கும் நன்மை!

பாடல்:125

"இந்திர பதங்கள் குன்றும் இறையவர் பதங்கள் மாறும்
மந்திர நிலைகள் மாறும் மறுகியல் வறுமை யாகும்
சந்திரன் கதிரோன் சாயும் தரணியின் தேசு மாளும்
அந்தணர் கருமம் குன்றில் யாவரே வாழ்வார் மண்ணில்?"

விளக்கம்:

வேதம் மந்திரம் ஜெபம் செய்து உலக நன்மைக்காக யாகங்களை வளர்த்து வாழும் அந்தணர்தம் செயல்கள் குன்றிப்போனால் (செய்யாவிட்டால்) துன்பமின்றி இன்பப்பெருக்கில் ஆளும் இந்திரன் நிலையும் மாறும். முறைசெய்து அரசாட்சி செய்யும் அரசனின் கடமைகளும் செய்யவொண்ணாது. மந்திர மலைபோன்ற உயர்ந்த மலைகளும் மண்ணுள் மறைந்து தம் இயல்பான உயரமும் கம்பீரமும் குன்றிப் போகும். உலகமெல்லாம் வறுமை சூழும். சூரிய சந்திரர் ஒளிக் குன்றிப்போகும். மண்ணிலகின் புகழ், வளம் யாவுமே கெடும். மண்ணுலக வாழ்வில் யாரும் நன்கு வாழ முடியாமல் போய் விடுமாம்.

நால்வகையினருக்கும் வகுக்கப்பட்டிருக்கும் கடமைகளை செவ்வனே செய்தல் தன் வளர்ச்சிக்கு மட்டுமின்றி உலக நன்மைக்கு நலம் பயக்கும் என்பதை அறிக. அவரவர் கடமை அகிலத்தின் நன்மை!

127

சர்வம் கிருஷ்ணார்பணம்!

தன் மகனாக இருந்தாலும் பசுவின் துயர்போக்க அவன் செய்த பசுவின் கன்றைக் கொன்ற குற்றத்திற்காக தேர்க்காலில் இட்டு கொன்றான் மனு-நீதிச் சோழன். தன் நாட்டுக்காவல் மீதான நம்பிக்கையை நிலைநிறுத்த குற்றம்செய்த தன் கையினையே வெட்டி நீதியை நிலைநாட்டினான் பொற்கைப் பாண்டியன். தன் தாயாக இருந்தாலும் தந்தையின் சொல்-லுக்காக ரேணுகை சிரசைக் கொய்தான் பரசுராமன். தான் ஆசையாய் வளர்த்த மகவாயினும் சிவனடியாரின் பசி போக்க பிள்ளைக்கறி படைத்-தார் சிறுதொண்டர். இவ்வாறு நீதிக்காகவும் சொன்ன சொல்லைக்காக்க-வும் உறவுகளாயினும் சொந்தங்களாயினும் கனத்த மனத்தோடு கொலை செய்தும் நீதியை நிலைநாட்டி வாழ்ந்தனர் நம் முன்னோர்.

பாடல்:126

"என் அனைக் கன்று முத்தனைக் குறிக்கும்
இறைவனை அனைக்கு அன்று
மன்னனுக்கு அன்று பிள்ளைக்கு உதவா
அன்பினால் வருந்தி வாடுவனோ
முன்னனைக் கொன்று பின்னனைப் புரந்த
முதுபகை வன்பிதா உறாமல்
கன்னனைக் கொன்று விசயனைப் புகழ்ந்த
கவுத்துவம் இராம கிருஷ்ணயனே!"

விளக்கம்:

முத்துக்கள் விளையும் பாற்கடலில் செந்தாமரையில் மலர்ந்தவள் மகாலட்சுமி. திருமாலுக்கு அவள் பாரியாள். மன்மதனுக்கு அவர்கள் தாய்தந்தையர்.

சிவனின் தவத்தைக்கலைத்த அம்மன்மதன் சிவன் பார்வதியின் மருமகன். ஆனாலும் சிவனது தவத்தை கலைத்த குற்றத்திற்காக எரித்தழிக்கப்பட்டான்.

தீயோனின் தீமையை நீக்குவதற்காகவும் சுக்ரீவனுக்கு உதவவும் வாலியைக்கொன்று சுக்ரீவனுக்கு கிட்கிந்தை அரசையளித்தான் இராமன்.

அர்ச்சுனனுக்கு உதவ குந்தியின் மூத்த மகனாக இருந்தாலும் கர்ணனைக் கொன்று அர்ச்சுனனை காத்தான் கிருஷ்ணன். முன்னதாக அவனது புண்ணியங்கள் யாவும் தானம் பெற்று முடித்தான். இந்திரனும் கர்ணனது கவச குண்டலங்களை கவர்ந்தான். இவையெல்லாம் உறவிலும் சொந்தத்திலும் உள்ள தீமைகளையும் பகைமைகளையும் ஒழித்து, நீதியை நிலைநாட்டிடவும் கண்ணன் செய்த செயல்களாகும். இவற்றில் குறைகள் இருப்பினும் அறச்செயல்களே ஆகும் என்பதாம்.

128

அவனே எங்கள் தலைவன்!

குற்றாலக்குறவஞ்சி தமிழிலுள்ள குறவஞ்சி சிற்றிலக்கியத்தின் முடிமணியாகத் திகழ்கிறது. திரிகூடராசப்ப கவிராயர் இயற்றிய இப்பொன்னூல் உருவாக பொருளளித்து புரந்தவர் முத்துவிசயரகுநாத சொக்கலிங்க நாயக்கர். குறவஞ்சி நூல் சொல்லழகு, பொருளழகு, அணிவளம்,சுவைநலம் மிக்கது. மலைவளமும் இறையருளும் குறவர்தம் வாழ்வியலும் காதல் நலமும் இயற்கைக்காட்சிகளும் மிக்கு விளங்கும் இந்நூல் பிற்கால திரைக்கவிஞர்களுக்கும் கற்பனையூற்றின் அட்சயப்பாத்திரமாய் நின்று வரிகளை வாரித்தந்து உதவுகிறது.

தலைவி இறைவன் குற்றாலநாதரிடம் காதல் பிரிவின் சோகத்தைச் சொல்லி வேண்டுகிறாள்.

'அஞ்சு தலைக்குள் ஆறு தலை வைத்தார் எனது மனதில்
அஞ்சு தலைக்கு ஒரு ஆறு தலை வையார்!
நஞ்சு பருகி அமுதம் கொடுத்தவர் எனது
வாள்விழி
நஞ்சு பருகி அமுதம் கொடுக்கிலார்!'

என்று தனது தலையில் கங்கையாறு வைத்தவரான குற்றாலநாதர் என்மனதில் காதல் பிரிவால் ஏற்பட்டிருக்கும் அஞ்சுதலுக்கு ஒரு ஆறுதலைத் தரவில்லையே என்றும் பாற்கடலைக் கடைந்த போது நஞ்சினை தாம் பருகி தேவர்களுக்குஅமுதத்தைத் தந்தவர் எனது கடைவிழியோர

கண்ணீர் நஞ்சைப்பருகி காதல் கைகூடும் அமுதத்தைத் தரவில்லையே என முரண்தொடையில் சிவன் பெருமையும், இவள் காதல் மனதின் துயரமும் அழகாகப் பாடினார் புலவர். என்னே தமிழின் அருமை!

கவியரசர் கண்ணதாசன்' 'அவனிடம் சொன்னேன் என் அஞ்சு-தலை! அந்த மன்னனே செய்துவைத்தான் ஆறுதலை!'

என்று அக்குறவஞ்சிப்பாடலின் தாக்கத்தை தம் பாடல்வரிகளில் உருமாற்றம் செய்திருப்பது அறிந்து இன்புறத்தக்கது!

பாடல்:127

"பண்புளருக் கோர்பறவை! பாவத்திற்கோர் இலக்கம்
நண்பிலரைக் கண்டக்கால் நாற்காலி!-திண்புவியை
ஆள்வார் மதுரை அழகியசொக் கர்க்கரவம்
நீள்வா கனன்நன் னிலம்!"

விளக்கம்:

1. பண்புள்ளவர்க்கு ஓர்ப்பறவை ஈ.

நற்பண்புள்ளவர்கள் தம்மிடம் இரப்பவர்க்கு ஈதல் அறம்.

2. பாவத்திற்கு ஓர் இலக்கம் அஞ்சு (5).

பழிபாவங்களுக்கு அஞ்சுதல் அறம்.

3. நற்பண்பு இல்லாதவர்க்கு நாற்காலி.

தீயோரை கண்டால் அவ்விடத்தைவிட்டு நீங்கு-தல்(நாள்+காலி)அறம்.

4. உலகையெல்லாம் கட்டிக்காக்கும் ஈசன் சிவபெருமானின் கழுத்-திலிருக்கும் பணி(பாம்பு). அவர்தம் வாகனம் விடை(காளை).

உலகைக்காக்கும் பரம்பொருளாம் சிவபெருமானுக்கு நாங்கள் (பணி+விடை) அடியவராய் ஆட்பட்டு சேவகம் (பணிவிடை) செய்து வாழ்வோம். இதுவே அறம் என்பதாம்.

நற்பண்புடையவராய் இல்லாதவர்க்கு ஈந்து,பழிபாவங்களுக்கு அஞ்சி,தீயோரிடமிருந்து விலகி வாழ்ந்து மதுரை சொக்கநாதர் சோம-சுந்தர கடவுள் அவர்க்கே என்றும் அடியவராகி பணிவிடை செய்து வாழ்வோம். இதுவே வாழ்க்கை அறம் என்பதாம்.

129

மூவா◌ தேவர்!

நம்முடைய முன்னோர்களாகிய தமிழர்கள் இயற்கையோடு கூடிய இனிய வாழ்வு வாழ்ந்தனர். கிராமிய வாழ்வில் ஆடு, மாடு, கோழி, பூனை, நாய் என விலங்கினங்களும் மரம், செடி கொடிகளாகிய தாவர இனங்களோடும் பின்னிப்பிணைந்த வாழ்வு நடாத்தினர். காதலையும் வீரத்தையும் பாடும் இலங்கியங்களில் கருப்பொருட்கள் பதினான்குள் மக்களைத் தவிர அனைத்தும் இயற்கைப் பொருட்களாக அமைத்து இயற்கையோடு இயைந்த வாழ்வை அழகான உவமைகளுடன் பாடினர். மலர்களும் வண்டுகளும் புள்ளினங்களும் இலக்கிய பரப்பெங்கும் நிறைந்து காட்சியளிக்கின்றன.

ஆன்மீகத்தைப் பாடும்போது மூர்த்தி, தலம், தீர்த்தம், விருட்சம் என இயற்கையை விட்டுவிடாமல் தொட்டுத்தொடர்ந்தனர். திருஞானசம்பந்தர் திருநாவுக்கரசர் முதலிய நாயன்மார்களும் பொய்கையாழ்வாரைத் தொடர்ந்த பன்னிரு ஆழ்வார்களும் இறைவன் கோயில்கொண்டு குடிகொண்டிருக்கும் ஊரின் இயற்கை வளங்களையெல்லாம் பாடிவிட்டே இறைவனின் பெருமைகளை பாடினர். இறைவன் குடிகொண்ட ஊரின் மலைகளும் அருவிகளும் ஆறுகளும் குளங்களும் தென்னை மரச்சோலைகளுமாய் இறைவனின் திருத்தல பின்புல அழகை இயற்கை வனப்பின் மேன்மையோடு பாடினர்.

‘வலம்வந்த மடவார்கள் நடமாட முழவதிர சிலமந்தி அலமந்து மரமேறி முகில் பார்க்கும் திருவை யாறே!’என திருஞானசம்பந்தர் பாடும் பாடல் வழி இதனை உணர்க்கிறோம்.

பாடல்:128

"சிறுவன்னை பயறு செந்நெல் கடுகு
மந்திகிரி வண்டு மணிநூல்-பொறியாவும்
அவற்றேறு புன்அன்னம் வேதன்அரன் மாலுக்கு
கற்றாழம் பூவே கறி!

விளக்கம்:

வேதனாகிய பிரம்மனுக்கு:- சிறுபயறு- கறியுணவு

செந்நெல்- உணவு

ஆயுதம்-தண்டம்

அணிகலன்- பாம்பினாலான பூணூல்

வாகனம்-அன்னப்பறவை

வசிக்குமிடம்- தாமரை ஆகும்.

திருமாலுக்கு:-

கறி- வெண்ணெய்

உணவு- பூமி(மண்) அண்டம் உண்டவனல்லவா?

ஆயுதம்- சுதர்சன சக்கரப்படை

அணிகலன்- கௌத்துவ மணி

வாகனம்- கருடன்

வசிப்பிடம்- திருபாற்கடல்

சிவபெருமானுக்கு:-

கறி- பிள்ளைக்கறி (சிறுதொண்டர் நாயனார் புராணம்)

உணவு- ஆலகாலம்

ஆயுதம்- மான்மழு

அணிகலன்-அரவு

(பாம்பு)

வாகனம்-காளை

வசிப்பிடம்- திருக்கைலாயம்.

இவையே மும்மூர்த்திகளின் கறி - உணவு - ஆயுதம் - அணிகலன் - ஊரும் வாகனம் - வசிப்பிடம் ஆகியவை ஆகும் என்று தொகுத்து-ரைக்கப்பட்டது.

130

துணிக்கொடியில் மலரும் சமத்துவம்!

பருவ வயதில் காதல் மயக்கத்தில் திளைப்போர்க்கு ‘காண்பவையெல்லாம் அவையே போரல்’ என்னும் மயக்கநிலைத் தோன்றுதல் இயல்பு. நிலவிலும் அவள் முகம்! பருகும் நீரிலும் அவள் குணம்! உண்ணும் உணவெல்லாம் அவள் நிறைகிறாள். காற்றெங்கும் அவள் வாசம். காணும் திசையெங்கும் அவள் சுவாசம்.

‘காக்கைச் சிறகினிலே நந்தலாலா நின்றன் கரிய நிறம் தோன்றுதையே நந்தலாலா! எனத்தொடங்கி பார்க்கும் மரங்களெல்லாம் பச்சைநிறம். கேட்கும் மொழிகளெல்லாம் நின் கீதம்.தீக்குள் விரலைவைத்தாள் நந்தலாலா நின்னைத் தீண்டும் இன்பம் தோன்றுதையே நந்தலாலா! ’ எனப் பாரதியார் பாடிப் பரவசப்படுகிறார்.

திருமால் பெருமை திரைப்படத்தில் கண்ணதாசன் இயற்றிய பாடலில் ' மலர்களிலே பல நிறம் கண்டேன்! திருமால் அவன் வடிவம் அதில் கண்டேன். பச்சைநிறம் அவன் திருமேனி! பவளநிறம் அவன் செவ்விதழே! மஞ்சள் நிறம் அவன் தேவிமுகம்! வெண்மைநிறம் அவன் திருவுள்ளம்!

என பூந்தோட்டமெல்லாம் பூத்துக்குலுங்கும் பலவண்ண மலர்களிலும் திருமாலின் குணங்களே நிறைந்திருப்பதை கண்டு இன்புறுவதாக எழுதியிருப்பார். கண்களில் கதிரவன் ஒளியும் நெற்றியில் சந்திர ஒளியும் ஆடைகளும் ஆபரணங்களும் வானவில்லின் வண்ணமாய் அணிந்தவ-

ளின் அழகை கவிதைகளும் திரைப்பாடல்களும் வர்ணிப்பது கண்டும் கேட்டும் படித்தும் சுவைத்தும் இன்புறும் இவ்வாழ்வு இனிது!

பாடல்:129

"சிரம்பார்த்தான் ஈசன்! அயன் தேவி தனைப் பார்த்தான்!
கரம்பார்த்தான் செங்கமலக் கண்ணன்! - உரஞ்சேர்
சிலைவளைத்த திண்புயத்து வண்ணன் ஸ்ரீராமன்
கலைவெளுத்த நேர்த்தியினைக் கண்டு!

விளக்கம்:

சிவபெருமான் தன் தலைமீதுள்ள கங்கையின் நீல நிறத்தைக்கண்டு மகிழ்ந்தான். பிரம்மதேவன் தன் துணையாகிய கலைமகளின் செந்நிறத்-தைக் கண்டு மகிழ்ந்தான். சிவந்த நிறமுடைய கண்களையுடைய திரு-மால் தம் கையின் உள்ள சங்கின் வெண்ணிறத்தைக் கண்டு வியந்தான்.

வலிமைமிக்க தோள்களையுடையவனும் மிதிலையில் சீதையை மணப்பதற்காக சனகனின் வில்லாகிய சிவதனுசுவை ஒடித்தவனுமாகிய பெருமையுடையவன் ஸ்ரீராமன்.

அத்தகு ராமனின் பெயரைத்தாங்கிய சலவைத்தொழிலாளி தாம் வெளுத்த துணிகளில் எல்லாம் மேற்காணும் பலவண்ணங்களையும் கண்டு மகிழ்ந்தான் என்பதாம்.

செய்யும் தொழிலில் நேர்த்தி! அதைக்கண்டு மனதில் மகிழ்ச்சி! உழைப்பவனே உயர்ந்தவன்.

131

கும்பிட போன தெய்வங்கள்!

தமிழிலக்கியப் பரப்பில் சிற்றிலக்கியங்கள் தொண்ணூற்றாறு வகை நூல்கள் விரிந்து மலர்ந்து செழுமையடைந்துள்ளன.

உலா, தூது, பள்ளு, மாலை, கலம்பகம், பரணி, கோவை என எத்தனை வகைமைகள்! மனக்கண்ணில் விரியும் காட்சியின்பமாய் சொற்சிறப்பும் பொருளாழமும் ஓசை நயமும் கொண்ட பாடல்கள் தேனமுத தமிழின்பம் நல்கி வாழ்வை அர்த்தப்படுகின்றன. அவற்றில் ஒன்று ‘உலா’ எனும் சிற்றிலக்கியம்.

‘ஊரொடு தோற்றமும் உரித்தென மொழிப’எனும் விதியின் அடிப்படையில் தோன்றுவது இவ்வுலா இலக்கியம். தலைவன் வீதியில் உலாவர அவனைக்கண்டு எழுவகை பருவ மகளிரும் காதல் கொள்வதாகப் பாடுப்படுவது இச்சிற்றிலக்கியம். இது இரண்டு நிலைகளில் பாடப்படும்.

தலைவன் ஒப்பனை செய்து பரிவாரங்களுடன் உலா வருகிறான். இது முதற்பகுதி.

எழுவகை மகளிரும் கண்டு இன்பமெய்தி காதல் கொள்வது இரண்டாம் பகுதி. சேரமான் பெருமாள் நாயனார் எழுதிய ‘திருகையிலாய ஞான உலா’ ஆதி உலா நூலாக மிளிர்கிறது.

திருவண்ணாமலை போன்ற பாடல்பெற்ற தலங்களில் கார்த்திகை தீப திருவிழா பத்துநாட்கள் உற்சவமாக நடைபெறும். கணபதி, முருகன், அம்மன், ஐயன் என

விதவிதமான கோலங்களில், பெயர்களில் வானதிரும் இசைமுழக்கமும் வானவேடிக்கையும் பக்தர்களின் பாடல் முழக்கமும் கூடிய ஒளிவெள்ள கோலத்தில் வெள்ளித்தேர், மகாரதம், பொற்றேரிலும் ஏறி வரும் காட்சிகளை கண்குளிரக் கண்டு மனமுழுதும் அவர்தம் நாமம் ஒலிக்க நம் பாவங்கள் தொலைந்து மண்ணிலேயே விண்ணுலக இன்பமெய்தி வாழும் இன்பம்தானே என்னே! என்னே!

பாடல்:130

"கரிஎன்னும் பொன்மிகும்பைஏறக் கற்றவர்சூழ்ந்து தொழ
எரிஎன்னும் செல்வன்துலாத்தினில்ஏறி இருண்ட மஞ்சு
சொரிகின்ற நாகமின் சோற்றினிலேறித் தொடர்ந்துவர
நரிஒன்று சொந்தக் கனலேறி வந்தது நங்களத்தே!"

விளக்கம்:

கரிமுகக் கடவுளாகிய முழுமுதற் கடவுள் விநாயகர் பெருச்சாளி (மூஷிகம்) வாகனம் மீது ஏறி உலா வருகிறார். அந்த உலாவில் அக்கணபதி தேவனின் புகழ்சுமந்த பாடல்களைப் பாடியபடி பக்தர்கள் சூழ வருகின்றனர்.

சிவனது நெற்றிக்கண் நெருப்பைத் தாங்கிய சரவணப்பொய்கை ஆறுதாமரைகளில் உதித்த ஆறுமுகம், ஒருமுகமாகி வந்த கந்தக்கடவுள் துலாமுழுக்குத் துறை எனும் இடத்தில் மயில் மீது ஒயிலாக ஏறி வந்தான்.

மலையவன் இமையவன் மகளாம் மேகம் மின்னல் இடி மழைப் பொழியும் மலைத்தோன்றிய மலைமகள், உலகன்னை தேவி பார்வதி அன்னப்பறவை வாகனத்தில் ஏறி வருகிறாள். மாணிக்கவாசகர் பெருமானுக்காக நரிகளை பரிகளாக்கி பிட்டுக்கு மண்சுமந்து பிரம்படி பட்ட தேவன் சிவபெருமான் தம் முதற்கணமாகிய நந்தி எனும் காளை மீது ஏறி உலா வருகிறான்.

இவ்வாறாக விநாயகரும் முருகப்பெருமானும் உமையம்மையும் தேவன் ஈசனும் உலாவரும் காட்சி எம் மனக்கண்ணில் திருவிழாவின் மாட்சியோடு காட்சி இன்பம் நல்கும் களிப்பை என் சொல்வேன்! என் சொல்வேன்!!

நாமும் சிலநொடிகளில் அவ்விறைவர்கள் வரும் உலாவின் காட்சி மகிழ்வை மனக்கண்ணில் கண்டு இன்புறுவோம்!

132

எனக்கு மட்டும் திருவோடு!

சிற்றிலக்கியங்களில் ஒன்றான நந்திக்கலம்பகம் கலம்பக நூல்களின் முடி-மணியாகத் திகழ்கிறது. தெள்ளாறெறிந்த மூன்றாம் நந்திவர்மன் மீது பாடப்பட்டது.

நந்திவர்மனின் மாற்றந்தாய் மகனாகிய காடவன் என்பவன் நந்தி மன்னனை பலமுறையும் வெல்லக்கருதி போரிட்டுத் தோற்க வெற்றி-கொள்ள வேறுவழி என்ன என்று சிந்தித்து தமிழ்ப்பாடலுக்கு அவன் உயிரையும் கொடுப்பான் என அறிந்து நந்திகலம்பகம் பாடுகிறான். அரசனை அப்பாடல்களை பல்வேறு நிலைகளில் இருந்து கேட்க பணிக்க அரசனும் தமிழ்ப்பாடற் மீதான காதலாற் ஈமவிறகின்மீதும் இருந்தும் கேட்கிறான். 'நந்தி கலம்பகத்தால் மாண்டகதை நாடறியும்' என்பது சோமேசர் முதுமொழி வெண்பா.

தமிழ்ப்பாடலுக்காக தன் இன்னுயிரையும் துறந்த அரசனின் இறப்-புக்குப் பின் அக்கவிஞனே ஆதரவற்றவனாகி வருந்தி கையறவு பாடு-கின்றான்.

'வானுறு மதியை அடைந்தது வதனம்! மறிகடல் புகுந்ததுன் கீர்த்தி! கானுறு புலியின் அடைந்ததுன் வீரம்! கற்பகம் அடைந்ததுன் கரங்கள்! தேனுறு மலராள் அரியிடம் புகுந்தாள்! செந்தழல் புகுந்ததுன் தேகம்! யானும் எம்கலியும் எவ்விடம் புகுவேம் எந்தையே நந்தி தயாபரனே! '(பாடல் இறுதியடி பாடபேதம் உண்டு)

என்று அறம்பாடிக் கொன்றவனே கையறவு பாடலும் பாடுகிறான். என்னே தமிழின் விந்தை!

பாடல்:131

"ஒருபாதி மால்கொள்ள மற்றொருபாதி உமையவள் கொண்டு
இருபாதி யாலும் இறந்தான்! புராரிஇரு நிதியோ
பெருவாரிதியில் பிறைவானில் சர்ப்பம் பிலத்தில் கற்பகத்
தருவான போஜகொடை உன்கை ஓடு என்கை தந்தனளே!"

விளக்கம்:

சிவபெருமான் எழுந்தருளியுள்ள சங்கரநாராயனன் கோவிலில் சிவன் ஒரு மூர்த்தியாகவும் நாராயணன் ஒரு மூர்த்தியாகவும் இருந்து அருள்பாலிக்கின்றனர். எனவே ஒரு பாதியை திருமால் கொண்டார். அன்னையாகிய உமாதேவிக்கு ஒரு பாதி உடம்பை கொடுத்து அர்த்தநாரீஸ்வரர் எனும் உமையொருபாகன் என விளங்குகிறார். எனவே சிவபெருமான் திருமாலுக்குப் பாதியும் உமையம்மைக்கு ஒருபாதியும் தந்து உடலற்று நிற்கிறார். (இது கற்பனையே).

திரிபுரம் எரித்த கடவுள் தம்மிடம் இருந்த சங்கநிதி பதுமநிதி ஆகியவை தாம் தோன்றிய கடலுக்குள் போய்ச் சேர்ந்துவிட்டன.

சடைக்கற்றையின் பிறைநிலவோ வானின் நிலவாய் நின்று ஒளிர்கிறது. கழுத்தில் நெளிந்த அரவு புற்றில் புகலிடம் கண்டுவிட்டது. வேண்டுவார்க்கு வேண்டியதைத்தரும் கற்பக தருவை கொடைராஜன் போஜனிடம் தந்துவிட்டான் இறைவன்.

இறுதியாக அவனிடம் மீதமிருந்த பலிகொளும் திருவோட்டை மட்டும் என்னிடம் தந்து யாசக வாழ்வையே எனக்குத் தந்துள்ளானே அப்பெருமான் சிவன் என்பதாம்!

மாலும் உமையும் உடல்கொள்ள, இருநிதி கடல்செல்ல,

பிறைநிலவோ வான்செல்ல,நெளியும் அரவும் அளையில் (புற்று) செல்ல, கற்பகம்தானும் போஜன் கொள்ள

பலிதேர் பிரம்ம கபாலமே என் வரமாக பெறுவதோ? இறைவா! என முறையிடுகிறார்.

(சங்கநிதி பதுமநிதி குபேரனின் செல்வம். போஜராஜன் உஜ்ஜைனி மன்னன். அவனுக்கு கிடைத்த 32 பதுமைகளை படிகளாகக்கொண்ட சிம்மாசனம் (ஒவ்வொரு பதுமையும் ஒரு கதை) விக்கிரமாதித்தியன் கதை சொன்னது).

133

கணபதி என்றிட!

கடவுளர்களில் முதன்மையானவர் விநாயகர். வி+ நாயகர்= விநாயகர். மேலான தேவர்களுக்கெல்லாம் மேலானவர். முதன்மையானவர். சைவம் மட்டுமின்றி வைணவமும் ஏற்றுக்கொள்ளும் விஷ்ணுகணபதி.

பிள்ளையார் சுழிபோட்டே செயலனைத்தும் தொடங்க வேண்டும். தீமைதரும் சனிபகவானும் கணபதி பக்தர்களுக்கு நன்மையருவான். ஆற்றங்கரை அரசமரமும் குடியிருக்கும் கோவில் அவர்க்கு. அருகம்புல்லும் மாலையாய் அணிசெய்யும் அவர்க்கு.அவரை வணங்க நவகோள்களின் தோஷமும் நீங்கும்.அகத்தியர் கமண்டலத்தில் அடங்கிய காவிரியை ஓடச்செய்தவரும் அவரே. மகாபாரதம் எழுதியவரும் அவரே. யானை முகத்தோன். ஒற்றைக்கொம்போன். பேழை வயிற்றோன். ஓம் எனும் முகவடிவன். ‘ யார்க்கும் எதற்கும் அவனே முதற்பொருள். சிறு மஞ்சளிலும் சாணத்திலும் களி மண்ணிலும் எளிதில் வடிவம் கொண்டருள்பவன். திருமாலும் அவருக்கு விளையாட்டுக்காட்ட குட்டிக்கொள்ள மகிழ்ந்தவர். தோப்புக்கரணம் அவருக்கு சிறந்த வழிபாடு. விக்கினங்களை தீர்ப்பதில் வி நாயகர்- விநாயகர். அத்தகு பெருமையும் ஆற்றலும் உடைய விநாயகரை வணங்கி வாழ்வில் உயர்வோம்.

தமிழ் இலக்கணத்தில் உள்ள ’தற்குறிப்பேற்ற அணி‘யாவது ’இயல்பாக நிகழும் நிகழ்ச்சி மீது கவிஞன் தன் மனக்கருத்தாகிய குறிப்பை ஏற்றிக்கூறுவதாகும்.‘

சிலப்பதிகாரத்தில் ’போர் உழந்து எடுத்த ஆரெழில் நெடுங்கொடி வாரல் என்பனபோல் மறித்து கைகாட்ட’ எனவும். கம்பராமாயணத்தில்

இராமனின் துயரைக்கண்டு தாமரை ஒற்றைக்காலில் நின்று வாடுவதும், பூக்கள் தேனாகிய கண்ணீர் வடிப்பதும், சூரியன் மலைகளிடையேச் சென்று மறைந்துகொள்வதுமாக இயல்பாக நிகழும் நிகழ்ச்சிகளை கதைப்போக்கின் நிலைக்கும் கதைமாந்தர்களின் மனநிலைக்கும் ஏற்றவாறு ஏற்றிக்கூறி அச்சூழல்களுக்கு வளுசேர்க்கின்றனர் கவிஞர்கள். மழைபெய்வது மகிழ்வான சூழலுக்கு வாழ்த்தாகவும் துன்பநிலையில் வானத்தின் கண்ணீராகவும் ஏற்றிக்கூறுவது தற்குறிப்பேற்றத்திற்கு சரியான விளக்கம். இயற்கை நிகழ்வை கதைச்சூழலுக்கு பொருந்த பயன்படுத்தி விளக்க விழையும் உணர்வை மேலும் வலுசேர்ப்பது கவிஞர்களின் தனித்திறனாக மிளிர்ந்து இலக்கியத்திற்கு மேலும் அழகு சேர்ப்பதை அறிந்து இன்புறுவோம்.

பாடல்:132

"கம்பமத கடகளிற்றான் தில்லை வாழும்
கணபதிதன் பெருவயிற்றைக் கண்டு வாடி
உம்பர்எல்லாம் விழித்திருந்தார்!அயில்வேல் செங்கை
உடைய அறு முகவனும் கண் ணீராறு ஆனான்!
பம்புசுடர் கண்ணனுமோ நஞ்சுண்டான்! மால்
பயம்அடைந்தான்! உமையும் உடல் பாதி யானாள்!
அம்புவியை படைத்திடுதல் அவமே என்று
அயனும் அன்னம்விட்டு இறங்கா தலைகின்றானே!"

விளக்கம்:

தில்லையம்பதி வாழ் மதங்கொண்ட யானைமுகத்தோன் விநாயகனின் பெரிய வயிற்றைக் கண்டு, தேவர்கள் எல்லாம் இமைமூடாது வருந்தினர். கூரிய வேல்படைக்கொண்ட முருகப்பெருமானும் கண்ணீர் ஆறாக உகுத்தான்.கனல்பாயும் நெற்றிக்கண்ணையுடைய சிவபெருமான் அவ்விநாயகனின் பெரிய வயிற்றைக்கண்டு வருந்தி நஞ்சுண்டான். திருமாலும் பயந்துபோனான். அன்னையாகிய உமாதேவி தம்மைந்தன் பெரிய வயிற்றைக் கண்டு வருந்தி தம் உடல் பாதியாக இளைத்தாள். இத்தகு துயர நிலைக்கண்டு பிரம்மாவும் தம் படைப்பில் ஏற்பட்ட பிழையோவெனக் கருதி இனி உலகில் உயிர்களைப் படைப்பது வீண் என அன்ன ஆகாரம் இன்றித்திரிந்தான் என்பதாம்.

தேவர்கள் உறங்குதல் இல்லை. இமையா நாட்டம் உடையவர்.

முருகன் திருச்செந்தூர் கடலருகே கோவில் கொண்டவன். (எங்கள் செங்கம் நகரம் செய்யாற்றங்கரை நகரம். சேயாறு (சேய்-முருகன்) செய்-யோன் ஆறு- செய்யாறு என பெயர் வந்தது. ஆற்றங்கரையினில் முரு-கன் கோவில் கொண்டு விளங்குகிறான்.) பாற்கடல் நஞ்சை சிவன் தேவரைக்காத்து அமிர்தம் வழங்கப் பருகினான். திருமால் விநாயகரை காணச்சென்று உடனே திரும்ப கருதியதை அறிந்து அவரை சிறிது காலம் கைலாயத்திலேயே தங்க வைக்க எண்ணி அவரது கரத்தில் உள்ள சக்கரத்தைப் பிடிங்கி வாயில் போட்டுக்கொள்ள அதை திருப்பி விழுங்காமல் தந்துவிடும்படி பயந்து வணங்கினான். உமையொருபா-கனாய் நின்ற சிவனில் சக்தி சரிபாதி நின்றாள். பிரம்மா அன்னபட்சி வாகனத்தில் உலா வருகிறான். இவையெல்லாம் அவரவர் இயல்பு. இதை விநாயகரின் பெருவயிற்றைக்கண்டு நடந்ததாக கற்பனை செய்து கூறுவது தற்குறிப்பேற்ற அணி! புலவர்களின் கவித்திறனை அறிந்து இன்புறுவோம்!

134

இராவணன்!

இராவணன் மிகச்சிறந்த சிவபக்தன்.வேதவிற்பன்னன். இசைவாளன்! சாமகானம் இசைத்து சிவனருள் பெற்றவன். நாரதரோடு சரிசமாக நின்று இசைப்போட்டியில் வென்றவன்.சிவனைவேண்டி 'சந்திரகாஸம்' எனும் வாளைப் பெற்றவன். திசையானைகளோடு பொருது வென்றவன். கயிலையை பெயர்த்தெடுத்த வலிமையுடையவன்.

'வாரண பொருதமார்பும்
வரையினை எடுத்ததோளும்
நாரத முனிவர்க்கு ஏற்ப
நயம்பட உரைத்த நாவும்
தாரணி மவுலிபத்தும்
சங்கரன் கொடுத்தவாளும்
வீரமும் களத்தே போட்டு
வெறும் கையோடு இலங்கைபுக்கான்' என்று இராவணனின் பெருமைகளையெல்லாம் சொல்லி இத்தகு வீரமும் பெருமையும் உடையவன் மாற்றான் மனைவிமீது கொண்ட காமமயக்கத்தினால் கெட்டு சீதையைக் கவர்ந்தான். அனுமன் தூதினை ஏற்கவில்லை. விபீடணன் கும்பகர்ணன் ஆகியோரின் அறிவுரையை ஏற்கவில்லை. சீதையை விட்டுவிடாமல் இராமனோடு முதல்போரிலே தோற்று இத்தகு இழிநிலைக்கு ஆளாகிறான்.

ஒருவன் எத்தனை கல்வியாளனாக அறிவாளியாக வீரனாக கொடையாளனாக சேவகனாக பக்தனாக சிந்தனைவாதியாக இருந்தா-

லும் காமத்தில் மூழ்கி குணமிழந்தால் எல்லாம் வீணாகும். இன்றைக்கும் சிறந்த அறிவாளிகளாகவும் சமயவாதிகளாகவும் கல்வியாளர்களாகவும் இருப்பவர்களும் காமத்தில் சருக்கி பெயரும் புகழும் இழப்பதை கண்கூடாக அறிகிறோம்.

கும்பகர்ணன் கூறுகிறான் "நாம் மானத்தைப்பற்றியும் வீரத்தைப்பற்றியும் பேசுகிறோம். பிறன்மனைவியை காமத்தால் விரும்புவது குற்றமில்லையா? கூசாமல் மானுட பிறவியெடுத்த இராமனை பழிக்கிறோம். இதுதான் நம்கொற்றத்திற்கு அழகோ?

'பேசுவது மானம் இடைப்பேணுவது காமம் கூசுவது மானிடரை நன்று நம்கொற்றம்!' என்று காமத்தை இடித்துரைக்கின்றான்.

எல்லாப்பெருமை இருந்தும் ஒருவன் வீழ்வதற்கு காமம் எனும் இழிகுணம் ஒன்றேபோதும். காமம் கடந்த ஞானம் கேட்போம்!

பாடல்:133

"காமமே குலத்தினையும் நலத்தினையும் கெடுக்கவந்த களங்கம்!
காமமே தரித்திரங்கள் அனைத்தையும் புகட்டிவைக்கும் கூடாரம்!
காமமே பரகதிக்குச் செல்லாமல் வழிஅடைக்கும் ஒருகபாடம்!
காமமே அனைவரையும் பகையாக்கிக் கழுத்தரியும் கத்திதானே!

விளக்கம்:

முறையான உறவற்ற அல்லது விருப்பமற்ற பெண்ணுடன் உடலின்பம் துய்க்க எண்ணும் பெருவிருப்பமாகிய காமம் தன்குலப்பெருமைகளையெல்லாம் கெடுக்கும். அந்த இராக்கதகுணம் நல்லபெயர்களையும் குணப்பெருமைகளையும் கெடுக்கும். அக்குணம் கொண்டோரை அது அவரின் நற்பெயரையெல்லாம் அழித்து தீராப்பழியாக களங்கத்தைக் கொடுக்கும்.

அக்காமமே வறுமையும் தீராதுன்பத்தையும் தரும் தரித்திரங்களை மொத்தமாக தரவல்ல கூடாரம்.

நாம் வீடுபேறு அடையும் வழியைத் தடுக்கும் தாழிடப்பட்ட கதவாகும். எல்லோரையும் நமக்குபகையாக்கி, நம்கழுத்தறியும் கத்தியும் அதுவேயாகும்.

காமத்தை வெல்பவரே உலகில் வெற்றிகளையும் புகழையும் அடைபவர்.

135

இசையொலி! வசையொலி!

உடலின்ப விழைவு என்பது மனித உயிர்களுக்கு அடிப்படை தேவைக-ளுள் ஒன்று என்பதை முன்பே கண்டோம். 'எல்லா உயிர்க்கும் இன்பம் என்பது தானமர்ந்து வரூஉம் மேவற்றதாகும்' என்பது தொல்காப்பிய வரையறை. பருவத்தில் ஒரு ஆணும் பெண்ணும் தனியிருக்கும் ஏகாந்த பொழுதுகளில் குளுமையாக வீசும் தென்றலும் நிலவொளியும் பூவாசமும் மெல்லிய இசையும் மனதில் காமத்தை ஏற்படுத்தி இன்பம் நல்குகிறது. 'இரண்டு உயிரை இணைத்து விளையாடும் பூங்காற்று புதிரானது'

என்ற கண்ணதாசன் பாடல் வரியும் இதை மெய்ப்பிக்கிறது. 'இசை காமத்தை மிகுவிக்கும்' என்கிறது குண்டலகேசி காவியம். சங்க காலத்-தில் ஒத்த அன்புடைய தலைவன் தலைவி இடையே ஏற்படும் தூய்மை-யான காதலையும் காமம் என்றே குறிப்பிட்டனர். காமம்மிக்க கழிபடர் கிளவி போன்ற துறைகள் இதை உணர்த்துகின்றன.

ஆனால் தற்காலங்களில் காதல் என்பது தூய அன்பையும் காமம் என்பது முறையற்ற உறவையும் மிருகத்தனமான அதீத உடலின்ப விழைவு குணத்தையும் உணர்த்துகிறது. புறவொழுக்கம் எனும் சொல்-லால் சங்க காலத்தில் இத்தீயொழுக்கம் குறிக்கப்பெற்றது. தம் இணை-யராகிய கணவன் மனைவி இடையேயான உறவு தூய்மையானதாகவும் புனிதமானதாகவும் பரம்பரை வளர்ச்சிக்கான பிள்ளைப்பேறு அளிக்கும் மூலமாகவும் அமைகிறது. அவ்வுறவன்றி உடலின்பமே பெரிதென

எண்ணி வரையறை இலாது பலருடனும் இணைந்து பெரும் உடலின்பம் என்பது மிகு காமமாக பழிக்கப்படுக்கிறது. நற்செயலும் முன்னோர் வகுத்த நல்நெறிப்படியான வாழ்வும் நமக்குப் புகழைத் தேடித்தந்து வாழ்வை நிறை சேர்க்கிறது. அந்நல்நெறிவழி நில்லாத தீய முறையற்ற சான்றோர் வெறுக்கும் வாழ்வு தீராப் பழிகளை துன்பத்தை நரகத்தை கொடுக்கும் என்பது திறவோர் காட்சியின் தெளிவு

'வசையொழிய வாழ்வாரே வாழ்வார் இசையொழிய வாழ்வாரே வாழா தவர்' என்பது திருவள்ளுவம். இன்பத்தையே விழையும் மனதை அடக்கி

வாழ்வில் பழி பாவங்கள் நம்மீது படராமல் வாழ்தல் நற்பேறு அளிக்-கும் என்பதை உய்த்துணர்வோம்.

பாடல்:134

"தடாரி தண்ணுமை பேரிகைகல்லரி இடக்கை
கடாகம் எங்கணும் அதிர்ந்திட ஒலித்திடக் காணல்
விடாத நாண்அகன்று அன்னிய புருடனை விழைந்தே
அடாது செய்த மங்கையர் வசை ஒலித்தல் போலாம்!"

விளக்கம்:

பம்பை, மத்தளம், பேரிகை, கல்லரி, இடக்கை, நகரா முதலிய இசைக்கருவி ஒன்றிணைந்து முழங்கும் பேரிசை முழக்கத்தை கேட்கும் துன்பம்போன்றது தன்னிடம் இருக்கவேண்டிய அடிப்படை பெண்மை குணமாம் நாணத்தை விட்டொழித்து தம் பெண்மையின் எல்லைமீறி தன் கணவனல்லாத வேறொரு ஆடவனோடு வேட்கையோடு கூடி களித்த பெண்ணை ஊரெல்லாம் கூடி பெருங்குரலெடுத்து வசைபாடும் பேரிரைச்-சல் துன்பத்தைப் போன்றது என்பதாம்.

இசைக்கருவிகள் தனித்தனி ஒலித்தல் கேட்க விழைவும் இன்பமும் தரும். ஆனால் ஒன்றோடு ஒன்று கூடி இசைத்து பேரிரைச்சல் ஆகும் போது அருவருக்கத்தக்கதாக வெறுக்கத்தக்கதாக மாறிவிடுகிறது. அதைப்போன்றதே தம் கணவனோடு வாழ்தல் இசையின் இன்பம் தருவ-தாகும். நாணத்தின் எல்லைக்கடந்து ஆடவரோடு கூடுதல் வசையென்-னும் பேரிரைச்சல் துன்பத்தைத் தரும்.

(நாணம்- பழிபாவங்களுக்கு அஞ்சுதல்,தீய ஒழுக்கத்தினால் நாணித் தலைகுனிவு ஏற்படுதல்)

இந்த நாணம் பெண்களுக்கு மட்டுமன்று ஆண்களுக்கும் வேண்டும். எல்லைமீறுதல் ஆண்களுக்கும் அவமான பேரிரைச்சலைத் (வசை) தரும்.

136

போவோமா ஊர்வலம்?

நம் இயல்பான, வழக்கமான வாழ்விலிருந்து மாறி வெளியூர்களுக்கு பயணம் மேற்கொள்ளுதல் சுற்றிப்பார்த்தல் என்பது பெரியவர்கள் முதல் சிறியவர்கள் வரை அனைவருக்குமே உவகைத்துள்ளும் நிகழ்வாக அமையும். கிணற்றுத்தவளையாக உள்ளூரிலேயே முடங்கிக்கிடப்பது எதையும் தெரிந்துகொள்ளவும் வெளியுலக அனுபவம் இன்றிப் போவதற்கும் இடமாகி விடும். அக்கால மன்னர்கள் நட்பு முறைப் பயணமாகவும் வாணிக ஒப்பந்தங்கள் போட வும் படையெடுத்து போர் செய்யவும் பயணங்கள் மேற்கொண்டிருக்கின்றனர்.

தம் நாட்டுக்குள்ளேயே பயணம் மேற்கொள்ளுதலும் உண்டு. உலாப் போதல் மறைமுக உளவுப் பயணமும் உண்டு. முடியாட்சி காலத்தில் அவசியமின்றி மற்ற நாட்டு எல்லைக்குள் நுழைதல் குற்றமாக கருதப்பட்டது. இன்றும் கடவுச்சீட்டு நுழைவு இசைவு சீட்டு இன்றி பயணிப்பது குற்றம். இது உளவுப்பார்க்கும் செயலாகி விடும். இன்றும் தொழில் பணி மருத்துவம் ஆகியவை காரணமாக பேருந்து தொடர்வண்டி வானூர்தி போன்ற வசதிகளைப் பயன்படுத்தி பயணிக்கிறோம்.

ஏழை நடுத்தர மக்களுக்கு இது ஒரு கனவாகவே இருக்கிறது. பணக்காரர்கள் அரசியல்வாதிகள் போன்றோருக்கு இது மிக எளிதானது. தலைநகரமான சென்னையை எட்டிப்பார்க்காதவர்களும் உண்டு. ஆனால் இன்று பயண வாகன வசதிகள் பெருகியுள்ளதால் எளியோர்-

களும் பயணம் மேற்கொள்ள முடிகிறது. அவரவர் மேற்கொண்ட பயண அனுபவங்களை எண்ணி மகிழுங்கள்!

பாடல்:135

"தண்டுலம் மிளகின் தூள்உப்பு
தாளிதம் பதார்த்தம் எதேஷ்டம்
தாம்புநீர் தோற்றம் ஊன்றுகோல் ஆடை
சக்கிமுக்கிக் கைராந்தல்
கண்டகம் காண்பான் பூசைமுஸ்தீபு
கமுற்குடை ஏவல் சிற்றுண்டி
கம்பளி ஊசிநூல் அடைகாய்
காண்டகம் கண்டம் மேல்அங்கி
துண்டம் ஊறுகாய் கரண்டி நல்லெண்ணெய்
துட்டிடன் பூட்டுமே கத்தி
சொல்லிய எல்லாம் குறைவறத் திருத்தித்
தொகுத்துப் பல்வகையின் இனி தமைத்துப்
பெண்கள் துணையோடு எய்து வாகனனாய்ப்
பெருநிலை நீர்நிழல் விறகு
பிரஜையும் தங்கும்இடம் சமைத்துண்டு
புறப்படல் யாத்திரைக்கு அழகே!"

விளக்கம்:

சுற்றுலா போன்ற வெளியூர் பயணங்கள் மேற்கொள்ளும்போது உடன் எடுத்துச் செல்லவேண்டிய முக்கியமான பொருள்களாவன:-

1. அரிசி 2. மிளகுப் பொடி 3. புளி 4. உப்பு 5. கடுகு முதலிய தாளிப்புப்பொருள்கள் 6. காய்கறி 7. வடகம் 8. கயிறு 9. தண்ணீர் 10. முகப்பூச்சுகள் 11. கைத்தடி 12. உடைகள் 13. சிக்கிமுக்கிக்கல் (நெருப்புண்டாக்க) 14. கைவிளக்கு (டார்ச்) 15. கைவாள் (பாதுகாப்புக்காக) 16. முகம்பார்க்கும் கண்ணாடி 17.பூசைக்குரிய பொருட்கள் 18. காலணி 19. குடை 20. பணியாட்கள் 21. சிற்றுண்டி 22. கம்பளிப்போர்வை 23. தைக்கும் ஊசி 24. நூல் 25. வெற்றிலைப பாக்கு 26.சுண்ணாம்பு 27. கரண்டி 28. எழுத்தாணி 29. மேல்துண்டு 30. ஊறுகாய் 31. நல்லெண்ணெய் 32. பணம் 33. பூட்டு 34. சாவி 35. சிறுகத்தி 36. உதவிக்குப் பெண் துணை 37. வாகனவசதி 38. தங்குமிடம் 39. தண்ணீர்வசதி 40. விறகு 41. தங்குவதற்கேற்ற நல்ல இடம் 42. சமையல் வசதி

ஆகிய இவையாவும் சரிபார்த்து திட்டுமிட்டு முன்னேற்பாடுகள் செய்துகொண்டு பயணம் மேற்கொண்டால் அது வெற்றிகரமான இனிதான மறக்கமுடியாத பயணமாக அமையும் என்பது திண்ணம்.

இத்தனை பொருள்களும் ஏற்பாடுகளும் செய்து கொண்டு பயணம் மேற்கொள்வது பெரும்பணக்காரர் அல்லது மன்னர்கள் ஆகியோருக்கே சாத்தியமோ என்ற சந்தேகம் எழுகிறது. நம் வாழ்க்கைப் பயணமும் சிந்தித்து திட்டமிட்டு செய்யக்கூடியன தவிர்க்க வேண்டியன ஆகியவற்றை நன்கு அறிந்து வாழ்தல் வாழ்க்கைப் பயணம் வெற்றிகரமாக மகிழ்ச்சியாக பொருளுள்ளதாக அமையும். அத்தகு வெற்றிகரமான மகிழ்ச்சியான வாழ்க்கைப் பயணம் அமைய வாழ்த்தி விடை பெறுகிறேன் நன்றி வணக்கம்!

www.ingramcontent.com/pod-product-compliance
Ingram Content Group UK Ltd.
Pitfield, Milton Keynes, MK11 3LW, UK
UKHW041953190726
13854UKWH00005B/1951